நிலவியலின் துயரம்

லோகதாசன் தர்மதுரை
தமிழில்: எம்.ரிஷான் ஷெரீப்

புலம்பெயர்ந்த தமிழனாக எனது வாழ்க்கை

நிலவியலின் துயரம்	:	நாவல்
ஆசிரியர்	:	லோகதாசன் தர்மதுரை
ஆங்கிலத்திலிருந்து தமிழில்	:	எம். ரிஷான் ஷெரீப்
	:	© ஆசிரியருக்கு
முதற்பதிப்பு	:	ஜனவரி 2020
அட்டை வடிவமைப்பு	:	பி.எஸ். வம்சி
வெளியீடு	:	வம்சி புக்ஸ்
		19, டி.எம்.சாரோன்,
		திருவண்ணாமலை - 606 601
		9445870995, 04175 - 235806
அச்சாக்கம்	:	மணி ஆப்செட், சென்னை - 600 077
விலை	:	₹ 300/-
ISBN	:	978-93-84598-78-5

Nilaviyalin Thuyaram	:	Novel
Author	:	Logathasan Tharmathurai
From English to Tamil	:	M. Rishan Shareef
	:	© Author
First Edition	:	January- 2020
Wrapper Design	:	B.S. Vamsi
Published by	:	Vamsi books
		19.D.M.Saron,
		Tiruvannamalai - 606 601
		9445870995, 04175 - 235806
Printed by	:	Mani Offset, Chennai - 600 077
	:	₹ 300/-
ISBN	:	978-93-84598-78-5

www.vamsibooks.com - e-mail: vamsibooks@yahoo.com

இலங்கையின் யுத்த காலத்தில் உயிரிழந்த அனைத்து உயிர்களுக்கும்!

நிலவியலின் துயரம் உங்களுக்குப் புரிகிறதா?

-மைக்கேல் ஒந்தாச்சி, The English Patient நூலில்.

முன்னுரை

நான் மொன்றியலின் மிராபெல் விமான நிலைய விமானத்தினுள் அமர்ந்திருந்து பனி போர்த்திய ஓடுபாதையைப் பார்த்துக் கொண்டிருக்கிறேன். ஆறு மாத காலமாக போலிப் பெயரில் பயணித்துக் கொண்டிருக்கும் நான் புலம்பெயர்ந்தவனாகி நெடுங்காலமாகிறது. உள்நாட்டுப் போரினால் சிதைந்து போன எனது அன்புக்குரிய தாய்நிலமான இலங்கையை விட்டும் வெளியேறி ஒரு வருடத்துக்கு மேலாகிவிட்டது.

விமானத்திலிருந்து கடைசியாக இறங்கிய பயணியும், குடிவரவு வரிசையில் இறுதியாக இணைந்து கொண்டவனும் நானாகவிருந்தேன்.

குடிவரவு அதிகாரிகளிடம் நான் எனது சட்டவிரோத கடவுச்சீட்டை ஒப்படைத்து விட்டு, எனது நிஜ அடையாளத்தை அறியத் தந்தால் மாத்திரமே எனக்கு கனடாவில் புகலிடம் கிடைக்குமென நான் லண்டனை விட்டு வெளியேறும் முன்பு, எனது தமிழ் நண்பர்கள் அறிவுறுத்தியிருந்தார்கள். அதை நுழைவாயிலிலேயே செய்திருக்க வேண்டும். சட்ட விரோத கடவுச் சீட்டுடன் விமான நிலையத்திலிருந்து வெளியேறிய பின்னர் புகலிடம் கோரினால் நான் இலங்கைக்கு நாடு கடத்தப்படுவேன்.

நான் பதற்றமாகவும், பலவீனமாகவும் உணர்கிறேன். தற்போது நான் எனது நிஜ அடையாளத்தை வெளிப்படுத்த வேண்டுமா அல்லது ஒரு பிரான்ஸ் பிரஜையாக சட்டவிரோதமாக விமான நிலையத்தை விட்டும் வெளியேறி விட்டு பிறகு புகலிடம் கோருவதா? தப்பியோடியவனாக வாழ்ந்து களைத்து விட்டிருந்தேன் எனினும் நான் உண்மையைக் கூறிய பிறகு அவர்கள் என்னைக் கைது செய்தால் என்ன செய்வது?

கடைசியில் எனது முறை வந்தே விட்டது.

இறுதித் தறுவாயில் நான் எனது உள்ளுணர்வுகளை மதித்து, ஆபத்தை எதிர்கொள்ளத் தீர்மானிக்கிறேன். ஒரு குடிவரவு அதிகாரியை நெருங்கும் நான் எனது சட்ட விரோத கடவுச் சீட்டை அவரிடம் ஒப்படைக்கிறேன்.

'இலங்கையிலிருந்து வந்திருக்கும் தமிழனான நான், இங்கு கனடாவில் புகலிடம் கோர விரும்புகிறேன்' என்கிறேன்.

அதிகாரிக்கு நான் கூறியது கேட்டிருக்கும் என்பது நிச்சயமில்லை. எனது தொண்டை வரண்டு போய் கதைக்கச் சிரமமாக உணர்கிறேன்.

ஆரம்பத்தில் அதிகாரி எதுவுமே செய்யவில்லை. ஆனால் கடைசியாக அவர், மேசைக்குப் பின்னாலிருந்த அவரது கதிரையிலிருந்து எழுந்து நின்று கையசைத்து தன்னைப் பின் தொடர்ந்து வருமாறு அறிவுறுத்துகிறார். ஜன்னல்கள் ஏதுமற்று சில கதிரைகள் மாத்திரமேயிருந்த சிறு அறைக்குள் நாம் பிரவேசிக்கிறோம். அவர் எனக்கு உட்கார்ந்திருக்குமாறு சைகை செய்கிறார். பிறகு அறையிலிருந்து வெளியேறி கதவை மூடுகிறார். அது தாழிடப்படும் ஓசையை நான் செவிமடுக்கிறேன்.

நான் தனித்திருக்கிறேன்.

அத்தியாயம் 1

சங்கத்தானை, யாழ்ப்பாண மாவட்டம், வட மாகாணம், இலங்கை
1983

'எழும்பு! எழும்பு!'

அந்தக் காரிருளில் திடுக்கிட்டுப் போய் விழித்துக் கொண்டேன். கனவேதும் காண்கிறேனா?

என் முன்னால் நின்று கொண்டிருந்த எனது தந்தையின் முகம் என்னை நோக்கிக் குனிந்திருந்தது. பின்பு நிமிர்ந்து, என்னைப் பலமாக உதைத்துக் கட்டளையிட்டார்.

'எழும்பு!'

'நான் எழும்பித்தான் இருக்கிறேன்' என காரணத்தை அறியாமலேயே தூக்கக் கலக்கத்தோடு பதிலளித்தேன். மின்விளக்குகள் எரிய வைக்கப் பட்டிருக்கவில்லை. வீட்டைவிட்டு அவசரமாக வெளியேறிக் கொண்டிருந்த எனது சகோதர சகோதரிகளின் மூச்சுத் திணறும் இரகசியக் குசுகுசுப்பை என்னால் கேட்க முடிந்தது.

என்ன நடந்து கொண்டிருக்கிறதெனக் கூறுமாறு நான் அப்பாவிடம் கெஞ்சிக் கேட்டேன்.

‘ஆமிக்காரர் வாராங்கள்!’ என அப்பா இரகசியமாகப் பதிலளித்தார்.

‘ஓடிப் போய் ஒளியடா!’ என அந்தக் குரல் இரகசியமாகக் கட்டளையிட்டது.

தூக்கக் கலக்கத்தில் தடுமாறியவாறு குழப்பத்தோடும் அவசரமாகவும் தரையிலிருந்த படுக்கையை விட்டு எழுந்து நின்றேன்.

வீட்டினுள்ளே கடும் இருளாக இருந்தது. ஜன்னல் வழியே வெளியே பார்த்தேன். எங்கும் அமைதி. நிலவைக் காணவில்லை; விரைவில் விடிந்து விடக் கூடும்.

‘இப்பவே ஓடு!’ என அப்பா என்னை வெடுக்கெனப் பிடித்திழுத்துச் சீறினார்.

மிகுந்த வெப்பமான காலநிலை நிலவும்போது நானும் எனது சகோதரர்களும், வீட்டின் முன் விறாந்தையில் குளிர்ந்திருக்கும் சீமெந்துத் தரையில் விரிப்புகளை விரித்துப் படுத்துக் கொள்ளவே விரும்பினோம். எனினும் எனது அப்பா அவருக்குச் சொந்தமான அறையில், மின் விசிறிக்குக் கீழால் மெத்தையிடப்பட்டிருந்த கட்டிலில் படுத்துறங்க வலியுறுத்தினார். எனது அம்மாவும், சித்தியும், சகோதரிகளும் மெத்தைகளிடப்பட்ட பலகைக் கட்டில்களில் உறங்கி வந்தார்கள்.

நான் எனது தம்பி கண்ணாவைத் தேடினேன். ஆனால் தரையில் விசிறப்பட்டிருந்த அவனது போர்வைகளையே காணக் கிடைத்தது. அநேகமாக அவன் எங்காவது ஒளிந்து கொண்டிருக்கவோ, தப்பியோடியிருக்கவோ கூடும்.

'நான் எங்கே போவது?' நான் குழம்பிப் போய் முணுமுணுத்தேன். எனது கண்களைக் கசக்கி அப்பாவின் இருண்ட நிழலைக் கூர்ந்து கவனிக்க முற்பட்ட போதும் அது தெளிவற்றிருந்தது. எனது தாயினதும், சகோதரிகளினதும் அச்சம் தோய்ந்ததும், கண்டிப்பானதும், பதற்றத்தோடுமான இரகசிய முணுமுணுப்புக்களை என்னால் செவிமடுக்க முடியுமாக இருந்தது.

'சத்தம் போடாதே!' என அப்பா கட்டளையிட்டார்.

'போ! ஓடு!'

நான் இருளில் முன்னோக்கி நகர முற்பட்டு தவறுதலாக போர்வை தடுக்கி தரையில் விழுந்து விட்டேன். தவழ்ந்து செல்வது இலகுவானதாகவும் வேகமானதாகவும் தோன்றியது. நான் இயன்றளவு வேகமாக சமையலறைக்குத் தவழ்ந்து சென்று, பின் வாசல் கதவின் சாவியைத் தேடியெடுத்து கதவைத் திறந்தேன். வெளியே ஓடியதும் உறைந்து போனேன். எனதிரு சகோதரர்களும், சகோதரிகளும் என்னைத் தொடர்கிறார்களா எனத் திரும்பிப் பார்த்தேன். தனியாக இருக்கப் பிடிக்கவில்லை.

'லதி!' என எனது அண்ணன் தோன்றுவான் என்ற எண்ணத்தில் வீட்டை நோக்கிக் குரல் கொடுத்தேன்.

'கண்ணா?'

எனது சகோதரர்கள் எங்கே? அவர்களுக்காக நான் காத்திருக்க வேண்டுமா?

நான் எங்கள் வீட்டுக் கொல்லைப்புறத்தின் இருளில் ஒரு கணம் குந்தியிருந்து என்ன செய்வதென்ற யோசனையில் ஆழ்ந்தேன்.

நான் எங்கே ஓடுவது?

அந்தத் தருணத்தின் பயங்கரமான சூழ்நிலையை மட்டுப்படுத்திய வாறு தென்னை மர ஓலைகளிடையே சலசலத்த தென்றலின் மெல்லிய, இனிய சாந்தமான ஓசையைக் கேட்டேன். எனதுடல் சில்லிட்டுப் போய், நெஞ்சுக் கூடு வெடித்து இருதயம் வெளியே குதித்து விடும் என்பதைப் போல பலமாகத் துடித்துக் கொண்டிருந்தது.

தொலைவிலெங்கோ சேவல் கூவுவது கேட்டது. சூரியன் உதிக்கும் போது இராணுவப் படையினர் வந்து என்னைப் பிடிப்பார்கள். அவ்வாறு பிடிக்கப்படும் தமிழ்ப் பையன்களை இராணுவத்தினர் எவ்வாறெல்லாம் சித்திரவதை செய்வார்கள் என்ற கதைகளை நான் கேள்விப்பட்டிருந்தேன். நானொரு பதின்ம வயதினன் என்பதால் இலகுவாக அவர்களுக்கு இரையாகி விட வாய்ப்பிருந்தது. அவர்கள் என்னைக் கொன்று விடக் கூடும். அல்லது அதை விடவும் மோசமாக.

மேலுமொரு சப்தத்தை என்னால் செவிமடுக்க முடிந்தது. எமது சிறிய கிராமத்துக்கு வெளியே பிரதான பாதையில் இராணுவ வாகனங்கள் வரும் ஓசை அது.

'லதி! கண்ணா!' என நான் மீண்டும் கூப்பிட்டுப் பார்த்தேன்.

பதிலேதுமில்லை.

என்னால் எனது சகோதரர்களுக்காக மேலும் காத்திருக்க இயலாது. நான் போக வேண்டும்.

எமது காணியின் எல்லையில் எழுப்பப்பட்டிருந்த உயர்ந்த சீமெந்து மதில் சுவர் எனக்கு பெருந்தடையாக இருந்ததால் வீட்டுக் கொல்லைப் புறத்தில் தடுமாறிக் கொண்டிருந்தேன். குறைந்தது ஏழு அடிகளாவது உயரமிருக்கும். அதில் ஏறிக் கடக்க முடிந்திருந்தாலும் கூட, பாதுகாப்பிற்காக அதன் மேற்பகுதியில் பதிக்கப்பட்டிருந்த கூர்மையான உடைந்த போத்தல்களின் கண்ணாடித் துண்டுகள் என்னை அந்த முயற்சியை மேற்கொள்ளாதிருக்க அறிவுறுத்தின.

எனதுள்ளம்தடுமாறியது. வீட்டின் பிரதான நுழைவாயில் வழியாக ஓடித் தப்ப முயற்சித்தால் ஆபத்தில் சிக்கிக் கொள்வேனா? தெருவில் ஒளிந்து கொள்ள ஒரு இடமும் இருக்காது என்பதோடு இராணுவ வாகனங்களைக் கடந்து என்னால் ஓடவும் முடியாது. இராணுவத்தினர் கண்டால் என்னையும் போராளியொருவன் என்றே கருதுவார்கள். எனக்கு வேறு வழியிருக்கவில்லை.

ஓரமாகப் போடப்பட்டிருந்த ஒரு பழைய பலகைத் துண்டை மதிலில் சாத்தி வைத்து நான் அதில் ஏறினேன். பலகை நடுவே உடைந்தபோது மதிலின் மேற்பகுதியில் ஒரு கையை ஊன்றிக் கொண்டிருந்த நான் தரையில் வீழ்ந்தேன்.

'என்னடா சனியன் இது!' என சலித்துப் போனேன்.

முற்றத்திலேயேகுதித்தவாறுபீதியோடு சுற்றிக் கொண்டிருந்தேன். மதிலைக் கடக்க எனக்கு உதவக் கூடிய எதுவுமிருக்கவில்லை.

எனக்கே கேட்டுக் கொண்டிருந்த எனது இதயத் துடிப்பின் ஓசையை அடக்க பெரும்பாடு பட்டேன். இராணுவ வாகனங்கள் அருகாமையில் வரும் ஓசை கேட்டது. வாகனங்களின் கியர்கள் மாற்றப்படும் ஓசைகள், எஞ்சின்கள் சுழலும் ஓசைகள், கிறீச்சிடும் பிரேக் கட்டைகளின் ஓசைகள்.

இப்போது, இந்த விடிகாலை வெளிச்சம் எமது கொல்லைப் புறத்தின் இண்டு இடுக்குகளையும் கூட காட்டிக் கொடுத்து விடக் கூடும். பாதுகாப்பற்றவனாக என்னை உணர்ந்தேன்.

நான் சிக்கிக் கொண்டு விட்டேன்!

வீட்டின் பிரதான நுழைவாயிலை உபயோகிப்பதல்லாது எனக்கு வேறு வழியிருக்கவில்லை. எனினும் படையினர்களில் ஒருவனாவது தெருவில் நின்றிருப்பானாயின் எனக்கு ஒளிந்து கொள்ள ஓரிடம் கூட இருக்காது. எனது முழங்கால்கள் நடுங்கிக் கொண்டிருந்தன. திடீரென

சூடான சிறு துளிகள் கால்களில் பட்டுத் தெறிப்பதை உணர்ந்தேன். எனது சாரத்தை ஒரு கையால் பிடித்துக் கொண்டிருந்த நான் பயத்தில் என்மீதே சிறுநீர் கழித்து விட்டிருந்ததைக் கண்டு வெட்கமாக உணர்ந்தேன். லதி இதை அறிவானானால் என்னை வைத்து எவ்வளவு கிண்டல் செய்வான்! ஏற்கெனவே இராணுவத்தினர் மீது எனக்கிருக்கும் பயத்தினைக் கொண்டு என்னைக் கேலி செய்யும் அவன் இதையும் அறிந்தால் எவ்வளவு அவமானகரமாக இருக்கும்!

எங்காவது ஒளிந்து கொள்வதே அப்போதைய எனது தேவையாக இருந்தது. ஒருவாறு வீட்டைச் சுற்றி ஊர்ந்து செல்லத் தீர்மானித்தேன். எமது வீட்டின் பிரதான நுழைவாயில் இரும்புக் கம்பிகளைக் கொண்டு செய்யப்பட்டது. உண்மையில் அப் பகுதியிலிருந்த ஒரே இரும்பாலான பிரதான நுழைவாயில் எமதாகத்தான் இருந்தது. எமது அயலிலிருந்த அநேகமான குடும்பங்கள் மிகவும் வறியவர்களாக, இரும்பு நுழைவாயில்களை வைத்துக் கொள்ளுமளவு வசதியானவர்களாக இல்லாதிருந்தமையே எனது அப்பாவை இரும்பு நுழைவாயிலை வைத்துக் கொள்ளத் தூண்டியிருக்கும். வழமையாக, எமது கிராமத்து வேலிகள் வரிசையாக நடப்பட்ட தெருவோர மரங்களிடையே தென்னோலை வேய்ந்த படலைகள் அடைக்கப்பட்டவையாக இருக்கும். எனது தந்தை செல்வாக்கும், செல்வச் செழிப்பும், கௌரவமும் மிக்க ஒரு வர்த்தகராக இருந்த காரணத்தால் தனது அந்தஸ்தை வெளிக்காட்டுவதும் பேணிக் காப்பதுவும் அவருக்கு மிகவும் முக்கியமானதாக இருந்தது. வெளியாட்கள் உள்ளே நுழைந்து விடாதிருக்க ஒவ்வொரு இரவும் பிரதான நுழைவாயிலைத் தாழ்ப்பாளிட்டு வைக்குமாறு அவர் வலியுறுத்தி வந்தார். எம்மிடம் இரண்டு கார்கள் இல்லாத போதும், வீட்டுக்கான வண்டிப்பாதை இரண்டு கார்கள் ஒன்றாக நகரக் கூடிய அளவு அகலமாக இருந்தது. கிராமத்திலிருந்த அநேகமான குடும்பங்களில் ஒரு கார் கூட

இருக்கவில்லை. அவர்களில் அநேகமானவர்கள் துவிச்சக்கர வண்டிகளையோ, ஸ்கூட்டர்களையோ பயன்படுத்தினார்கள். அல்லது நடந்தே பயணித்தார்கள்.

எவ்வாறாயினும் தாழிடப்பட்டிருந்த பிரதான நுழைவாயில் எனக்கொரு தடையாக இருக்கவில்லை. நான் வெறுங்கால்களோடு இருந்த காரணத்தால் ஏறுவதும் இலகுவாக இருந்தது.

மேலேயேறி தெருவை மேலும் கீழுமாகப் பார்த்தபோது இராணுவத்தினரையோ இராணுவ வாகனங்களையோ காணவில்லை. நான் கீழே குதித்தேன்.

கிராமத்திலிருந்த ஏனைய தெருக்களைப் போலவே எனது வீட்டுக்கு முன்னாலிருந்த தெருவும் கூட செப்பனிடப் பட்டிருக்கவில்லை. அத் தெருவில் வெறுங்காலோடு நடந்து பழகியிருந்த காரணத்தால் அதிர்ஷ்டவசமாக எனது பாதங்களுக்கு எதுவும் ஆகவில்லை. இல்லாவிட்டால் கூரிய கிரவல் கற்களின் மீது குதித்தது மிகுந்த வலியைத் தந்திருக்கும். இருந்த போதிலும் நான் ஓடத் தொடங்கும் முன்பு வலியில் சற்று தத்தி நடந்தேன்.

எவருக்கும் தென்படாதவாறிருக்க நான் தெருவோரத்தால் பதுங்கிப் பதுங்கி நகர்ந்தேன். சில அடிகளை எடுத்து வைத்தபிறகு ஓரிடத்தில் சறுக்கினேன். ஒரு இராணுவ வாகனம் தெருமுனையில் நிறுத்தி வைக்கப்பட்டிருந்தது. பச்சையும், கபில நிறமும் கலந்த சீருடையணிந்திருந்த படையினர் இயந்திரத் துப்பாக்கிகளை ஏந்தியவாறு வாகனத்தின் பின்புறத்திலிருந்து குதித்து மூன்று, நான்கு குழுக்களாக தெருவில் நின்றிருந்தார்கள். ஒவ்வொரு வீட்டிலும் ஒவ்வொரு படையினர் குழு அத்துமீறி நுழைவார்கள்.

கிரவல் தெருக்களில் சிறு கற்கள் பூட்ஸ் சப்பாத்துக்களில் மிதிபடும் ஓசையைத் தவிர, பிசாசுக்களைப் போல, அச்சுறுத்தும் விதமான

அமைதியோடு படையினர்நடமாடினார்கள். திடீரென அந்த அமைதியைக் குலைத்தவாறு முதலில் ஒரு வீட்டிலிருந்தும் பிறகு அடுத்த வீட்டிலிருந்தும் பிறகு இன்னொரு வீட்டிலிருந்துமென படிப்படியாக ஓலங்கள் எழுந்தன. கனத்த குரல்களால் கட்டளைகள் இடப்பட்டன. கடுமையான ஆண்குரல்களும், பெண்களின் அலறல்களும் ஓலங்களும் ஒலித்துக் கொண்டிருந்தன.

தெருவை விட்டு நீங்க வேண்டும்!

நான் அயல்வீட்டு முற்றத்திற்கு ஓடினேன். ஊரிலிருந்த ஏனைய வீடுகள் எமது வீட்டைப் போல நவீனமாகவும், விசாலமானதாகவும் இல்லாமல் ஒழுங்கற்றவையாகவும், சிறியவையாகவும் இருந்ததோடு அவற்றில் பலவும் சாக்குகளால் மறைக்கப்பட்டவையாகவோ, கூடாரங்களாகவோ இருந்தன. அநேகமானவை தலைவாசலருகே சிறிய தாழ்வாரத்தைக் கொண்டிருந்ததோடு, குடும்பத்தவர்கள் படுத்துறங்க ஒரு பெரிய அறையை மாத்திரம் கொண்டிருந்தன. தடுப்பொன்றுக்கு அடுத்ததாக சமையலறை இருந்ததோடு, அவை சமைப்பதற்கு வசதியாக களிமண் அடுப்புக்களைக் கொண்டிருந்தன. கழிவறைகள் கொல்லைப்புறத்தில் வீட்டிலிருந்து தனியாக அமைக்கப்பட்டிருந்தன. சில வீடுகளில் கிணறுகள் இருந்தன எனினும் எம்மைத் தவிர வேறெவர்க்கும் குடிநீர்க் குழாய் வசதி இருக்கவில்லை. அனைவரது வீடுகளிலும் காய்கறிகளை நட்டு வளர்க்க சாதாரணமான வீட்டுத் தோட்டமும், கோழிகளை வளர்க்க அவற்றிற்கான கூடுகளும் இருந்தன.

படையினர் நெருங்கி வர சத்தமும் பலமாகக் கேட்கத் தொடங்கியது. வீடுகளுக்குள்ளேயிருந்து பெண்களினதும், இளம் பெண்களினதும் அச்சத்தில் வீறிட்டுக் கதறியழும் ஓலங்களை என்னால் கேட்க முடிந்தது. நான் ஒரு வீட்டுக் கொல்லையிலிருந்து அடுத்த வீட்டுக் கொல்லைக்கு என புகையிரதக் கடவையை அண்மிக்கும்

வரைக்கும் தாவித் தாவி குறுக்குமறுக்காக ஓடிக் கொண்டிருந்தேன். கண்டி - யாழ்ப்பாணம் பெருந்தெருவில் நகர்ந்து கொண்டிருந்த இராணுவ வாகனங்களை புதர்களின் மறைவிலிருந்து என்னால் பார்க்க முடிந்தது. தேடுதல் வேட்டையில் படையினர் ஒவ்வொரு வீடாக நகர்ந்து கொண்டிருந்தார்கள். பெருந்தெருவுக்கு அப்பாலிருந்த வயல்வெளியை அடைவதே எனது ஒரே இலக்காக இருந்தது. பெருந் தெரு எமது வீட்டுக்கு அருகிலிருந்த போதிலும், வயல்வெளிகள் கிட்டத்தட்ட நான்கு மைல்கள் தொலைவிலிருந்தன. அவற்றைக் காணாமல் அங்கு எப்படிச் சென்றடைவது என்பது எனக்கு விளங்கவில்லை.

சிறுவர்களையும், பெரியவர்களையும் பிடிப்பதற்காக வயல்வெளிகளில் படையினர் நிறுத்தப்பட்டிருந்து அவர்கள் துரத்தினால் என்ன செய்வது?

பெருந்தெருவில் இராணுவ வாகனங்கள் கடந்து சென்று மறையும்வரைக்கும் நான் புதர்களிடையே ஒளிந்து கொண்டு காத்திருந்தேன். பிறகு பதுங்கிப் பதுங்கி நகர்ந்து, எமது கிராமத்திலிருந்த இந்து ஆலயமான சங்கத்தானை கந்தசாமி கோயில் நோக்கிச் சென்ற தார் வீதியை இயன்றளவு வேகமாக ஓடிக் கடந்தேன். பல வருடங்கள் கழிந்தும், இப்போதும் கூட தார் வீதியில் எனது வெற்றுப் பாதங்கள் கிளப்பிய மெல்லிய ஓசையை என்னால் நினைவுகூர முடிகிறது.

நான் வீட்டை விட்டு வயல்வெளியை நோக்கி கோயிலைக் கடந்து ஓடிக் கொண்டிருந்தேன். வயல்வெளிகளின் ஓரங்கள் பசுமையான பெரிய மரங்களைக் கொண்டிருந்ததோடு அவை எனதுஅசைவுகளை மறைக்க உதவின.

நான் களைத்துப் போய், மூச்சுத் திணறியவாறிருந்ததால் வேகத்தைக் குறைத்து ஆழ்ந்து சுவாசிக்க முற்பட்டேன். என்னவொரு

அழகான காலை நேரம் என ஒரு கனவில் இருப்பது போல நினைத்துக் கொண்டேன். அன்று ஒரு ஓவியம்போல தொலைவில் வயல் வெளியின் விளிம்பில் எழுந்த சூரியோதயத்தையும், பசிய வயல் வெளிகளுக்கு மேலேயிருந்த நீல வானத்தையும் என்னால் ஒருபோதும் மறக்க இயலாது.

திடீரென மேலும் சில இராணுவ வாகனங்கள் அருகில் தோன்றியதும் எனது பாதுகாப்பு உணர்வு காணாமல் போய்விட்டது. எனது தோள் மட்டத்துக்கு பசுமையான நெற்கதிர்களைக் கொண்டிருந்த இரண்டு வயல்வெளிகளை ஊடறுத்த வரம்புக்கு மத்தியில் ஓடிப் போய் மறைந்து கொண்டேன். அது பயிர்ச்செய்கையின் இடைக்காலமாக இருந்ததோடு முந்தைய நாளிரவு பெய்த கனமழையின் காரணமாக நிலம் ஈரமும் சகதியுமாக இருந்தது. அது அதிகாலை நேரம். எனினும் விரைவில் சூரியன் வானில் ஒளியேற்ற வந்து விடக் கூடும். நான் தனித்திருந்தேன். எனது குடும்பத்தாருக்கு என்ன நடந்து கொண்டிருந்ததென எனக்குத் தெரியவில்லை. ஒளிந்து கொண்டு காத்திருப்பதைத் தவிர வேறெதையும் என்னால் செய்யவும் இயலாது.

வயல்வெளி வித்தியாசமான அமைதியோடிருந்தது. அந்த முரண் பெருமளவுக்கு ஆழமாக கவனத்தைத் திசை திருப்பக் கூடியதாக இருந்தது. பயந்து போயிருந்த எனது மனதின் இறுக்கமும் பனியுருகுவதைப் போல கரைந்து கொண்டிருந்தது. எனது இதயத் துடிப்பின் வேகம் குறைந்து இயல்பு நிலைக்கு மீண்டது.அநேகமாக, இப்போதைக்கு நான் பாதுகாப்பாக இருக்கிறேன் என எனக்குத் தோன்றியது. இலங்கையின் வடக்குப் பகுதியில் குறிப்பாக எனது கிராமம் போன்ற தமிழ் கெரில்லாக்களுக்கு பரிவிரக்கம் காட்டும் ஒரு கிராமத்தில், இவ்வாறான திறந்த வெளியில் கெரில்லாக்களைத் தேடி படையினர் வருவது சாத்தியமற்றது என அறிந்திருந்தேன். பதுங்கியிருந்து படையினரைக் கவர்ந்திழுத்து மடக்கும் தமிழ்

கெரில்லாக்களின் தந்திரோபாயம் குறித்து சிங்களவர்கள் பலரும் கூட கதைத்துக் கொண்டார்கள்.

தமிழர்களுக்கு எதிரான கறுப்பு ஜூலை கலவரம் நிகழ்ந்து சில மாதங்களே கழிந்திருந்த நிலையில், தமிழர்களுக்கும் சிங்களவர்களுக்குமிடையிலான பதற்ற நிலைமை உச்சத்திலிருந்த கால கட்டம் அது. ஆயுதங்களையேந்திய கெரில்லாக்களின் தாக்குதல்களுக்கு பழிவாங்கும் நடவடிக்கையாக பெரும்பான்மையான சிங்கள அரசாங்கம் சிறுபான்மை தமிழ் மக்கள் மீது கடுமையான தாக்குதல்களை நிகழ்த்திக் கொண்டிருந்தது. அநேகமான தமிழர்கள் கெரில்லாக்களாக இல்லாதிருந்த போதும், அனைத்துத் தமிழர்களும் குறிப்பாக இளைஞர்களும் சிறுவர்களும் சந்தேகத்திற்கு ஆளாகினார்கள். பதின்ம வயதிலிருந்த என்னைப் போன்ற பையன்கள் கெரில்லாக்களால் அவர்களது படையில் ஆவலுடன் இணைத்துக் கொள்ளப்படுவது அனைவரும் அறிந்த விடயமாக இருந்தது.

அது உண்மைதான். நான் அதை அறிந்திருக்க வேண்டியிருந்தது. நானும் அப் படையில் இணைத்துக் கொள்ளப்படக் கூடும்.

அதுவரையில் எனது வாழ்நாளில் தமிழர்கள் மத்தியில் மட்டுமே நான் வாழ்ந்து வந்திருந்தேன். சிங்களவர்களை நான் கண்டிருந்த போதிலும் அவர்களோடு எவ்விதத் தொடர்பும் எனக்கிருக்கவில்லை. அவர்கள் எப்படிப்பட்டவர்கள் என்று எண்ணி வியந்தேன். அவர்கள் ஏன் தமிழர்களை வெறுக்கிறார்கள் என்றும் ஆச்சரியப்பட்டேன். நீங்கள் ஒருபோதும் சந்தித்திராதவர்களை மிக மோசமாக வெறுக்க உங்களால் எப்படி முடியும்?

கடந்த சில மாதங்களாக சிங்கள இராணுவத்தினரை ஊரில் அடிக்கடி காணத் தொடங்கியிருந்தோம். அவர்கள் ஒருபோதும் எம்முடன் புன்னகைக்கவில்லை. அவர்கள் வெளிப்படையாக எம்மை வெறுத்தார்கள். அத்தோடு விலங்குகளை விடவும் தாழ்ந்த மட்டத்தில்

லோகதாசன் தர்மதுரை 17

நாம் இருப்பதைப் போல அவர்கள் எம்மை நடத்தினார்கள். அதற்கு எங்களால் எதுவும் செய்ய முடியவில்லை. எனவே போராளிகள் குழுவில் ஏன் சேரக் கூடாது? தமிழர்கள் மதிக்கப்படுவதை போராளிகள் விரும்பினார்கள். தமிழர்களான நாங்கள் நியாயமாகவும் நீதமாகவும் நடத்தப்படுவோம் என்று அவர்கள் தமிழர்களுக்கு வாக்குறுதியளித் தார்கள். பல நூற்றாண்டுகளாக தமிழர்கள் இலங்கையில் வாழ்ந்து வந்த போதிலும், குறைந்த பட்சம் கிறிஸ்துவுக்கு முன் இரண்டாம் நூற்றாண்டிலிருந்து வாழ்ந்து வந்த போதிலும், சிங்களவர்கள் அவர்களளவுக்கு இந் நாடு எமக்கு உரித்தற்றது என்பது போலவும், எமது வேர்கள் இம் மண்ணில் இல்லை என்பது போலவும் எம்மை நடத்தினார்கள். எம்மால் இந் நாட்டுக்கு எவ்விதப் பங்களிப்பும் ஆற்றப்படவில்லை எனவும் நாங்கள் கொள்ளையடிப்பவர்களாகவும், யாசிப்பவர்களாகவும் மாத்திரமே இருந்து வந்திருக்கிறோம் என்றும் அவர்கள் குற்றஞ் சாட்டினார்கள்.

வயல்வெளியூடாக நடந்து கொண்டிருந்த போதும் கூட, அச் சமயத்தில் வீட்டில் என்ன நடந்து கொண்டிருக்குமென யோசிக்காதிருக்க முடியவில்லை. அவர்கள் எனது தந்தைக்கும், தாய்க்கும், சகோதர சகோதரிகளுக்கும் என்ன செய்து கொண்டிருப்பார்கள் என்பது பற்றி யோசித்துக் கொண்டிருந்தேன்.

தொலைவிலிருந்து பரிச்சயமற்ற ஓசையொன்று எனது காதில் விழுந்தது. ஒருவகையான படபடக்கும் பேரோசையாக இருந்த அது படிப்படியாக அதிகரித்துக் கொண்டு வந்தது. நான் ஆகாயத்தை உற்று நோக்கினேன். அதிகாலையின் பிரகாசமான சூரிய வெளிச்சத்தில் வெள்ளித் தோட்டாவொன்றைப் போலத் தோன்றி மின்னிக் கொண்டிருந்த ஏதோவொன்று வேகமாகவும் தாழ்ந்தும் என்னை நோக்கி வந்து கொண்டிருப்பதைக் கண்டேன்.

அதுவொரு இராணுவ ஹெலிகாப்டர்!

நான் ஓடத் தொடங்கினேன். நெற்பயிர்கள் பச்சை நிறத்தில் உயர்ந்து காணப்பட்டதோடு நான் அவற்றைக் கடந்தபோது அவற்றின் மஞ்சள் கதிர்கள், நீண்ட குச்சியில் கோர்க்கப்பட்ட சிறிய மணிகளை எனக்கு நினைவூட்டின. நான் வயலை ஊடறுத்து ஓடியபோது எனது பாதங்கள் சேற்று நிலத்தில் புதையுற ஆரம்பித்தன. சேற்றுக்குள் ஆழமாகப் புதையுண்ட காரணத்தால் ஒவ்வொரு அடியையும் எடுத்து வைக்க மிகவும் சிரமமாக இருந்தது. அப் பேரோசை நெருங்கி வந்து ஹெலிகாப்டர் விமானமானது தலைக்கு மேலால் பறந்த போது நான் கதிர்மணிகளை ஒதுக்கித் தள்ளி விட்டுஎனது முகத்தை சேற்றினுள் மறைத்து விட்டிருந்தேன்.

விமானத்தின் இறக்கைகள் எனது உடலில் அதிர்வுகளை ஏற்படுத்தும் அளவுக்கு தாழ்வாகப் பறந்து கொண்டிருப்பதை நான் உணர்ந்தேன். போதுமான ஆழமற்றிருந்த போதிலும் நான் என்னையே சேற்றுக்குள் புதைத்து விட்டிருந்தேன். மேலும் சேற்றில் உருண்டு புரண்டவாறு என்னை இன்னும் ஆழமாக மூழ்கடிக்க முயற்சித்துக் கொண்டிருந்தேன்.

ஹெலிகாப்டர் மீண்டுமொரு தடவை சுற்றி வந்த போதும், பிணம் போலவே கிடந்தேன். அதன் ஒவ்வொரு சுற்றலுக்குமிடையே நான் இன்னுமின்னும் ஆழமாக சேற்றுக்குள் மூழ்கி என்னை மறைத்துக் கொள்ள முயற்சித்தேன். அதன் ஒவ்வொரு சுற்றலுக்கிடையிலும் படபடத்துக் கொண்டிருந்த அதன் இறக்கைகள் கிளப்பிய பெருவிசையுடனான காற்று நெற்கதிர் மணிகளை மிக வேகமாகக் கிளப்பிக் கொண்டிருந்தது. சேற்றில் முகம் புதைத்திருந்த எனக்கு பல மணித்தியாலங்களாக அவ்வாறிருப்பது போலவும், எனது இதயத் துடிப்பின் ஓசை ஹெலிகாப்டரின் பேரோசையை விடவும் பலத்துக் கேட்பது போலவும் தோன்றியது.

அவர்கள் என்னைக் கண்டு பிடிப்பார்கள். அவர்கள் என்னைக் கொன்று விடுவார்கள்.

நான் அழுது கொண்டிருந்தேன். கண்ணீரானது சேற்றில் எவ்விதப் பாதிப்பையும் ஏற்படுத்தாது இயல்பாகக் கரைந்து கொண்டிருந்தது. எனது குடும்பத்தாரை மீண்டும் எனக்குக் காணக் கிடைக்குமா என்றும், நான் பிடிக்கப்பட்டு விட்டால் எனக்கு என்ன நடக்கக் கூடுமென்றும் எண்ணி அதிர்ந்து போயிருந்தேன். நான் வீட்டுக்குத் திரும்பா விட்டால் எனது அம்மா எவ்வளவு கவலைப்படுவார்? எனது சகோதரர்களை எண்ணி மனம் வருந்தினேன். அவர்கள் எங்கே போயிருப்பார்கள்? அவர்கள் பத்திரமாக இருப்பார்களா?

சூரியன் மேகங்களிடையே ஒளிந்து விளையாடுவதைப் போல ஹெலிகாப்டரும் திடீரெனத் தோன்றித் தோன்றி மறைந்து கொண்டிருந்தது. பல மணித்தியாலங்களாக நான் சேற்றில் புதையுண்டு கிடந்த போதிலும், சூரியனின் கடும் வெப்பத்தை எனது முதுகில் உணர்ந்த போதிலும் நான் அவ்விடத்தை விட்டும் நகரத் துணியவில்லை. அசைவது கூடச் சிரமமாகத்தான் இருந்தது. குழைந்து இறுகிய சேற்றில் எனது கால்களும் தோள்களும் விறைத்துப் போயிருந்தன எனினும் நெற்பயிர்கள் குளிர்ச்சியை அளித்தன. கடும் தாகத்தை உணர்ந்த போதிலும், எனது வாய்க்கெட்டிய தண்ணீர் சேறும் விரும்பத் தகாத கனிமங்களும் கலந்தது என்பதால் எனது நாவிலும், வாயிலும் அதன் காரத்தை உணர்ந்தேன்.

அன்றைய காலை நேரம் முழுவதும் மத்தியான வேளையிலும் வயல்வெளிக்கு எவரும் வரவில்லை. உயர்ந்த செடிகளிடையே பூச்சிகளின் ரீங்காரத்தையும், சேற்றுக்குள் புதையுண்டு வலியெடுத்த மூட்டுக்களை நான் அசைக்க முற்படும்போது எழும் ஓசையையும், தொலைவிலிருந்த தெருவிலிருந்து அவ்வப்போது ஒலிக்கும் வாகன

சப்தங்களையும் தவிர எவ்வித சலனமும் இருக்கவில்லை. நான் அச்சத்தில் தோய்ந்த மனதோடு காத்திருந்தேன்.

எவ்வளவு நேரம் அவ்வாறே கிடந்திருப்பேன் என்று எனக்குத் தெரியவில்லை. சில மணித்தியாலங்களுக்குப் பிறகு படபடக்கும் பேரோசையோடு மற்றுமொரு ஹெலிகாப்டர் நெருங்கி வருவதைச் செவிமடுத்தேன். எனது இதயம் பதைபதைத்தது. தலைக்கு மேலே இரைந்து கொண்டிருந்த அது, சற்று நேரத்திற்குப் பிறகு மறுதிசையிலிருந்து திரும்பி வந்தது. இவ்வாறு குறுகிய கால இடைவெளிக்குள் திரும்பத் திரும்ப நிகழ்ந்தது.

கிராமத்திலிருந்த ஒரு பையன் காணாமல் போயிருப்பதை படையினர் அறிந்திருப்பார்கள். அவர்கள் என்னைத் தேடிக் கொண்டிருக்கிறார்கள். அவர்களுக்கு நான் வயல்வெளியிலிருப்பது தெரிந்திருக்கும்.

வயல்வெளியில் ஓடுவதும் சேற்றில் கிடப்பதுமாக நான் களைத்துப் போயிருந்தேன். வருவது வரட்டும். படையினர் எனக்காகக் காத்துக் கொண்டிருப்பார்கள் என என்னை நானே சமாதானப்படுத்திக் கொண்டேன். என்னைப் பிடிக்கக் காத்திருப்பார்கள். நானும் காத்திருந்தேன்.

கடும் பசியையும், சிறுநீர் கழிக்க வேண்டுமென்ற கடுமையான உந்துதலையும் உணர்ந்தேன். எழுந்து நிற்பது எப்படிப் போனாலும் ஓரிரு அங்குலங்கள் அசைவது கூட அபாயத்தைக் கொண்டு வருமென்ற பேரச்சம் மனதில் உதித்தது. நான் இருந்த இடத்திலேயே மறைந்திருந்து சிறுநீர் கழித்தேன். அப்போது அதை சங்கடமாக உணரவில்லை. அது உண்மையில் நன்றாக இருந்தது. மிகுந்த பதற்றத்தோடும் இறுக்கமாகவும் இருந்த எனக்கு எனதுடல் கழிவுகளைத் தானாக அகற்றிக் கொண்டிருந்தது ஆசுவாசத்தைத் தந்தது.

எவ்வாறாயினும் உடனடியாக அந்த உணர்வு காணாமல் போனது. எனதுடலிலிருந்து துர்நாற்றம் வருவதை உணர்ந்தேன்.

சூரியன் கீழ்வானத்தை நோக்கி நகர்வதை உணர்ந்தேன். எனது கால்கள் மரத்துப் போயிருந்தன. எனது வயிறு பசியில் இரைந்து கொண்டிருந்தது. எவ்வாறாயினும் ஊரிலும் தெருவிலும் நின்றிருந்த படையினரைப் பற்றியே யோசித்துக் கொண்டிருந்தேன்.

பிறகு நானாகவே மெதுவாக சேற்றிலிருந்து என்னை விடுவித்துக் கொண்டு ஆகாயத்தைக் கூர்ந்து பார்த்தேன். வானம் பிரகாசமான நீல நிறத்திலிருந்து கடும் நீலத்துக்கும் செம்மஞ்சள் நிறத்துக்கும் மாறியிருந்தது. விரைவில் இருட்டி விடும். இறுதியாக ஹெலிகாப்டரின் பேரோசையைக் கேட்டு வெகுநேரம் கடந்திருந்தது. இதுதான் சரியான தருணம்.

நான் எழுந்து நிற்க முயற்சித்தபோது எனது கால்கள் மரக் கட்டைகள் போல மரத்துப் போயிருந்ததால் தடுமாறினேன். ஈரமான சகதி எனது முதுகிலும் கால்களிலும் தோள்களிலும் ஒட்டிக் காய்ந்து இறுகிப் போயிருந்தது. கைகளை நீட்டியதும் எனது மேற்சட்டை கிழிந்ததை நான் உணர்ந்தேன். நான் பயங்கரமான விகாரமான தோற்றத்தில் இருந்திருக்க வேண்டும். விறைப்பான வைக்கோல் போல எனது தலைமயிர் ஒட்டிப் போயிருந்ததோடு தலை அரிப்பெடுத்தது.

ஆகாயம் வெறுமையாகவும் சாந்தமாகவும் இருந்தது. தெருவை நோக்கிச் சென்ற அழுக்குப் பாதையில் நடந்தேன். மென்மையான தரையில் பதிந்திருந்த கரடுமுரடானதும் கனமானதுமான வண்டிச் சக்கரத் தடங்களையும் பூட்ஸ் சப்பாத்துக் காலடிச் சுவடுகளையும் கவனித்தேன். அவை பல்வேறு திசைகளுக்குப் பயணித்திருந்தன. ஹெலிகாப்டர் என்னைக் கண்டு பிடித்து விட்டதா? அவர்களைத் தாக்குவதற்காக பதுங்கிக் காத்திருந்த போராளியான என்னைப் பிடிக்க அச்சமுற்றிருந்த படையினர் எனக்காகக் காத்திருந்தார்களா?

சுற்றுமுற்றும் கூர்ந்து கவனித்தவாறு நான் தார்ச்சாலையில் தடுமாறி நடந்து எனது ஊருக்குள் பிரவேசித்தேன். எந்தவொரு இராணுவ வாகனமும் எவ்விடத்திலும் எனக்குத் தென்படவில்லை. எங்கள் வீட்டுக்குச் செல்லும் சாலையில் கோயிலைக் கடந்தபோது ஒரு வீட்டிலிருந்து முனகலோசையை செவிமடுத்தேன். சற்று கடந்ததும் இன்னுமொரு வீட்டிலிருந்து துயரம் தோய்ந்த அழுகுரலைக் கேட்டேன். தெருவில் நடந்து வந்தபோது தாய்மார்கள் தரையில் அமர்ந்தவாறு தலையிலடித்துக் கொண்டு ஒப்பாரி வைத்துத் தேம்பியழுது கொண்டிருப்பதைக் கண்டேன்.

'ஐயோ அம்மா' என அவர்கள் ஒப்பாரி வைத்தார்கள்.

'ஏன் என்ர பிள்ளையைக் கொண்டு போட்டாய்?'

'எப்ப நான் என்ர பிள்ளையைப் பார்க்கப் போறன்? கடவுளே எங்களைக் காப்பாத்து.'

இடைக்கிடையே அவர்கள் அலறுவதையும் ஓலமிட்டு வெடித்தழுவதையும் விக்கிப்பதையும் மூச்சுத் திணறி ஏங்கிப் போவதையும் செவிமடுத்தேன். அந்தத் தாய்மார்கள் தமது புதல்வர்கள் கடத்தப்பட்டதைக் குறித்து அழுது புலம்பிக் கொண்டிருந்தார்கள்.

இந்துக் கலாசாரத்தில், ஏழைகளிடையே கூட, ஒவ்வொரு நாளும் புதிய ஆடைகளை அணிவது ஒரு பாரம்பரிய வழக்கம். ஆணாக இருந்தால் வேட்டி. பெண்ணாக இருந்தால் சேலை. அத்தோடு எமது கிராமத்துப் பெண்கள் எப்போதும் புதிய பூக்களைத் தமது கூந்தலில் சூடியிருப்பார்கள். ஆண்கள் இந்து மதக் கலாசார முறைப்படி தமது நெற்றிகளில் விபூதி தடவியிருப்பார்கள். பெண்கள் நெற்றியில் பொட்டோ, தாம் மணம் முடித்திருப்பதை அறிவிக்க நடுவகிட்டில் குங்குமமோ இட்டிருப்பார்கள்.

அந்தி நேரங்களில் ஊரிலிருந்த அநேகமானவர்கள் கோயிலுக்குப் போய் வந்து கொண்டிருப்பதைக் காணலாம். ஆனால் அன்று அவ்வாறிருக்கவில்லை. தெருவில் நான் கண்ட அனைத்து ஆண்களும், பெண்களும் தளர்வுற்றும், அலங்கோலமாகவும், தலைவிரி கோலமாகவும் காணப்பட்டார்கள். எந்தவொரு ஆணும், பெண்ணும் தமது நெற்றிகளில் திருநீறோ, பொட்டோ தரித்திருக்கவில்லை. விந்தையாக அன்றைய தினம் நான் கண்டவற்றுக்கும் அனுபவித்திருந்தவற்றுக்கும் மேலாக, தெருவில் நான் கண்ட ஆண்களினதும் பெண்களினதும் சீர்குலைந்த தோற்றமே என்னை வெகுவாக அச்சுறுத்தியது.

நான் எங்கள் சாலையின் முடிவை அடைந்ததும், எனது தாயும் தந்தையும் பிரதான நுழைவாயிலருகே நின்று கொண்டிருப்பதை என்னால் காண முடிந்தது.

'அம்மா!' என நான் கத்தினேன்.

அவர்கள் திகைத்துப் போய் பார்த்தார்கள். அவர்கள் என்னை அடையாளம் கண்டு கொண்டிருக்க மாட்டார்கள். கதறியழுதவாறு நான் அம்மாவிடம் ஓடிச் சென்றேன். 'அம்மா' என்று தேம்பியழுதேன்.

அது நான்தான் என்பதை அவர்கள் அடையாளம் கண்டு கொண்டதும் அவர்களது முகங்கள் மகிழ்ச்சியில் பிரகாசித்தன. அம்மா தனது கைகளை விரித்து என்னை இறுக்கமாக அணைத்துக் கொண்டாள். 'ராஜன்... மகனே! எங்க போயிருந்தாயடா?' என்றாள். ராஜன் எனது செல்லப் பெயர். கவலை தோய்ந்திருந்த குரலில் என்னை இறுக்கமாகக் கட்டியணைத்தவாறு திட்டிக் கொண்டிருந்தாள். 'எங்க போயிருந்தாய்? ஆமி உன்னைக் கொண்டு போயிருப்பாங்களெண்டு கடும் கவலையிலிருந்தோம்' என்றவள் கைகளைத் தளர்த்தவில்லை. மூச்சுத் திணறும் எனப் பயந்தேன்.

‘அம்மா, நீங்கள் என்னை நசுக்கிக் கொல்லப் பார்க்குறியள்’ என்றேன்.

அதன் பிறகுதான் அவள் தனது கைகளைத் தளர்த்தினாள். அவள் புன்னகைத்துக் கொண்டிருந்த போதிலும், அவளது முகத்தில் கண்ணீர் வழிந்தோடிக் கொண்டிருந்தது.

எனது அப்பா உணர்ச்சிகளை வெளிக்காட்டாத மனிதர். என்னிடம் மாத்திரமல்ல. நான் பத்திரமாக இருக்கிறேன் என்பதைக் கண்டதும் அவர் இலேசாகத் தலையசைத்து விட்டு வீட்டுக்குள் நுழைந்து விட்டார். நான் எனது சகோதர சகோதரிகளைப் பற்றி அம்மாவிடம் கேட்டேன். லதி, கண்ணா, டெய்சி, ஜான்சி, வாணி, கலா.

‘கண்ணா புகைக்கூண்டுக்குள் ஒளிஞ்சு கொண்டிருந்தான். காலைச்சாப்பாட்டுக்கு முந்தி ஆமிக்காரன்கள் வந்துட்டுப் போனது நல்லதாப் போச்சு‘ என்றாள். எனது அண்ணன் லதி, இரண்டு வீதிகள் தள்ளியிருந்த பாட்டி வீட்டுக்கு ஓடித் தப்பியதாகக் கூறியவள் ‘ஒரு சிறிய வீட்டுக்குள்ள தனியா வாழ்ற பாட்டிக்கு குடும்பமொன்று இருக்காதெண்டு அவங்க நெனச்சிருப்பினம். இல்லாட்டி அவவைத் தொந்தரவு செய்வதில் அர்த்தமில்லண்டு நெனச்சிருப்பினம். பெண் சகோதரங்களுக்கும் ஆபத்தொண்டுமில்ல. அவையளும் பத்திரமா இருக்கினம்’ என்றாள்.

என்னை வீட்டுக்கு அழைத்துச் சென்றவள் தலைவாசலருகே என்னைத் தடுத்து நிறுத்தி நன்றாகப் பார்த்து மூக்கைப் பொத்திக் கொண்டு ‘ராஜன் கெதியாப் போய்க் குளி. என்ன நாற்றமடா இது!’ என்றாள்.

நான் ஓசையெழச் சிரித்தேன். பிறகு அவள் சொன்னதைச் செய்தேன்.

குளித்து முடித்து, தூய ஆடைகளை அணிந்ததும் சோர்விலிருந்து மீண்டு விட்டிருந்தேன். இரவுணவாக எனக்குப் பிடித்தமான இனிப்பு ரொட்டியை அம்மா தயாரித்திருந்தாள். என்ன நடந்ததென்ற விடயங்களை நாங்கள் பரிமாறிக் கொள்ளவில்லை. இரவுணவிற்குப் பின்னர் நாங்கள் அனைவரும் படுக்கைக்குப் போயிருந்தோம். மிகுந்த களைப்பை உணர்ந்த போதிலும் என்னால் உறங்க முடியவில்லை.

அத்தியாயம் 2

தேடுதல் வேட்டை நடைபெற்றதற்கு அடுத்த நாள், எனது ஊரிலிருந்து நிறைய பையன்கள் காணாமல் போயிருந்ததை அறிந்தேன். படையினரால் பிடித்துச் செல்லப்பட்ட அப் புதல்வர்களின் குடும்பங்கள் அவர்களைத் தேட முற்பட்டபோது அதிகாரத்துவ அமைதி அவர்களுக்குக் குறுக்கே நின்றது. இராணுவ அதிகாரிகள் எமது கிராமத்தைச் சோதனையிட்டதாக ஒப்புக் கொள்ளத் தயங்குபவர்கள், அவ் விடிகாலையில் துப்பாக்கி முனையில் அப்பாவி இளைஞர்களைப் பிடித்துச் சென்றதை மாத்திரம் ஒப்புக் கொள்வார்களா என்ன? அத்தோடு ஒரு பையனைப் பிடித்துச் சென்றால் அதற்கான காரணத்தை வழங்குவதும் அவர்களுக்கு எளிதானது. உதாரணத்திற்கு, அப்பாவிப் பொதுமக்கள் கொல்லப்படக் காரணமாக இருந்த கெரில்லாப் படையின் உறுப்பினராக இருந்தான் என்பது. சில காலத்திற்குப் பிறகு குடும்பங்களும் கூட தேடுதலைக் கைவிட்டு விடுவார்கள். அந்த விதத்தில் அதுதான் பாதுகாப்பானது.

கைது செய்யப்பட்ட தமிழ் இளைஞர்கள் இராணுவத்தினரால் வட மாகாணத்திலிருந்த பூநகரி இராணுவத் தடுப்பு முகாமுக்கு தடுத்து வைப்பதற்காகவோ, சித்திரவதை செய்யப்படுவதற்காகவோ அனுப்பி வைக்கப்படுவது வழக்கத்திற்கு மாறானதல்ல. தேசியவாதத்தின்

தமிழுணர்வையும், வெளிநாடுகளுக்குப் புலம்பெயரும் அனுபவத்தையும் புரிந்து கொள்ள இந்த முரண்பாட்டை அடிக்கோடிட்டுக் காட்டி வரலாறு உதவுகிறது. பூநகரியானது பதினெட்டாம் நூற்றாண்டில் அப்போதைய போர்த்துக்கேய காலனித்துவ ஆட்சியின் போது 'அதன் உடைமைகளைப் பாதுகாக்க'வென்று கட்டப்பட்டது. பின்னர் கைப்பற்றிய ஒல்லாந்தர்களால் அதே பணிக்காக விரிவாக்கப்பட்டது. 1948 இல் இலங்கை சுதந்திரமடையும் வரைக்கும் ஆங்கிலேயர் அதைக் கைப்பற்றி வைத்திருந்தார்கள். 1983 ஆம் ஆண்டு கலவரத்தின் பிறகு இலங்கை இராணுவம் பூநகரியில் ஒரு தடுப்புமுகாமை தமிழர்களை அடக்கி வைக்கவென்றே நிறுவியது.

எவ்விதத்திலேனும் ஒரு குடும்பத்துப் பையன் தொலைந்து போனாலோ, பூநகரிக்கு அனுப்பப்பட்டாலோ அவன் காணாமல் போனவன்தான்.

அன்றைய தினம் எமது கிராமத்திலிருந்து இளைஞர்களும் ஆண்களுமென பலர் காணாமல் போயிருந்தார்கள். சிலர் இராணுவத்தினரால் பிடிக்கப்பட்டிருந்தார்கள். சிலர் கெரில்லாக் குழுக்களோடு இணைந்து கொண்டிருந்தார்கள். எனது உடன்பிறவா சகோதரன் மணிகண்ணா பிடித்துச் செல்லப்பட்டிருந்தான். அவனைப் பற்றிய எந்தத் தகவலையும் பின்னர் நான் கேள்விப்படவேயில்லை.

எனது வாழ்நாளில் என்னை மிகவும் அச்சுறுத்திய நாள் அது. பலவிதத்திலும், நான் அறிந்திருந்த மகிழ்ச்சியான வாழ்க்கை, அன்றுடன் முற்றுப்பெற்றது.

கிராமத்திலிருந்த ஏனையவர்களிடம் தென்பட்ட சோதனையின் விளைவுகளும் கூட தெளிவான சான்றுகள்தான். அனைவருமே தங்கள் வீடுகளை விட்டு வெளியே செல்லப் பயந்தார்கள். பிள்ளைகளை

இழந்த பெற்றோர்கள் தொடர்ந்தும் அழுது புலம்பிக் கொண்டிருந்தார்கள். முன்பு தமது அன்றாட அலுவல்களைத் தொடங்கும் முன்பாக விடிகாலையில் கோயிலுக்குச் சென்று வந்த மக்கள், அங்கு போவதை நிறுத்தி விட்டிருந்தார்கள். எமது கிராமத்திலிருந்த ஆலய மணிகள் ஒலிப்பதை நிறுத்தி விட்டிருந்தன. பேரூந்துகள் ஓடவில்லை. பாடசாலைகள் அடிக்கடி மூடப்பட்டன. பிரபல்யம் பெற்றிருந்த எமது சாவகச்சேரி சந்தை வெறிச்சோடிப் போனது. கடைகள் அடைக்கப்பட்டன.

எனது அப்பா இவற்றைக் குறித்து எம்முடன் கலந்துரையாடா திருந்த போதிலும், இவை அவரைக் கவலை கொள்ளச் செய்வதை நான் அறிந்திருந்தேன். எதுவும் செய்யாமல் வீட்டில் தரித்திருக்க வேண்டிய கட்டாயத்திலிருப்பதை அவர் வெறுத்தார். அமைதியற்றவராகவும், காலையிலேயே மதுவருந்துபவராகவும் மாறியிருந்தார்.

நேரம் காலமற்று ஊரடங்குச் சட்டம் அமுலிலிருந்தது. இலங்கை இராணுவம் எமது கிராமங்களிலும், நகரங்களிலும் பரவலாக ஊடுருவத் தொடங்கியிருந்தது. ஆரம்பத்தில் மூன்று நான்கு இராணுவ வாகனங்களை மாத்திரமே கண்டிருந்த நாங்கள், சோதனை நிகழ்ந்த ஒரு மாத காலத்துக்குள் இராணுவ வாகனங்கள் பலவற்றை மாத்திரமல்லாது இயந்திரத் துப்பாக்கிகளை மேலே கொண்ட கவச வாகனங்கள் பலதும் ஊருக்குள் வலம்வருவதையும் கண்டோம். தமிழர் குடியிருந்த பகுதிகளில் இராணுவ முகாம்கள் அமைக்கப்பட்டிருந்தன.

முன்பு போல எதுவுமிருக்கவில்லை.

நான் வெளியேற வேண்டியிருந்தது.

அத்தியாயம் 3

சிலர் அவர்களுக்கு உரித்தான இடத்தில் பிறக்கிறார்கள். விபத்துப்போல சில சூழல்களுக்கு மத்தியில் அவர்கள் இருக்க வேண்டியதாகிறது, ஆனாலும் அவர்கள் அறிந்திராத வீட்டிற்கான ஏக்கம் அவர்களுக்குள் எப்போதும் இருக்கிறது. அவர்கள் தாங்கள் பிறந்த இடத்திலேயே அந்நியர்கள்... அவர்கள் தங்கள் வாழ்நாள் முழுவதையும் உறவினர்களிடையே ஒரு வேற்றுக்கிரக வாசியைப் போல செலவழிக்கக்கூடும், மேலும் இதுவரை அறிந்திருந்த காட்சிகளில் மட்டுமே வாழ்ந்தவாறு தனித்திருக்கக்கூடும்.

- W. சாமர்செட் மோம், ***The Moon and Sixpence*** *நூலில்.*

இலங்கையானது இந்து சமுத்திரத்தில் அமைந்திருக்கும் மாம்பழ வடிவிலான அழகிய தீவு. இலக்கியங்களில் அது பேரிக்காய் வடிவமாக விவரிக்கப்படுவதும் மிகப் பொருத்தமானதுதான். எனினும் எனக்கும் அநேகமான இலங்கையருக்கும் எமது நாடு எமது விருப்பத்துக்குரிய பழமான மாம்பழத்தைக் குறிப்பிடுவதே பிடித்தமானதாகவிருக்கிறது. அதனால் அவ்வாறே குறிப்பிடுகிறேன்.

எனது சிறுவயதில் இலங்கையில் நான் வளர்ந்து கொண்டிருந்த காலத்தில் பூமியிலிருக்கும் ஒரே இடம் அது மாத்திரம்தான் என

எண்ணியிருந்தேன். எனது பிறப்பிடமாக இலங்கை அமைந்ததையிட்டு நான் பெருமைப்படுகிறேன். இலங்கை எனும் நாடு மழைக்காடுகள், வரண்ட சமவெளிகள், மலைப் பிரதேசங்கள், வெயில் படர்ந்த மணல் நிறைந்த கடற்கரைகள் என மாறுபட்ட நிலப் பரப்புக்களால் ஆசிர்வதிக்கப்பட்டது. அதன் பளபளக்கும் ஆபரணம் போன்ற கடலின் வர்ணம் உலகில் வேறெங்குமில்லை. ஒரு சிறுவனாக எனக்கு அதை விடவும் பேரழகாக வேறெதுவு மிருக்கவில்லை. அங்கு கடற்கரைகள், காடுகள், ஆலயங்கள், கோட்டைகள், வரலாற்று ஸ்தலங்கள் மற்றும் அற்புதமான பறவைகளும் விலங்குகளும் ஏராளமாக இருப்பதை நான் இப்போதும் அன்புடன் நினைவு கூர்கிறேன்.

நான் வட மாகாணத்தின் யாழ்ப்பாண மாவட்டத்திலிருந்த சிறிய கிராமமான சங்கத்தானையில் பிறந்து வளர்ந்தவன். வட மாகாணத்தின் இரண்டாவது பெரிய வியாபாரக் கேந்திர மையமாக விளங்கிய பெரிய நகரமான சாவகச்சேரிக்கு அருகிலிருந்த கிராமம் அது. (முதலாவது பெரிய வியாபாரக் கேந்திர மையம் யாழ்ப்பாண நகரம்). மாகாணத்தின் ஏனைய கிராமங்கள், நகரங்கள், பிரதேசங்களிலிருந்த மக்கள் சாவகச்சேரிக்கு வர்த்தக நடவடிக்கைகளுக்காக வந்து சென்றார்கள். அங்குதான் எனது அப்பாவின் நகைக் கடையுமிருந்தது.

நான் சிறு பிள்ளையாக இருந்த போது, ஒவ்வொரு வெள்ளிக்கிழமையும் அப்பா எங்களை யாழ்ப்பாணக் கோட்டைக்கு அடுத்துள்ள யாழ்ப்பாணம் முன்னேஸ்வரம் ஆலயத்துக்கு அழைத்துச் செல்வார். எனது சிறுபராயத்தில் அம்மா கதைகளைக் கூறியே எம்மைத் தூங்கச் செய்வார். அவற்றுள் எனக்கு யாழ்ப்பாணக் கோட்டையின் கதையே மிகவும் விருப்பத்துக்குரியதாக இருந்தது. அம்மாவின் கூற்றுப் பிரகாரம் யாழ்ப்பாணக் கோட்டையானது 1618 ஆம் ஆண்டில் போர்த்துக்கேயரின் படையெடுப்பைத் தொடர்ந்து கட்டப்பட்டிருக்கிறது. பின்னர் 1658 ஆம் ஆண்டு ஒல்லாந்தர் படை அதைக் கைப்பற்றி விரிவாக்கியிருக்கிறது. 1795 ஆம் ஆண்டு

ஆங்கிலேயர்களால் கைப்பற்றப்பட்ட அது 1948 ஆம் ஆண்டு வரைக்கும் பிரித்தானியர்களின் கட்டுப்பாட்டில் இருந்திருக்கிறது. அந்த வரலாற்றுத் தகவல்களை விடவும், நாங்கள் கோட்டையைக் கடக்கும்போது அம்மா அதில் கைதிகள் அடைக்கப்பட்டிருந்தமை பற்றிக் கூறும் பயங்கரமான கதைகளை நான் ரசித்தேன். பண்டைய காலத்தில் கைதிகள் தூக்கிலிடப்பட்ட கோபுரத்தை அவள் சுட்டிக் காட்டியபோது மெய்சிலிர்த்தேன்.

நானும் எனது உடன்பிறப்புக்களும் அப்பாவுடன் கோயிலுக்குச் செல்வதை மிகவும் விரும்பினோம். வழிபட வேண்டியல்ல. அவ் வெளியில் நானும் எனது தம்பியான கண்ணாவும் ஓடிப் பிடித்து விளையாடுவதை விரும்பினோம். அருகிலிருந்த கோட்டைக்கு உள்ளேயும் வெளியேயும் குதிரைகள் வரிசையாக அணிவகுத்திருப் பதை நானும் எனது சகோதரர்களும் பார்த்து ரசித்தோம். கோட்டையின் பாதிக்கும் மேற்பட்ட பகுதி சதுப்பு நிலத்தால் சூழப்பட்டிருந்தது. பின்னொரு காலத்தில் சான் பிரான்ஸிஸ்கோவின் தீவுச் சிறைச்சாலையான அல்கட்ரஸின் புகைப்படங்களைக் கண்ட போது, முன்பும் இதே அனுபவத்தைக் கொண்டிருப்பது போல உணர்ந்தேன்.

வெள்ளிக் கிழமை ஆலய தரிசனத்திற்குப் பிறகு, அப்பா எங்களை ஒரு ஆடம்பர உணவகத்துக்கு இரவுணவுக்காக அழைத்துச் செல்வார். பிறகு ஐஸ் கிறீம் சாப்பிட ஐஸ்கிறீம் கஃபேக்கு அழைத்துச் செல்வார். வழமையாக வீட்டில், முதலில் உணவருந்தும் அப்பாவுக்கு, அருகிலேயே நின்று கொண்டு அம்மா பரிமாறுவார். அவர் உணவருந்திய பிறகு அம்மா எனக்கும் எனது உடன்பிறப்புக்களுக்கும் இரவுணவைப் பரிமாறுவார். நாங்களும் உணவருந்தியதற்குப் பிறகுதான் அம்மா உணவருந்துவார். அதனால், யாழ்ப்பாணத்தின் ஆடம்பர உணவகங்களில் வெள்ளிக்கிழமை இரவுகளில் உணவருந்தும் நேரம் மாத்திரமே நாங்கள் ஒரு குடும்பமாக ஒன்றாக அமர்ந்திருந்து உணவருந்திய நேரமாக இருந்தது.

நிலவியலின் துயரம்

யாழ்ப்பாண நகரத்தில் சிறந்ததாகவும் பரபரப்பானதாகவும் சுபாஷ் ஐஸ்கிறீம் கஃபே பிரபல்யம் பெற்றிருந்தது. அந்த சிற்றுண்டிச் சாலையானது, அக்காலத்தில் மதிமயக்கும் ஆடம்பரமாகக் கருதப்பட்ட விதத்தில், குளிரூட்டப்பட்டதாகவும், வியக்க வைக்கும் நீல நிற நியோன் விளக்குகளால் அலங்கரிக்கப்பட்டதாகவும் இருந்ததால் வாடிக்கையாளர்கள் வர்ண விளக்குகளின் வெளிச்சத்தில் பிரகாசித்துக் கொண்டிருந்தார்கள். நான் அதை ஒரு பனியாலான அரண்மனை போல உணர்ந்தேன்.

தானிய விதைகள் அடியிலும், நடுவில் ஐஸ் கிறீமையும் மேலே ஜெல்லியையும் கொண்ட பாலேட்டினை அங்கு நான் எப்போதும் விரும்பி அருந்தினேன். பின்னர் அப்பா எங்களை திரைப்படங்களைப் பார்க்க அழைத்துச் செல்வார். அவர் ஒரு வசதியான தொழிலதிபர் என்பதனால், திரையரங்கில் பணியாளுடன் கூடிய ஒரு தனி சாவடியை அவருக்காக ஒதுக்கிக் கொள்ள முடியுமாக இருந்தது. அந்தச் சேவகர் எங்களுக்கு வேண்டியளவு சாக்லெட்களும், வேர்க்கடலைகளும், குளிர்பானங்களும் கொண்டு வந்து தருவார். அப்போது நான் எவ்வளவுதான் ஐஸ்கிறீமை சாப்பிட்டிருந்த போதிலும், எனது வயிற்றில் எப்போதும் கேன்டோஸ் சாக்லெட்களுக்காகவும் இடமிருந்தது.

நானும் எனது உடன்பிறப்புகளும் இந்த வெள்ளிக்கிழமை மாலைகளை ஆவலுடன் எதிர்பார்த்துக் கொண்டிருந்ததால், என் தந்தையிடம் ஒருவரையொருவர் குற்றம் சாட்டிவிடாமல் கவனமாக இருக்க வேண்டியிருந்தது. நாங்கள் அனைவரும் ஒன்றாக அமர்ந்து உணவருந்திய ஒரே நேரம் அதுவாக இருந்தபோதிலும், சாப்பிடும் போது மரியாதை நிமித்தம் நாங்கள் ஒரு வார்த்தை கூட கதைத்துக் கொள்ளவில்லை.

அத்தியாயம் 4

> தந்தையை வழிபட்டால் இவ்வுலகையும், தாயை வழிபட்டால் மேலுலகையும், குருவை வழிபட்டால் பிரம்ம லோகத்தையும் பெறுவாய். எனவே தருமா அவர்களை வழிபடு. மூன்று உலகிலும் புகழடைவாய். எப்போதும் அம் மூவருக்கும் சேவை செய்வதே புண்ணியமாகும்.
>
> - மகாபாரதம்

எனது அப்பா தர்மதுரை ராசையா, அவரது அப்பாவைப் போலவே சங்கத்தானையில் பிறந்தவர். எனது அப்பாவின் பெரிய குடும்பத்தில் பெரும்பாலானோர் அங்கு வசித்து வந்தார்கள்.

எனது சிறுபராயத்தில் சங்கத்தானையிலிருந்த நவீனமானதும், விசாலமானதுமான ஒரே வீடு எங்களுடையதாகத்தான் இருந்தது. எனது அப்பா அதையிட்டு பெருமிதம் கொண்டிருந்ததோடு, எப்போதும் நவீன வசதிகளைக் கொண்டிருக்கும் முதல் நபர் அவர்தான் என்பதையும் உறுதிப்படுத்திக் கொண்டேயிருந்தார். ஊரில் முதன்முதலாக மின்சார வசதியையும், குடிநீர்க் குழாய் வசதியையும் கொண்டிருந்தவர்களாக நாங்கள் இருந்தோம். ஊரில் முதன்முதலாக மோட்டார் வாகனத்தை வாங்கியதும் அப்பாதான்.

வீட்டுக்குக் கடிதங்கள் அனுப்பப்படும்போது கடிதவுறையில் வீட்டிலக்கமோ, தெருப்பெயரோ, ஊர்ப் பெயரோ எதையும் குறிப்பிட வேண்டிய அவசியமிருக்கவில்லை. எளிதாக தர்மதுரை ராசையா, சாவகச்சேரி என்று மாத்திரம் குறிப்பிட்டால் போதுமானது. சுற்றுவட்டாரத்தில் பல மைல்கள் தொலைவுக்கு பலரும் எனது அப்பாவை அறிந்திருந்தார்கள்.

அந்தக் காலத்தில் சங்கத்தானையில் கிட்டத்தட்ட முந்நூறு குடும்பங்களே இருந்திருக்கக் கூடும். அவற்றில் பெரும்பான்மையான குடும்பங்கள் அப்பாவின் உறவினர்கள். எமது வீட்டைச் சுற்றிவர ஏனைய வீடுகள் கட்டப்பட்டிருந்தன. குறைந்த ஊதியம் பெறுபவர்களான மீனவர்கள், விவசாயிகள், பொதுவான தொழிலாளிகள் போன்றவர்களின் எளிமையான குடிசை வீடுகளும் அவ்வூரிலிருந்தன எனினும் நாங்கள் அவர்களுடன் எந்தத் தொடர்பும் வைத்துக் கொள்ளவில்லை. எனது சிறுபராயத்தை எண்ணிப் பார்க்கும்போது எனது அப்பாவின் குடும்பத்தைச் சேர்ந்த உடன்பிறவா சகோதரர்களுடன் கூடி விளையாடிய காலங்களே நினைவில் வருகின்றனவன்றி, ஊர்ப் பிள்ளைகளுடன் சேர்ந்து விளையாடிய ஞாபகங்களேயில்லை.

பெரிய நகரங்களிலென்றால் நாங்களும் தாழ்ந்தவர்களாகவே பார்க்கப்பட்டிருப்போம். எனினும் சங்கத்தானையில் எனது அப்பா ஒரு ராஜாவைப் போல வாழ்ந்தவர் என்பதால் நாங்களும் வெளிப்படையாகவே ஆடம்பரமாக வாழ்ந்தோம்.

எனது தாத்தாதான் முதன்முதலில் நகைத் தொழிலை ஆரம்பித்தவர். பிறகு அவரது மூத்த மகனான எனது அப்பா அதைப் பொறுப்பேற்றார். எனது அப்பா நிர்வகித்து வந்த சாவகச்சேரியிலிருந்த நகைக் கடை எனது தாத்தாவால் கட்டப்பட்டது. நகரத்திலிருந்த ஏனைய நகைக் கடைகளை விடவும் அது பெரியதாக இருந்ததோடு, எனது அப்பாவின் நிர்வாகத்தில் அது மிகுந்த வருமானத்தை ஈட்டித் தந்து கொண்டிருந்தது.

எனது அப்பா முறையான பாடசாலைக் கல்வியைப் பெற்றிருக்கவில்லை எனினும் கணக்கு வழக்குகளில் பாண்டித்தியம் பெற்றிருந்தார். ஏமாற்றி விடக் கூடும் என்ற சந்தேகத்தில் அவர் எப்போதும் தனது ஊழியர்களிடம் கடுமையாகவே நடந்து கொண்டார். தங்க நகைகளைச் செய்யும்போது தூய தங்கத்தோடு செம்பைக் கலந்து செய்வது வழமைதான் எனினும், தனது கடைக்கு விற்பனைக்காக வரும் நகைகளை எப்போதும் தரம் கெடாமல் பார்த்துக் கொண்டார்.

செல்வந்தராக இருந்ததோடு மாத்திரமல்லாமல் எனது அப்பா மிகவும் அழகானவராகவும் இருந்தார். வெளுத்த தோல் நிறத்திற்கு கறுப்புத்தலைமயிரும், கபில நிறக் கண்களும் மிகப் பொருத்தமாக வசீகரமாகத் தெரியும். அவர் தனது தோற்றத்தில் மிகுந்த ஈடுபாட்டைக் காட்டி வந்தார். அவரது வெற்றிக்கு அது

(சாவகச்சேரி புகைப்பட நிலையமொன்றில் தனது முப்பத்தைந்து வயதில் அப்பா எடுத்துக் கொண்ட புகைப்படம்)

நிறைய உதவியதென்று நினைக்கிறேன். ஒவ்வொரு நாளும் முகச் சவரம் செய்து, தலைமயிரை சீராக வாரி, நேர்த்தியான ஆடைகளணியாது அவர் வீட்டை விட்டு வெளியிறங்கவில்லை. வெற்றிகரமான வர்த்தகர் ஒருவராகவே எப்போதும் தன்னை அலங்கரித்துக் கொண்டார்.

அநேகமான நாட்கள் கடையை அடைத்ததன் பிறகு, எனது அப்பா அவரது நண்பர்களையும், வியாபார சகாக்களையும் நகரத்திலிருந்த மேல்தட்டு வாசிகளின் உயர்தர மதுபான சாலையில் சந்திப்பது வழமையாக இருந்தது. ஊரில் மிகுந்த மரியாதையோடும், அனைவராலும் விரும்பப்பட்டவராகவுமிருந்த அவர், விருந்தோம்பல் என்று வரும்போது மிகவும் பெருந்தன்மையானவர் என்றும் அறியப்பட்டிருந்தார். வேறு வார்த்தைகளில் கூறுவதானால், அவர் தனது நண்பர்களுக்கு இலவச பானங்களை வாரி வழங்க விரும்பினார்.

எனக்குத் தெரிந்த அளவில், அவர் ஒருபோதும் எனது அம்மாவையும் நகரத்துக்குக் கூட்டிக் கொண்டு போக அழைத்த தில்லை. அவ்வப்போது அவர்கள் திரைப்படங்களுக்குச் சென்றிருக்கக் கூடும். நகரத்திலிருந்த ஆடம்பர உணவகங்களை அம்மாவுக்குக் காட்டுவது அப்பாவுக்கு விருப்பமானதாக இருந்திருக்கக் கூடும். எனினும் ஏனைய பெண்கள் மீதும் அவருக்கொரு கண்ணிருந்தது.

எனது அப்பா வசீகரிக்கக் கூடிய, வெற்றிகரமான நபர் மாத்திர மல்லாது அழகானவராகவும் கேளிக்கை விரும்பியாகவும் இருந்ததை நான் புரிந்து கொண்டேன். அவரிடமிருந்த உல்லாச வாழ்க்கை குறித்த சுயநலமான புரிதலிலிருந்து நானும் பாடம் படித்துக் கொள்ள வேண்டியிருந்தது. ஆனால் எனக்கு அவரை நினைவிருப்பதெல்லாம் சிறுவர்களது வேடிக்கை விளையாட்டுக்களை விரும்பாத, கண்டிப்பான, சகிப்புத்தன்மையற்ற அப்பாவாகத்தான். அவர் ஒருபோதும் எம்முடன் இணைந்து விளையாட வரவில்லை

என்பதோடு எமக்கு விருப்பமான எந்தவொரு விடயத்திலும் ஆர்வமாக இருப்பது போலக் காட்டிக் கொள்ளவுமில்லை.

தமிழர் பண்பாட்டில், பெரியவர்களே எப்போதும் உரையாடலை ஆரம்பிப்பார்கள். அதன் காரணமாக நாங்கள் எப்போதாவது அரிதாகத்தான் எமது அப்பாவுடன் கதைத்தோம். அவர் கேட்பதற்கு மாத்திரமே பதிலளித்தோம். ஒருபோதும் எந்தவொரு விடயத்திலும் எனது கருத்தை அப்பா கேட்டதேயில்லை. அப்போதும் இப்போதும் எனக்கு அவர் ஒரு புதிராகவே தெரிகிறார்.

கடைகளுக்குச் சென்றபோது அவரைப் பின்தொடர்ந்து சென்றது இப்போதும் தெளிவாக நினைவிருக்கிறது. அவரது வெற்றியைக் குறித்து அவர் மிகுந்த பெருமிதம் கொண்டிருந்ததால் பண்டங்களின் விலைமதிப்பைக் கவனிக்க மறுத்தார். கட்டுக் கட்டான பணத்தை தனது சட்டைப் பையில் எடுத்துச் செல்வதை விரும்பிய அவர், அவருக்குப் பிடித்தமான எதையேனும் கண்டால் ‘எனக்கு அது வேண்டும்‘ என்று மாத்திரமே கூறுவார். அவர் செல்வந்தர் என்பதை அறிந்திருந்த விற்பனையாளர்கள் பெரும்பாலும் விலையை உயர்த்தி விற்பார்கள். எனது தந்தை அதைக் கண்டுகொள்ள மாட்டார். உண்மையில் அவர் முகஸ்துதியால் கவரப்பட்டாரென நினைக்கிறேன். அது அவரது அந்தஸ்தின் அடையாளம். பெரும்பாலும் பகட்டுக்காக, அவரிடம் கையளிக்கப்படும் விலைப்பட்டியலை விடவும் கூடுதலான தொகையை அவர் விற்பனையாளரிடம் கையளிப்பதைப் பலரும் பார்ப்பதை உறுதிப்படுத்திக் கொள்வார். விற்பனையாளர் தனது நன்றியுணர்வை வெளிப்படுத்தும் விதமாக, குனிந்து தலைவணங்கும் போது அப்பா கம்பீரமாக தலையசைத்து நடப்பார். அவர் ஒருபோதும் மீதிக் காசைக் கேட்டு வாங்கவேயில்லை.

ஒரு நாள் எனக்கு ஒரு பிரகாசமான யோசனை தோன்றியது. அது, நான் அவரது மகனென்று அனைவரும் அறிந்திருந்த காரணத்தால்,

அப்பாவுக்குப் பின்னால் அவருடனே சென்று, காத்திருந்து விற்பனையாளரிடம் மீதிப் பணத்தைக் கேட்டு வாங்குவது. அவரால் என்ன செய்ய முடியும்? நான் அந்தப் பணத்தை எனது சட்டைப் பையிலிட்டுக் கொண்டு அப்பாவிருக்கும் அடுத்த கடைக்குச் செல்வேன். எனதிந்த தந்திரமான செயலை அப்பா ஒருபோதும் கண்டறியவில்லை. எனினும் விற்பனையாளர்கள் அச் செயலால் மகிழ்ச்சியடையவுமில்லை.

எந்தவிதத்திலும் நான் எனது அப்பாவை முழுமையாக அறிந்திருந்தேன் என்று கூற முடியாது. அவர் தனது வெற்றிக்கு முன்னுரிமை கொடுத்ததோடு ஏனைய தந்தைமார் தமது குழந்தைகளிடம் காட்டும் பாசத்தை ஒரு கடமையாகக் கருதி எங்களை நேசித்தார் என நினைக்கிறேன். அவர் எங்களிடம் அதை வெளிக்காட்டவுமில்லை. முரட்டுத்தனமாக நடந்து கொள்ளவுமில்லை. ஏனைய தந்தைமாருக்கு முற்றிலும் மாற்றமாக இருந்தார். எம்மைப் பாதுக்காக்கத் தேவையான அனைத்தையும் செய்தார். நாம் தேர்ந்தெடுக்கும் எந்தப் பாதையிலும் வெற்றியடைய உதவினார். மிகுந்த தாராள மனப்பான்மையைக் கொண்டிருந்தவர் எனினும் பிள்ளைகளிடம் கூட நெருங்கிப் பழகும் பண்பு இருக்கவில்லை. அவர் தனது வியாபாரத்தை நிர்வகிப்பதுபோலவே குடும்பத்தையும் நடத்தினார். நாங்கள் வெற்றிகரமாக இருப்பதை விரும்பியவர் அதற்காக சிறந்தவற்றையே எமக்கு வழங்கினார். எவ்வாறாயினும், என்னைப் பொறுத்தவரையில், எனது உணர்வுப் பிரபஞ்சத்தில் அவர் ஒரு தண்மையான, தொலைதூர துணைக் கோளாக விளங்கினார்.

அத்தியாயம் 5

> பெண்களுக்கு தமது கணவர்களை விடவும் பெறுமதி மிக்க
> ஆபரணங்கள் வேறெதுவுமில்லை
>
> - வால்மீகி இராமாயணம் சுந்தர காண்டம்

எனது அம்மா யோகாம்பாள் தர்மதுரை, சங்கத்தானையிலிருந்து சுமார் அறுபது மைல் தொலைவிலிருந்த சிறிய விவசாயக் கிராமமான முள்ளியாவளையைச் சேர்ந்தவள். அக் காலத்தில் அது மிக நீண்ட தூரம்.

அவளது அப்பா ஒரு சாதாரண விவசாயி. விடிகாலை ஐந்து மணிக்கு முன்னரே வயல்வெளியிலிருப்பவரும், அரிதாகவே சூரியன் மறைவதற்கு முன்பு வீட்டுக்கு வந்தவருமென கடும் உழைப்பாளியாக இருந்த எனது தாத்தாவை இப்போதும் எனக்கு நினைவிருக்கிறது. கருணை மிகுந்தவரான அவர் என் மீது எப்போதும் அளவற்ற பாசம் காட்டி வந்தார். எப்போதாவதுதான் முகச் சவரம் செய்து வந்த அவர் என்னைச் செல்லம் கொஞ்சி முத்தமிட்ட போது எனது முகத்தில் குத்திய அவரது மீசை தாடிகள் கிளப்பிய கூச்சத்தை இப்போதும் நினைத்துப் பார்க்க முடிகிறது.

எனது பெற்றோர் திருமணம் முடித்தவுடன் அம்மா அவளது பிறந்த ஊரை விட்டும் அப்பாவுடன் சங்கத்தானைக்கு வந்து விட்டாள். அவ்வளவு காலம் வாழ்ந்து வந்த குடும்பத்தை விட்டுவிட்டு திடீரென புதியவொரு இடத்தில், முன்பின் அறியாத புதியவொரு குடும்பத்தோடு வாழ நேர்ந்தது கஷ்டமாகத்தான் இருந்திருக்கும்.

அம்மா திருமணம் முடிக்கும்போது அவளுக்கு பதினெட்டு வயதுதான். நான் பார்த்த பழைய திருமணப் புகைப்படங்களில் அம்மா இளம்பெண்ணாக, மிக அழகாகத் தெரிந்தாள். பெரிய விழிகளையும், நீண்டு பளபளத்த கூந்தலையும் கொண்டிருந்தவள் நான் குழந்தையாக இருந்த காலத்தில் வண்ண வண்ணச் சேலைகளையும், நிறைய நகைகளையும் அணிந்து கொண்டிருப்பாள். ஒவ்வொரு நாள் காலையிலும் தனது நெற்றியிலும், தாலியிலும் குங்குமத்தைச் சூடியிருப்பாள். 'நான் உன்ர அப்பாவ கலியாணம் முடிச்சிருக்குறன் என்டதுதான் இதற்குரிய அர்த்தம்' என்று என்னிடம் கூறுவாள்.

(அப்பாவினதும், அம்மாவினதும் திருமணப் புகைப்படம், 1963)

அவள் பக்தியோடு அணிந்துகொண்டிருந்த தாலி அவர்களது திருமண நாளன்று எனது அப்பாவால் அவளது கழுத்தில் கட்டப்பட்டது. எனது அப்பாவை ஆழமாக நேசித்த அம்மா, தீவிரமான இந்து பக்தை என்பதால் மனைவி, தாய் ஆகிய அவளது கதாபாத்திரங்களை

தீவிரமாக ஏற்று பதிபக்தியோடு நடந்து கொண்டாள்.அவள் எங்களை ஒழுக்கமாக வளர்த்ததோடு, நாங்கள் எமது அப்பாவை மாத்திரமல்லாது எனது அண்ணனான லதியையும் மதித்து நடக்க வேண்டுமென்பதில் கண்டிப்பாக இருந்தாள். ஒரு குடும்பத்தில் தந்தைக்கடுத்து அவருக்குச் சமமான மரியாதையைப் பெறும் அடுத்த நபராக மூத்த மகனே எப்போதும் வரிசையில் முதலில் இருப்பார். குடும்பத்தில் மூத்த மகன்தான் பிற்காலத்தில் குடும்ப வியாபாரத்தைப் பொறுப்பேற்பார். அது மாத்திரமல்லாது குடும்பத்தின் மூத்தவர் என்பதால் மொத்தப் பொறுப்புக்களும் கடமைகளும் அவரையே சேரும்.

இந்துக் கலாசாரத்தில் ஒரு மனைவியானவள் தனது கணவன் எப்படிப்பட்டவனாக இருந்தாலும் அவனுக்கு உண்மையாக இருக்க வேண்டும். புனித நூலான மகாபாரத்தில் ஒரு வசனம் உண்டு. ‘இந்த உலகத்தில் பெண்களுக்கென்று ஒரு நித்ய கடமை உள்ளது. அதாவது அவர்கள் தமது அந்திமக் காலம் வரைக்கும் கணவர்களைச் சார்ந்திருந்து அவர்களுக்குக் கீழ்ப்படிந்து பணிவிடை செய்ய வேண்டும்.‘ இன்று மேற்கு நாடுகளில் வசிக்கும் எம்மைப் போன்றவர்களுக்கு ஜீரணிக்கக் கஷ்டமாக இருக்கும் இந்த

வசனங்களை அன்று இலங்கையில் எனது அம்மாவைப் போன்ற இந்து மத பக்தைகள் தீவிரமாகக் கடைப்பிடித்தார்கள். ஒரு தந்தையாக மாறுபட்ட சூழலில் எனது பிள்ளைகளை நான் வளர்க்கப் படும் சிரமத்தைக் கொண்டு எனது தந்தையுடனான அவளது அர்ப்பணிப்பை நான் ஒப்புக் கொள்ள வேண்டும்.

அப்போது எனக்கு ஆறு வயது. ஒரு நாள் விடிகாலையில் நான் வழமை போல தரையில் விரிக்கப்பட்டிருந்த பாயில் படுத்திருந்தேன். சீமெந்துத் தரையைப் பெருக்கியவாறிருந்த ஒரு பதினேழு வயதான

இளம்பெண் எனது உறக்கத்தைக் கலைத்தாள். நான் கண்களைத் திறந்து பார்த்து, குழம்பிப் போய், அவளை முறைத்துப் பார்த்தேன். இவள் எங்கள் வீட்டில் என்ன செய்கிறாள் எனத் திகைத்தேன். உடனடியாக எழுந்து அம்மாவைத் தேடிப் போனேன்.

'யாரவள்?' எனக் கேட்டேன்.

'அவள் என்ர தங்கச்சி' என அம்மா பதிலளித்தாள்.

'அவள் இங்க என்ன செய்யுறாள்?'

'அவளை நேத்து ராத்திரி உன்ர அப்பா இங்க கூட்டிட்டு வந்தவர்' என்றவளின் கண்கள் கண்ணீரால் நிரம்பியிருந்ததை அவதானித்தேன்.

என்ன நடக்கிறதென எனக்கு விளங்கவில்லை. அதைப் புரிந்து கொள்ளக் கூடிய வயது அப்போது எனக்கிருக்கவில்லை. எனினும் போகப் போக மெதுமெதுவாக எனது சித்தியும் இனி நம்முடன்தான் இருப்பாள் என்பதைப் புரிந்து கொள்ள முடிந்தது. அவள் எங்கள் வீட்டில் ஏன் தங்கியிருக்கிறாள் என்பதை அப்பா ஒருபோதும் எடுத்துக் கூறவில்லை எனினும் அவர் அவள் மீது மோகத்துடனும் அதிக நெருக்கமாகவும் நடந்து கொண்டார். பெரும்பாலும் சித்தி எனது தந்தையுடன் அவரது படுக்கையறையில்தான் தங்கியிருப்பாள். பின்னிரவு நேரங்களில் அவர்கள் ஒன்றாகக் கிசுகிசுப்பதை என்னால் கேட்க முடிந்தது.

அதே நேரம் அப்பா, அம்மாவை விட்டும் விலகிச் செல்வது தெரிந்தது. அநேகமாக அவர்கள் வாரக் கணக்கில் ஒருவரோடொருவர் கதைத்துக் கொள்ளவில்லை.

அந்தி நேரங்களில் எனது அப்பா சித்தியைத்தான் தன்னுடன் வெளியே அழைத்துக் கொண்டு போனாரேயொழிய எனது அம்மாவையல்ல. அப்பாவிடம் பளபளக்கும் வெள்ளை நிறத்தில்

பியோஜியட் 404 காரொன்று இருந்தது. அவர் அதில் சித்தியை ஏற்றிக் கொண்டு திரைப்படங்களுக்கும் லயன்ஸ் கிளப் ஒன்றுகூடல்களுக்கும் செல்வதை விரும்பினார். வெற்றிக் கோப்பையைக் காட்டி மகிழ்வதைப் போல எனது அம்மாவை விடவும் மிகவும் இளையவளாக இருந்த அவளை அவர் தனது புதிய மனைவியாகக் காட்டி மகிழ்வதாக நான் சந்தேகித்தேன். சம்பிரதாயத்துக்காக அவர் என் அம்மாவை கோயில், திருமண வைபவங்கள் மற்றும் உள்ளூர் நிகழ்வுகளுக்கு அழைத்துச் செல்வார். ஆனால் கேளிக்கை என்று வரும்போது அவர் சித்தியுடன்தான் தனது காலத்தைச் செலவிட்டார். இவ்வாறாக எனது அப்பா இரண்டு தனித்தனி வாழ்க்கையை வாழ்ந்து வந்தார்.

ஆழ் மனதில், எனது தந்தையின் மீது, சித்தியுடனான இந்தத் தவறான தொடர்பின் காரணமாக கடும்கோபம் கொண்டிருந்தேன். அவர் அவளுக்கென புதிய சேலைகளும் ஆபரணங்களும் வாங்கிக் கொண்டு வந்தபோதெல்லாம் அந்த வெறுப்பு மேலும் மேலும் உக்கிரமடைந்தது. அவர் கொண்டு வருவதில் முதலில் சித்திக்குத் தேவையானதையெல்லாம் தேர்ந்தெடுக்க விட்டு எஞ்சியதைத்தான் அம்மாவுக்குக் கொடுப்பார்.

'நீ சொல்லுறதை நான் என்டபடியால கேக்குறன். உன்ர அப்பா இதக் கேட்டிருந்தால் அவருக்கு கோவம் வந்திருக்கும்' என அம்மாவிடம் முதற்தடவையாக இதைப் பற்றிக் கேட்டபோது பதிலளித்தாள். அப்பாவையும், அவளது தங்கையையும் மன்னிக்க அவள் ஏன் இசைந்தாள் என்பது இன்றுவரைக்கும் எனக்கு விளங்கவேயில்லை.

ஆறு தம்பிகள், ஐந்து தங்கைகளென பதினொரு பேரைக் கொண்ட குடும்பத்தின் மூத்தவரான எனது அப்பாவுக்கே அவர்களின் எதிர்கால நல்வாழ்க்கை குறித்த பொறுப்புக்களும், கடமைகளும் இருந்திருக்கின்றன. அப்பாவிடம் அவருடைய அப்பா தனது கடையை

ஒப்படைத்து விட்டு இன்னுமொரு நகரத்தில் தனக்கான கடையைக் கட்டிக் கொண்டபோது அப்பா மிகவும் இளமையானவராக இருந்தார். எனவே அப்பா பாடசாலைக்குப் போவதைக் கை விட்டு விட்டு முழு நேரமும் பணி புரியத் தொடங்கியிருக்கிறார். எதிர்காலம் குறித்த சொந்த ஆசைகள், கனவுகள் எனது அப்பாவுக்கு இருந்திருக்குமா என்பதோ, பாடசாலைக் கல்வியை இடைநிறுத்தியபோது அவர் எந்தளவு வருந்தியிருப்பார் என்றோ எனக்குத் தெரியவில்லை. அவர் ஒருபோதும் என்னுடன் அதைப் பற்றிக் கதைத்திருக்கவில்லை. அக்காலத்தில் அவரது தலைமுறையிலிருந்த அநேகமான சிறுவர்களைப் போல அவரும் தந்தையின் பேச்சுக்குக் கட்டுப்பட்டு தனது இலட்சியங்களைப் புறந்தள்ளியிருப்பார் என நினைக்கிறேன்.

நான் குழந்தையாக இருந்தபோது எனது அப்பா கிட்டுஸ்வாமி எனும் கணக்காளரையும், கடைக்குள் கூடமாட ஒத்தாசைக்கு அப்பாவின் மைத்துனர்களில் ஒருவரான சந்திரன் என்பவரையும் வேலைக்கு அமர்த்தியிருந்தார். கடைக்குப் பின்னால் ஆறு நபர்கள் தங்கியிருந்து ஆபரணங்களைச் செய்யவென சிறு அறைகளையும் கட்டிக் கொடுத்திருந்தார். எமது கார் சாரதி ஹன்னி அப்பாவை காலை நேரங்களில் கடைக்குக் கொண்டு போய் விடுவார் எனினும் சில சமயங்களில் அப்பா தனது சைக்கிளில் வேலைக்குப் போய் விடுவார். ஹன்னி தனக்கிடப்படும் கட்டளைகளுக்கிணங்க எப்போதாவது எம்மைக் கடைகளுக்கோ, யாழ்ப்பாணத்திலிருந்த பாடசாலைக்கோ கூட்டிக் கொண்டு போவார்.

எனக்கு காலை வேளைகளில் அப்பாவுக்குத் தேவையானவற்றைத் தயார் செய்து வைத்து கடையைத் திறக்க உதவ வேண்டியிருந்தது. நான் தரையைக் கூட்டிப் பெறுக்கித் துடைத்து, பிரதான நுழைவாயிலைக் கழுவி, சந்தனத் திரி ஏற்றி வைத்து, புனித நீரைக் கடை முழுவதும் தெளித்து கடையைத் தயாராக வைப்பேன். பிறகு அருகிலிருந்த தட்டுக்

கடைக்கு நடந்து சென்று தோசை வாங்கி வந்து காகங்களுக்கு இடுவேன். அது கடைக்கு நல்ல அதிர்ஷ்டத்தைத் தேடித் தருமென கருதப்பட்டது. அதன்பிறகு அப்பா வரும்வரை காத்திருந்து அவரைக் கண்டதும் நடந்தோ, சைக்கிளிலோ வீட்டுக்கு வந்து பாடசாலை செல்லத் தயாராகுவேன். எனது அண்ணன் லதி விடுதி வசதி கொண்ட பாடசாலைக்குத் தங்கிப் படிக்கச் செல்ல முன்பு இவையெல்லாம் அவனது வேலைகளாயிருந்தன. இரண்டு வருடங்களாக, நானும் விடுதியில் தங்கிப் படிக்கச் செல்லும் வரைக்கும் இந்த வேலைகளைச் செய்து வந்தேன். அதன்பிறகு இந்த வேலைகளை கண்ணா பொறுப்பேற்றான்.

அப்பாவின் தங்கைகளுக்குத் திருமணம் செய்து வைக்கும்போது சீதனங்கள் வழங்குவது மாத்திரமல்லாது, எமது கிராமத்திலேயே அவர்களுக்கு வீடுகளைக் கட்டிக் கொடுப்பதுவும் அப்பாவின் கடமைகளாகவிருந்தன. அவர் தனது மைத்துனர்களை நகைக்கடையில் வேலைக்கு அமர்த்தினார். அவர் எமது ஊருக்கு மின்சார வசதியை ஏற்படுத்திக் கொடுத்ததோடு, சங்கத்தானையிலிருந்த கோயிலான ஸ்ரீ மீனாட்சி அம்மன் ஆலயத்தைக் கட்டுவதற்கும் உதவினார். எனது அப்பா ஊரில் ஒரு கதாநாயகன் போல பிரபல்யம் பெற்றிருந்ததோடு அவரை எதிர்த்துப் பேச எவருக்கும் துணிவிருக்கவில்லை.

இவையனைத்தையும் எனது அம்மா எவ்வாறு புரிந்து கொண்டிருப்பாள் என்று எனக்கு ஆச்சரியமாக இருக்கும். எனது அப்பாவைத் திருமணம் முடித்து அவரது குடும்பத்தை விட்டு, அப்பாவின் கிராமத்துக்கு அப்பாவின் குடும்பத்தோடு வாழ வந்தவள் அவள். எந்தக் குறையிருப்பினும் அவள் அதை ஒருபோதும் யாரிடனும் முறையிடவில்லை. அவள் எவருடனாவது கதைக்க விரும்பியிருந்தாலும் கூட அது சிரமமாகவே இருந்திருக்கும். யாரை நம்புவது? அவள் அறிந்திருந்த நபர்கள் அனைவருமே அப்பாவின்

உறவினர்கள். அவர்கள் எவரும் அப்பாவுக்கு எதிராக ஒரு தப்பான வார்த்தை கூட கதைக்க விட மாட்டார்கள்.

தமிழர் பண்பாட்டில் ஒரு பெண் திருமணம் முடித்தால், அவள் தனது பெற்றோரை விட்டுவிட்டு கணவருடன் சென்று வாழ்நாள் முழுவதும் அவருடனே வாழ வேண்டும். அப்போது எனது ஊரில் தம்பதிகள் பிரிந்து வாழ்வதையோ, விவாகரத்தையோ நான் ஒருபோதும் கேள்விப்பட்டிருக்கவில்லை.

ஒரு நாள், நான் பாடசாலை விட்டு வீட்டுக்குத் திரும்பி வரும்போது எமது வீட்டுக் கிணற்றைச் சூழவும் ஆட்கள் குழுமியிருப்பதைக் கண்டேன். அவர்கள் கத்திக் கூச்சலிட்டுக் கொண்டிருந்ததோடு கயிறொன்று உள்ளே கிணற்றுக்குள் அனுப்பப்பட்டது. நான் கிணற்றருகே ஓடி உள்ளே எட்டிப் பார்த்தேன். அது கிட்டத்த ஐம்பது அடிகள் ஆழமாகவும், இருள் சூழ்ந்ததாகவும் இருந்தது.

'என்ன நடக்கிறது?' என நான் கேட்டபோதிலும் எவருமே என்னைக் கவனத்தில் கொள்ளவில்லை. திடீரென கிணற்றின் இருளிலிருந்து ஒரு உருவம் வெளிப்பட்டதமை சூரிய வெளிச்சத்தில் தென்பட்டது.

'அம்மா!' என்று நான் அலறினேன். கவலையில் வாடிப் போயிருந்த அம்மாவின் முகம் என்னை நோக்கியது. நான் அழுவதை அவள் கண்டாள்.

'அம்மா!' என்று நான் கதறியழுதேன்.

'மேலே வா. எனக்கு நீ வேண்டும்' என அவள் கிணற்றிலிருந்து வெளியே வர வேண்டும் எனத் தேம்பி அலறியவாறிருந்தேன். யாரோ என்னைப் பின்னால் இழுத்தெடுத்து ஆற்றுப்படுத்த முயற்சித்த போதிலும் நான் வெறி பிடித்தவன் போலிருந்தேன்.

எனது அம்மாவைக் கிணற்றிலிருந்து வெளியே இழுத்தெடுத்த சில நிமிடங்களுக்குப் பிறகு நான் விலக்கிக் கொண்டு ஓடிப் போய் அவரது கரங்களில் வீழ்ந்தேன். அவளை இறுக்கமாக அரவணைத்துக் கொண்டபோதும் என்னால் அழுகையை நிறுத்த முடியவில்லை.

இந்தச் சம்பவத்தைக் குறித்து ஒரு வார்த்தை கூட கதைக்கப்படவில்லை. பல ஆண்டுகளுக்குப் பிறகுதான் இதைப் பற்றி அம்மாவிடம் கேட்டேன். அப்போதும் கூட இதைப் பற்றி விரிவாகக் கதைக்க அவள் தயங்கினாள். அன்று அவருக்கும் அப்பாவுக்கு மிடையே நடந்த வாக்குவாதம்தான் காரணம் என்று மாத்திரம் கூறினாள். ஒரு கட்டத்தில் அவள், தான் கிணற்றில் குதிக்கப் போவதாக அப்பாவை மிரட்டியிருக்கிறாள். கடும்கோபத்திலிருந்த அவர் தோற்றுப் போய் தோள்களைக் குலுக்கியவாறு 'நல்லது! கிணற்றில போய்க் குதி!' என்றிருக்கிறார். ஆகவேதான் அவள் குதித்திருந்தாள்.

அதிர்ஷ்டவசமாக அதுவொரு கோடை காலம். கிணற்று நீர் அவர் விழும்போது காயங்களேற்படுத்தாது தாங்கிக் கொள்ளும் அளவுக்கும், அவரை மூழ்கடிக்காத மட்டத்திலும் இருந்தது.

அவளுக்கு கிணற்றில் குதிக்குமளவுக்கு தைரியமிருக்கும் என அப்பா யோசித்திருக்க மாட்டாரென நினைக்கிறேன். பதறிப் போய் உடனடியாக உறவினர்களிடம் உதவி கேட்டு ஓடியிருக்கிறார். அப் பயங்கரமான தருணத்தில் கோபத்துடனும் தடுமாற்றத்துடனும் பின்னணியில் அவர் வளைய வந்து கொண்டிருந்தது தெளிவில்லாமல் நினைவிருக்கிறது.

சில வாரங்களுக்குப் பிறகு, அப்பா எங்கள் வீட்டோடு சேர்த்து அம்மாவுக்கு வரவேற்பறையும் சித்திக்கென தனி படுக்கையறையும் வரும் விதமாக இன்னுமொரு பாகத்தைக் கட்டினார். உண்மையில் அதன் அர்த்தம் அவருக்கும் சித்திக்குமென ஒரு தனியறை.

ஒருவிதத்தில் அவருக்கு அக் கணத்திலிருந்து இரண்டு மனைவிகள் இருந்தார்கள். எவருமே, குடும்பமோ நண்பர்களோ அனுமதிக்காத இந்த ஏற்பாடு, எனது தந்தை செல்வாக்கு மிக்கவராகவும், பலசாலியாகவும் இருந்ததால் சகித்துக் கொள்ளப்பட்டது.

இவை இலங்கையில் உள்நாட்டுப் போர் வெடிப்பதற்கு முன்னர், எனது அப்பா சிறப்பாகப் பணியாற்றி வியாபாரம் பல்கிப் பெருகிய காலப்பகுதியில் நிகழ்ந்தவை.

நான் முன்பே கூறியதைப் போல, எனது அப்பா வசீகரமான ஆண்மகனாக இருந்த காரணத்தால் இளம்பெண்கள் கூட்டம் நகைக் கடையில் அலைமோதியது. உண்மையில் அவர் எனது அம்மாவுடனும், சித்தியுடனும் வாழ்ந்து வரும்போதே ஒரு இளம் ஆசிரியையுடன் மற்றுமொரு தொடர்பும் அவருக்கிருந்தது. அவள் அடிக்கடி மாலை நேரங்களில் கடைக்கு வருகை தரும்போது அப்பா அவளை அங்கிருக்கச் செய்து விட்டு என்னை எங்காவது வெளியே அனுப்பி விடுவார். ஒரு நாள் அவள் எங்கள் வீட்டுக்கும் வருகை தந்தாள். சித்தி பொறாமையிலும், ஆத்திரத்திலும் எங்கள் பீங்கான் தட்டுக்களையெல்லாம் தரையில் வீசியெறிந்ததோடு படுக்கை அறையிலிருந்த ஜன்னல் கண்ணாடிகளையும் உடைத்தாள். வழமை போலவே எனது அம்மா மிகவும் அமைதியாகவே இருந்தாள். அதன் பிறகு ஒருபோதும் அப்பா அந்த ஆசிரியையை வீட்டுக்குக் கூட்டி வரவேயில்லை. சிறிதுகாலம் வெளிப்படையாக அவளது வீட்டிற்கே போய் அவளைச் சந்தித்து வந்தார்.

அதன் பிறகு எங்கள் குடும்பம் வெள்ளிக்கிழமைகளில் கூட ஒன்றாக அமர்ந்து உணவருந்தவில்லை. எனது அம்மாவும், சித்தியும் தனித்தனியாக அவரவர் சமையலறைகளில் சமைத்தார்கள். எனது அப்பா வீட்டுக்குச் சாப்பிட வரும்போது, சித்தியுடன் உணவருந்துவார்.

ஒரு வருடத்திற்குப் பிறகு சித்திக்கு ஒரு மகள் பிறந்தாள். அவள் எனது ஒன்று விட்ட சகோதரி கலா. நாங்கள் அவளைப் போற்றி வளர்த்தோம். இறுதியில் கலா எனது அம்மாவுடனேயே அதிக நேரத்தைச் செலவிட்டாள். சித்திக்கு இந்த உறவு பிடிக்கவில்லை. 'நாந்தான் உன்ட அம்மா... என்னை அம்மா எண்டு கூப்பிடு' என்று அவள் கலாவை நோக்கிக் கத்துவாள். சித்திக்கு முன் கோபம் அதிகம். பல விதத்திலும் அவள் குழந்தையைப் போலவே நடந்து கொண்டாள்.

இவ்வாறு நடக்கும்போதெல்லாம் எனது தம்பி கண்ணாவோ, எனது அம்மாவோ, நானோ அதில் தலையிடுவோம். கலா என்னையும், எனது சகோதரர்களையும் 'அண்ணா' என்று அழைப்பாள். எமக்கு கலா மீதிருந்த பாசம் நாளுக்கு நாள் அதிகரித்துக் கொண்டே வந்ததோடு நாங்கள் ஒரு குடும்பமாக வளர்ந்து வந்தோம். இந்த நிலைமை அம்மாவுக்கு எந்தளவுக்கு கடினமானதாகவும், கவலைக்குரியதாகவும் இருந்திருக்குமென என்னால் கற்பனை பண்ணிப் பார்க்கக் கூட இயலவில்லை.

காலப் போக்கில் அது எனது சித்திக்குக் கூட எளிதானதாக இருந்திருக்காது என்பதை என்னால் புரிந்து கொள்ள முடிந்தது. எனது அப்பாவும், அம்மாவும் அம்மாவின் குடும்பத்தைப் பார்த்துவரப் போன இடத்தில்தான் அப்பா சித்தியுடனான இந்த உறவைத் தொடங்கியிருக்கிறார் என்பதைப் பின்னர் நான் கண்டுபிடித்தேன். சித்திக்குப் பதினாறு வயதாக, அவள் பாடசாலை மாணவியாக இருக்கும்போதே எனது அப்பா அவளுக்கு காதல் கடிதங்களை எழுதிக் கொண்டிருந்திருக்கிறார்.

அவளின் கவனத்தை ஈர்க்கும் விதமான அப்பாவின் நடவடிக்கைகளில் அவள் வீழ்ந்திருக்கலாம். அனைத்திற்கும் மேலாக அவர் ஒரு சிறந்த, மரியாதைக்குரிய நபர். அவரே இதைத் தொடங்கினால் அது சரியாகத்தான் இருக்க வேண்டும். அப்பாவிடம்

அவள் வேறு காரணங்களுக்காகவும் கவரப்பட்டிருக்கலாம் என்று எனக்குத் தோன்றுகிறது. அழகானவராகவும், துணிச்சலானவராகவும் இருக்கும் அவரால், அவளுக்கு வேண்டியவற்றையெல்லாம் வாங்கிக் கொடுக்க முடியும். ஆனால் அவள் எனது அப்பாவின் மனைவியல்ல. அத்தோடு அவள் எனது அப்பாவோடு வந்தபோது, அவளது அப்பாவான, எனது தாத்தாவின் உறவைத் துண்டித்துக் கொண்டே வந்திருந்தாள். எனவே அவள் இனி அவளது வீட்டில் வரவேற்கப் படவே மாட்டாள். அவள், அவளது குடும்பத்தை இழந்துவிட்டாள். அத்தோடு அவளுக்கு எனது அப்பாவின் உறவினர்களிடத்திலும் சரியான அந்தஸ்து வழங்கப்படவில்லை. அது அவளுக்கு சங்கடமாக இருந்திருக்க வேண்டும். அம்மாவுடன் ஒரே வீட்டில் வாழ நேர்ந்த அவளுக்கு, மனக்கசப்புகள் உண்டானால் வேறு போக்கிடமில்லை என்பதையும் அவள் நன்றாக அறிந்திருப்பாள்.

சித்தி அரிதாகவே வீட்டை விட்டு வெளியே போனாள். வெளியாட்கள் என்ன சொல்வார்கள் எனப் பயந்திருப்பாள் என நினைக்கிறேன். அவள் எப்போதும் அப்பாவுடனேயே வெளியே போய் வந்தாள். வீட்டில் அவள் எப்போதும் தனியாகவே இருந்தாள். சில சமயங்களில் அவளும் எனது அம்மாவும் வாக்குவாதப்படுவதை நான் கேட்டிருக்கிறேன். அனைத்திற்கும் மேலாக அது எனது அம்மாவின் வீடு.

அவள் மீது எனது அப்பா எந்தளவு வசியப்பட்டிருக்கிறார் என்பதைக் கண்டு கோபம் கொண்டு அவளுடன் சண்டையிட தருணம் பார்த்திருந்திருக்கிறேன். வழமையாக கையில் வைத்திருக்கும் சிறிய கத்தியால் நான் அவளது ஆடைகள், சோபா, விருப்பத்துக்குரிய கதிரைகள் என கையில் சிக்குவதையெல்லாம் கிழித்து எனது கோபத்தை வெளிப்படுத்தியிருக்கிறேன். இரண்டு தடவைகள் அப்பாவின் கையில் சிக்கி அடி வாங்கியிருக்கிறேன். அம்மா

திட்டியுமிருக்கிறாள் எனினும் அவள் மனப் பூர்வமாகத் திட்டினாள் என நான் நினைக்கவில்லை.

நான் ஒரு தடவை அம்மாவிடம் கேட்டேன்.

'அம்மா, நீங்கள் இவ்வாறு எப்படி வாழுறீங்களோ தெரியாது. நீங்கள் ஏன் தாத்தாக்கிட்ட, அம்மம்மாக்கிட்ட போய் வாழக் கூடாது?'

'நான் உன்ர அப்பாவை விட்டுப் போனால், உன்னையும் உன்ட சகோதரங்களையும் பார்த்துக் கொள்ள ஆளிருக்காது. நான் திரும்பிப் போய் நிண்டால் தாத்தாவுக்கும், அம்மம்மாவுக்கும் என்ட மேல கோவம் வந்துடும்.'

'ஆனால்...'

அவள் என்னைத் தண்மையாக நிறுத்தினாள்.

'நான் இப்ப என்ர பிள்ளைகளுக்காக வாழ்ந்து கொண்டிருக்கிறன். நான் இப்பவும் உன்ட அப்பாவை நேசிக்கிறன்.'

அதன் பிறகு நான் இதைக் குறித்து அவளிடம் ஒருபோதும் கதைக்கவில்லை.

எனது சித்திக்கு எனது அப்பாவின் மூலம் மூன்று பெண் குழந்தைகள் கிடைத்தன. கலா, சுமதி மற்றும் ஷர்மிலி. எனது அம்மாவிற்கும் மேலும் இரண்டு பெண் குழந்தைகள் கிடைத்தன. ஜான்சி மற்றும் வாணி. எமது ஏற்பாடுகளைக் குறித்துக் கேள்வியெழுப்புவதை நான் நிறுத்தியிருந்தேன். வாழ்க்கை நகர்ந்து கொண்டிருந்தது. கேள்வி கேட்பதால் என்ன நல்லது நடக்கப் போகிறது? எதுவும் மாறாது.

அத்தியாயம் 6

இழிநடத்தை, பரத்தையர் நட்பு, நற்குணமின்மை
இவற்றையுடைய வனாயினும் கற்பினாளான பெண் தன் கணவனை
தெய்வமாகப் பேணுக.

-மனுதரும சாத்திரம்

இலங்கையில் உள்நாட்டுப் போரானது அதிகாரபூர்வமாக அறிவிக்கப்பட்டதன் பிறகு, எங்கள் வீட்டிலும் சிறிய, குறைந்தளவு வன்முறையுடன் கூடிய ஒரு உள்ளகப் போர் மூண்டது. வீட்டுக்கு அருகாமையில் வசித்து வந்த எனது சித்தப்பாக்களும், அத்தைகளும் அப்பாவுக்கு யாராவது செய்வினை வைத்திருக்கக் கூடும் என்றார்கள்.

எனது அம்மாவின் கூற்றுப் பிரகாரம், எனது அப்பா ஒரு கனவு கண்டிருக்கிறார். அதில் கடவுள் ஸ்ரீ மீனாட்சி அம்மான் எழுந்தருளி, அவரிடம் ஒரு பெண் வருகை தந்து அவரது 'பிரச்சினைகள்' அனைத்தையும் தீர்த்து வைப்பாள் என்று கூறியிருக்கிறார்.

அக் காலகட்டத்தில் எனது அப்பாவின் வியாபாரம் நொடித்துப் போயிருந்ததால், அதுதான் அவரை மிகவும் பாதித்திருக்கும் என நான் கருதுகிறேன். எவ்வாறாயினும் இந்து கலாசாரத்திற்கு முரணாக எனது

அம்மாவின் தங்கையையும் அப்பா மனைவியாகக் கொண்டதனால் அம்மாவின் குடும்பம் மீது பலரும் கோபம் கொண்டிருந்தார்கள். ஆனால் அவர் இன்னும் சக்தி வாய்ந்தவராகவும் செல்வாக்கு மிக்கவராகவும் இருக்கும்போது என்ன செய்ய முடியும்? இந்த வழமைக்கு மாற்றமான ஏற்பாடு அவருக்கு ஒரு பிரச்சினையாகத் தெரியவேயில்லை. அவர் தனது மனைவியின் குடும்பத்தின் மீது மிகவும் தாராளமாக நடந்து கொண்டார். எனவே அவரது நடவடிக்கைகள் அனைத்தும் அவர்களால் அங்கீகரிக்கப்படும் என கண்மூடித்தனமாக நம்பியிருப்பார் என நினைக்கிறேன்.

அந்தக் கட்டத்தில் எனது அப்பாவும், அம்மாவும், சித்தியும் பல மாதங்களாக தொடர்ந்தும் சண்டையிட்டுக் கொண்டிருந்தார்கள். எனது அப்பாவும் அளவுக்கதிமாகக் குடிக்கத் தொடங்கியிருந்தார். பெரும்பாலும் குடித்துத் தள்ளாடியவாறு, கடும் கோபத்துடனே வீட்டுக்கு வந்தார். சில நேரங்களில் எனது அம்மாவுடனும், சில நேரங்களில் எனது சித்தியுடனும், சில நேரங்களில் இருவருடனும் என அவர் சண்டை போட்டுக் கொண்டிருப்பார். தளபாடங்களை அடித்து உடைத்து நொறுக்குவார். அயல்வீடுகளில் வசித்து வந்த சித்தப்பாக்களும், அத்தைகளும் வந்து அவரை அமைதிப் படுத்துவார்கள்.'உங்கட சுய புத்தியை இழந்து விட்டிருக்கிறியள். உங்களைப் பேய் பிடிச்சாட்டுது. இது நீங்களல்ல!' என்பார்கள்.

அவர் கனவு கண்டதற்குப் பிறகு, ஒரு மாலை நேரம் அழையா விருந்தாளியாக ஒரு வயதான பெண் எமது வீட்டு வாசலில் தோன்றினாள். அவள் பேய் துரத்துபவளாக அறியப்பட்டவள். அம்மன் கனவில் வந்து கூறிய பெண் இவள்தான் என அப்பா உறுதியாக நம்பினார். வேறொரு கிராமத்திலிருந்து வந்திருந்த அவள் இந்து மதச் சடங்குகளை ஒரு நாடோடிப் போதகரைப் போலச் செய்தாள். அசைவம் சாப்பிடாத தூய இந்து பக்தையாக இருந்தவள் இறை வழிபாட்டுக்காக தன்னையே அர்ப்பணித்திருந்தாள்.

அவள் உள்ளே வரவேற்கப்பட்டு எங்கள் வீட்டுப் பூஜையறைக்குக் கூட்டிச் செல்லப்பட்டாள். அவள் அங்கு வைக்கப்பட்டிருந்த காளி படத்துக்கு முன்னால் வாழையிலைகளைப் பரப்பி அதன் மீது வேப்பிலை, அரிசி, தேங்காய், எலுமிச்சம் பழங்கள், புனித நீர் மற்றும் சில பூஜைப் பொருட்களை மூலைகளில் வைத்தாள். இந்துக் கடவுளான காளி அம்மன் போகத்துடனும் வன்முறையுடனும் தொடர்புடைய மரணம், காலநேரம், இறுதி நாள் ஆகியவற்றுக்குப் பொறுப்பானவள் என்றாலும் அவள் ஆதி பராசக்தியாக ஒரு அன்பான அம்மனாகவும் கருதப்படுகிறாள்.

எனது அப்பாவும், அம்மாவும், லதியும், கண்ணாவும், நானும் பூஜையின் போது அவளைச் சுற்றி அமர்ந்திருந்தோம். தரையிலிருந்த ஒரு சிறிய மண்ணெண்ணெய் விளக்கைத் தவிர ஏனைய அனைத்து விளக்குகளும் அணைக்கப்பட்டிருந்தன. சில நிமிடங்களில் மிகவும் ஆவேசமடைந்த அவள் புரியாத வார்த்தைகளால் தன்னுடன் கதைக்கத் தொடங்கியிருந்தாள். தலையை முன்னும் பின்னுமாக ஆட்டிக் கொண்டிருந்தவள் தனது உடலை இடம் வலமாகக் குலுக்கிக் கொண்டிருந்தாள். எனது அப்பாவின் கையைப் பிடித்துக் கொண்டிருந்த அவள் அவரை வேப்பிலைக் கொத்தால் மீண்டும் மீண்டும் அடித்துக் கொண்டேயிருந்தாள். வெண்பளிங்குகள் போன்ற அவளது கண்களை உருட்டி உருட்டி எம்மைப் பார்த்தவள் கடும் வேதனையிலிருப்பவள் போல முனகி மந்திரித்துக் கொண்டிருந்தாள்.

திடீரென்று சந்தனமும், குங்குமமும் தடவப்பட்டிருந்த எலுமிச்சம் பழங்களை ஒவ்வொன்றாகக் கையிலெடுத்தாள். சடுதியாக அவள் துள்ளிக் குதித்துப் பாய்ந்து சென்று முன் வாசல் முற்றத்தில் நின்றாள். வெளியே காரிருளாக இருந்ததனால், எனது அப்பா மண்ணெண்ணெய் விளக்கை ஏந்தியவாறு அவள் பின்னே ஓடினார். அம்மாவும், கண்ணாவும், லதியும் நானும் அவரைப் பின்

தொடர்ந்தோம். நான் பயந்து போயிருந்தேன். ஒரு விகாரியைப் போல கைகளையும் கால்களையும் இழுத்துக் கொண்டு கால் விரல்களால் மணலை ஆங்காங்கே அலைந்து கொண்டிருந்தவளின் அடுக்கடுக்கான நிழல்கள் ஆவியைப் போன்றிருந்தன. திடீரென அவள் எலுமிச்சம்பழத்தை இருளில் தூர விட்டெறிந்தாள். பிறகு அவள் அதேயிடத்தில் உறைந்து போய் கைகளை உயர்த்தி, இருளைப் பற்றிப் பிடிப்பது போல உள்ளங்கைகளை விரித்தாள்.

எலுமிச்சம்பழம் போய் நின்ற இடத்தைச் சுட்டிக் காட்டி 'தோண்டு!' என்று கட்டளையிட்டாள்.

அப்பா தோண்டத் தொடங்கினார்.

தோண்டிய இடத்திலிருந்து அவர் உலோகத்தாலான ஒரு பெட்டியை வெளியே எடுத்தார். செம்பிலான அந்தச் சிறிய பெட்டிக்குள் மணல், எலுமிச்சம்பழ விதைகள், நீண்ட தலைமயிர்கள் ஆகியன மறைத்து வைக்கப்பட்டிருந்தன. மாந்திரீக செய்வினைகளிலும், மனிதர்களுக்குத் தீங்கு விளைவிக்கச் செய்யப்படும் சூனிய நடவடிக்கைகளிலும் பிரதான மூலப் பொருள் மனிதத் தலைமுடியாகும். எனது அப்பா அவளிடம் அந்தப் பெட்டியை ஒப்படைத்ததும் அவள் அதை எடுத்துக் கொண்டு எம்மையும் அழைத்துக் கொண்டு தனது பூஜையைத் தொடர பூஜையறைக்குச் சென்றாள்.

பெட்டியைத் தரையில் வைத்தவள் திடீரென நிலத்தில் சரிந்து உடலை வெட்டியிழுத்துக் குலுக்கி, கண்களை உருட்டி மிரட்டி 'இந்த உடம்பை விட்டுப் போ!' எனக் கட்டளையிட்டாள். கூர்மையான ஊசிகளால் தான் குத்தப்படுவதைப் போல அவள் துடித்தலறிக் கூச்சலிட்டாள். முழங்கால்களில் எழுந்து நின்றவளின் வாயிலிருந்து வெள்ளை நுரை வழிந்து கொண்டிருந்தது.

திகைத்துப் போன நானும், கண்ணாவும், லதியும் உடனடியாக பூஜையறையை விட்டு வெளியேறி வேறொரு அறைக்குள் ஓடி ஒளிந்துகொண்டோம். அம் மூதாட்டிக்கு சுய நினைவு வரும்வரைக்கும் எனது பெற்றோர் காத்திருந்தார்கள். ஆனால் மயக்கம் தெளியவேயில்லை. அவள் சுகவீனமுற்றிருக்கலாம் எனக் கண்டுகொண்டவர்கள் உடனடியாக அவளை வைத்தியசாலைக்குக் கொண்டு சென்றிருக்கிறார்கள். வைத்தியசாலையில் வைத்து தனது கைகளிலேயே அவளுயிர் போனதென மறு நாள் அம்மா எங்களிடம் தெரிவித்தாள். அம் மூதாட்டி எனது அப்பாவுக்காக தனது உயிரைக் காவு கொடுத்திருந்தாள்.

இந்த நிகழ்வு தனக்கு மிகுந்த பாதிப்பை ஏற்படுத்தியதாக அம்மா கூறினாள். அதற்குப் பிறகு அப்பா என்ன செய்தாலும், அது எவ்வளவு இழிவானதாகவும், குரூரமானதாகவும் இருந்தாலும், அவர் எவ்வளவுதான் சுயநலவாதியாக இருந்தாலும் அவளுக்கு அவர் மீதிருந்த அன்போ பக்தியோ குறையவேயில்லை.

எனது அப்பாவுக்கு யார் செய்வினை வைத்திருப்பார்கள் என எனக்குத் தெரியவேயில்லை. அப்போது நான் சிறுவனாக இருந்தேன். சிறுபராயத்தில் எதையும் நம்புவது எளிது. எனக்குத் தெரிந்ததெல்லாம் அதை எனது அம்மா நம்பினாள் என்பதுவும் அவள் அப்பாவுக்காக வருந்தினாள் என்பதுவும்தான். அப்பாவுக்கு யாரோ செய்வினை செய்திருப்பதால் அவருக்கு உதவி தேவைப்படுகிறதென அவள் நம்பினாள்.

அவ்விதமாக எனது அப்பாவைப் புரிந்து கொள்ள எனக்கு நெடுங்காலம் எடுத்தது.

சில வருடங்கள் கழித்து ஒரு கட்டத்தில் சித்திக்கும், எனது அப்பாவுக்குமிடையே இருந்த உறவு விரிசல் கண்டது. மோசமான ஒரு சண்டைக்குப் பிறகு அவள் சுமதியையும், ஷர்மிலியையும் கூட்டிக் கொண்டு அவளது பெற்றோரின் வீட்டுக்குப் போய் விட்டாள். கலா எங்களுடனேயே வளர்ந்ததோடு எனது அம்மா அவளையும் தனது சொந்த மகளைப் போலவே பார்த்துக் கொண்டாள். அக் கால கட்டத்தில் எனது அப்பா குடும்ப வாழ்க்கையிலும், வியாபாரத்திலும் தோற்றுப் போயிருந்தார். எனினும் எனது அம்மா அவரைத் தொடர்ந்தும் பதிபக்தியோடு பார்த்துக் கொண்டாள்.

இன்று வரைக்கும் எனது அம்மா, அவளுக்கும் அப்பாவுக்கு மிடையிலான அல்லது அவளுக்கும், சித்திக்குமிடையிலான உறவைக் குறித்துக் கதைக்க மறுக்கிறாள். எனது சொந்த அனுபவங்களைக் கொண்டு, அவள் மிகுந்த கண்ணியமும், பலமும் வாய்ந்த ஒரு பெண்மணி என்பதை அறிவேன். அனைத்து நிலைமைகளிலும் அவள் எனது அப்பாவுடன் கூடவே இருந்திருக்கிறாள்.

என்னால் அவளை முழுமையாகப் புரிந்து கொள்ள முடியவில்லை எனினும் அவளதுகண்ணியத்தையும், தைரியத்தையும் நான் மிகவும் மெச்சுகிறேன். இப்போது நான் எவராக இருப்பினும், அவளது அன்புக்கும், வியக்கத்தக்க வலிமைக்கும், அமைதியான தைரியத்துக்கும் நான் எப்போதும் கடன்பட்டிருக்கிறேன்.

அத்தியாயம் 7

எனது அண்ணனான லதிதான் அவரது அனைத்து உடன்பிறப்புக்களுக்கும் பொறுப்பாக இருந்து வழிநடத்த வேண்டியிருந்தது. அவரது அதிகாரம் செலுத்தும் போக்கை நான் பெரும்பாலும் எதிர்த்து வந்தேன் எனினும் மூத்த மகனாக இருப்பது எவ்வளவு பெரிய சுமை என்பதையும் உணர்ந்திருந்தேன். தந்தைமாருக்கும், மூத்த மகன்களுக்குமிடையே வாடிக்கையாக நடப்பது போல, எதிர்காலத்தில் ஒரு நாள் நகைக் கடையை லதியிடம் ஒப்படைக்க வேண்டுமே என்ற விதத்தில் அப்பா நடந்து கொண்டதாக எனக்கு நினைவில்லை. எனினும் நிச்சயமாக அதுதான் அவரது நம்பிக்கையும், எதிர்பார்ப்புமாக இருந்திருக்க வேண்டும். எவ்வாறாயினும் உள்நாட்டுப் போர் தொடங்கிய போது, என்னைப் போலவே லதியும் பாடசாலை விடுதியில் தங்கிப் படித்துக் கொண்டிருந்தார். அப்பாவின் நிலைமையும் மோசமான நிலைக்குப் போய்க் கொண்டிருந்தது. ஆகவே எதிர்காலம் பற்றி யாருக்குத் தெரியும்?

லதி அப்பாவின் கடையில் வேலை செய்வதில் உண்மையில் அக்கறை காட்டவேயில்லை. வேலைக்குப் போகாமல் இருப்பதிலேயே ஆர்வமாக இருந்தார். எவ்வாறாயினும் குடும்பம் என்று வரும்போது

பொறுப்போடு நடந்து கொள்வார் லதி என அப்பா எதிர்பார்த்தார் என்பதை நானறிவேன்.

நான் அபூர்வமாகத்தான் எனது அண்ணனுடன் கதைத்தேன். நான் அண்ணனுடன் அதிகம் நெருக்கமாக இருக்கிறேன், அவரது சொல்பேச்சைக் கேட்காதிருக்கிறேன், எதிர்த்துக் கதைக்கிறேன் அல்லது வாக்குவாதம் செய்கிறேன் என்றெல்லாம் எப்போது அம்மாவுக்குத் தோன்றுமோ அப்போதெல்லாம் அவள் என்னைத் திட்டுவாள். 'அண்ணாவை மதித்து நட!'

சில நேரங்களில் லதியின் பொருட்களை எடுத்ததற்காக அடிவாங்கியிருக்கிறேன். காரணம் அவர்தான் மூத்த மகன். அப்பாவினதும், அம்மாவினதும், சித்தப்பாக்களினதும், அத்தைகளினதும், தாத்தா பாட்டிகளினதும் என அனைவரதும் கவனத்தைக் கவர்ந்தவர் அவர்தான். அவரது பத்தாவது பிறந்த நாளன்று அப்பா அவருக்கொரு சைக்கிளை வாங்கிக் கொடுத்தார். அப்போது எனக்கு எட்டு வயது. எனக்கு சைக்கிளோடக் கற்றுக் கொள்ள வேண்டுமென்ற ஆசையிருந்ததால் அவனிடம் சைக்கிளை இரவல் தரும்படி கெஞ்சிக் கொண்டிருப்பேன்.

'முதலில் நீ அதை நல்லாச் சுத்தம் செய்து காட்டு' என்று கூறுவார்.

இரண்டு மணித்தியாலங்கள் செலவழித்து அவரது சைக்கிளை, அதன் சக்கரங்களை, கம்பிகளை, வளையங்களை என அனைத்தையும் நன்றாகச் சுத்தம் செய்வேன். பிறகு தேங்காயெண்ணெய் பூசி அனைத்தையும் நன்கு பளபளப்பாகத் துடைப்பேன். நன்றாக சுத்தம் செய்யப்பட்டிருப்பது உறுதியானதும் அவர் சைக்கிளை இரவல் தருவார். மற்றுமொரு ஒப்பந்தம் என்னவென்றால் சைக்கிளைத் திரும்ப ஒப்படைக்கும்போதும் நன்றாகச் சுத்தம் செய்து துடைத்து பளபளப்பாக்கிக் கொடுக்க வேண்டும்.

அண்ணனை மதித்து நடப்பது எப்படியெனத் தெரியாதளவுக்கு சிறு வயதில் நானிருந்தேன். அந்தப் பருவத்தில் கேளிக்கையும், விளையாட்டுமே எனது தேவையாக இருந்தது. நான் எனது தம்பி கண்ணாவுடன் நல்ல நெருக்கமாக இருந்தேன். லதியுடன் விளையாட முடியாததை எல்லாம் நாமிருவரும் இணைந்து விளையாடி மகிழ்ந்தோம்.

அப்பாவுக்கும், அம்மாவுக்கும் திருமணம் நிகழ்ந்த வருடமே எமது வீடு கட்டும் பணிகள் ஆரம்பிக்கப்பட்டிருந்த போதிலும், மூன்று வருடங்கள் கழித்து நான் பிறந்த பிறகுதான் வீட்டுப் பணிகள் பூர்த்தியடைந்து குடியேறியிருந்தார்கள்.

பிற்பாடு சித்தி எம்முடன் வசிக்க ஆரம்பித்த பிறகு, அப்பா மீண்டும் சில பாகங்களை புதிதாக நீட்டித்துக் கட்டியதால், எங்கள் வீடு இரண்டு விறாந்தைகளையும், ஐந்து அறைகளையும், இரண்டு சமையலறைகளையும் கொண்டிருந்தது. சுற்றி வர ஏழு அடிகள் உயரத்தில் உறுதியான கொங்க்றீட் மதில் சுவரையும், அதில் இரும்பினாலான பிரதான நுழைவாயிலையும் வீடு கொண்டிருந்தது. வீட்டை இரவும், பகலும் காவல்காக்கவென டோனி எனும் பெயரில் ஒரு ஜெர்மன் ஷெப்பர்ட் நாயையும் வளர்த்து வந்தோம். அப்பா அதனை வீட்டுக்கு எடுத்து வரும்போது அதற்கு வயது இரண்டு வாரங்கள்தான் ஆகியிருந்திருக்கும். அப்பா அதற்கு டோனி எனப் பெயரிட்டது அவருக்கு ஹாலிவுட் திரைப்படங்கள் மீதிருந்த மோகத்தினாலாக இருக்கும். அப்பா ஒரு தச்சரை வீட்டுக்கு வரவழைத்து அதற்கென்றொரு கூடு அமைத்துக் கொடுத்தார். டோனியின் பாத்திரத்தில் எப்போதும் நல்ல பாலையூற்றி வைக்குமாறு பார்த்துக் கொண்டார். வாரத்துக்கு இரண்டு தடவைகள் கண்ணாவும், நானும் இறைச்சிக் கடைக்குப் போய் இறைச்சி வாங்கி வந்ததும், அதற்கு சமைத்துக் கொடுக்கப்பட்டது. அது உணவுண்டு மகிழ்ந்து எம்முடன் விளையாடிக் கொண்டிருக்கும்.

பல வருடங்களிற்குப் பிறகு, படையினர் எமது கிராமத்தைத் தாக்கியபோது டோனி அரிதாகவே குரைத்தது. அப்போது அதற்கு மிகவும் வயதாகியிருந்தது. போர் மூண்டதற்குப் பிறகு கஷ்ட காலம் தொடங்கியதோடு நாமே சரியான உணவின்றிச் சிரமப்பட்டோம் என்பதால் அதற்கு ஒழுங்காக உணவளிக்க முடியாமல் போயிற்று. ஒரு நாள் அது செத்த காகமொன்றைச் சாப்பிட்டு, உடல் நலம் கெட்டுச் செத்துப் போய்விட்டது. டோனியின் மரணத்தினால் கண்ணா வெகுவாக மனமுடைந்து போய் பல மாதங்களாகக் கவலைப்பட்டுக் கொண்டிருந்தான் என அம்மா சொல்லிருந்தாள்.

உள்நாட்டுப் போர் வெடிப்பதற்கு முன்பு, எனது அப்பா வெற்றிகரமான வர்த்தகராக இருந்த சந்தர்ப்பத்தில், அவரது சாரதியான ஹன்னி வாரத்துக்கு ஆறு நாட்கள் எங்கள் காரைக் கழுவித் துடைத்துப் பளபளப்பாக்குவார். ஹன்னி எளிதில் நட்பாகக் கூடியவராக இருந்ததோடு, நான் அடிக்கடி நகரத்துக்கு சைக்கிளில் சென்று வந்த போதும், எமக்குத் தேவைப்படும்போதெல்லாம் எம்மைக் காரில் நகரத்துக்கு அழைத்துச் சென்று வருவார். நான் எப்போதும் ஹன்னியைத் தவிர்க்க முயற்சி செய்தேன். காரணம், அப்பாவின் அந்தஸ்துக்குப் பொருத்தமில்லாத விதத்தில் நான் அவரது ஊழியர்களுடன் அமர்ந்து உணவருந்தினேன் போன்ற ஏதாவதொரு தவறை நான் செய்தால் அவர் உடனடியாக அப்பாவிடம் எத்தி வைப்பார். அந்தத் தவறுக்கு பிராய்ச்சித்தமாக, வழமைபோல நான் அப்பாவின் இடுப்புப் பட்டியால் அடி வாங்க வேண்டியிருக்கும்.

ஹன்னியைத் தவிரவும் மேலும் ஒரு சேவகரை வீட்டில் பணிக்கமர்த்துமளவுக்கு எனது அப்பா வசதியானவராக இருந்தார். அமைதியாகவும், கூச்ச சுபாவத்தைக் கொண்டிருந்தவருமான அவர், ஹன்னியை விடவும் வயதானவர். நாங்கள் அவரை அப்பா என அழைத்து வந்தோம். அவர் மலையக தேயிலைத் தோட்டப்

பகுதியிலிருந்து வந்தவர். அவரது மனைவியும், பிள்ளையும் மலையகத்தில் வசித்து வந்தார்கள் எனினும் நாம் ஒருபோதும் அவர்களைச் சந்தித்ததில்லை. வருடத்திற்கு இரண்டு தடவைகள் அவர் அவரது குடும்பத்தைப் பார்த்து வரப் போவார். அப்பா அவருக்கு நல்ல ஊதியமளித்தார்.

இருவருக்கும் ஞாயிற்றுக் கிழமைகள் விடுமுறை நாட்கள். அந் நாட்களில் எமது அப்பா எங்களை காரைநகரிலிருந்த கசூரினா கடற்கரைக்கு சுற்றுப் பயணம் அழைத்துச் செல்வார். வழமையாக அங்கு கடும் புழுக்கமாக இருக்குமென்பதால், எம்மைக் குளிர்வித்துக் கொள்ள கடல் தண்ணீரில் உடலை நனைத்துக் கொள்வோம். ஏனைய சிறுவர்களைப் போல நாங்கள் கடலில் நீச்சலடிக்கவில்லை. கடலில் நீச்சலடிப்பது எமது அந்தஸ்துக்குத் தகுதியற்றது என அப்பா கருதினார். கடற்கரையில் விளையாடுவதையும் காற்றாடிகளைப் பறக்க விடுவதையும் நாங்கள் விரும்பினோம். அந்த ஞாயிறு சுற்றுப் பயணங்களின் போது நாங்கள் மீன்களையும், நண்டுகளையும், இறால்களையும் அதிகமதிகம் சாப்பிட்டோம் எனினும் அவற்றுள் மிகவும் சிறந்ததாக எனக்கு இப்போதும் நினைவிருப்பது ஆட்டுக் கறியும், சோறும்தான். புதிதாக அரைக்கப்பட்ட காரமான இலங்கை மசாலாக்களைச் சேர்த்து சமைக்கப்பட்டிருக்கும் அந்த ஆட்டுக் கறியானது, நல்ல நிறத்தில் கெட்டியான குழம்புடனிருக்கும். எனது அம்மா அதை சமைக்கும் போது பல மைல்களுக்கு அதன் வாசனையை என்னால் உணர முடியும்.

எமது வீட்டு வேலைக்காரர் செடிகளைப் பராமரிப்பது, விறகு வெட்டுவது, முற்றத்தைக் கூட்டிப் பெருக்குவது போன்ற அநேகமான வீட்டு வேலைகளைச் செய்தார். சமைப்பதையும், பாத்திரங்களைக் கழுவுவதையும் தவிர அனைத்தையும் செய்தார். எனது அம்மா நன்றாகச் சமைப்பாள். பெரும்பாலும் அவளே சந்தைக்குப் போய் புதிய

கடலுணவுகளையும் காய்கறிகளையும் வாங்கி வருவாள். எனது அம்மாவோ, சித்தியோ சமைத்திருந்தால் மாத்திரமே அப்பா வீட்டில் உணவருந்துவார். எனது அம்மா அவரருகிலேயே நின்று கொண்டு அவருக்கு உணவு பரிமாறுவார். அவர் உணவருந்திய பிறகு அவள் பிள்ளைகளான எமக்கு உணவைப் பரிமாறுவாள். பிறகுதான் அவள் தனியாகச் சாப்பிடுவாள். சில நேரங்களில் கண்ணாவும் நானும் எமது வேலைக்காரருடன் சாப்பிடுவோம். நாங்கள் அவரையும் எமது குடும்பத்தில் ஒருவராகவே நடத்தினோம்.

கிராமத்தில் அனைவரும் எமது தந்தைக்கிருந்த செல்வாக்கைக் கருதி எம்மை வித்தியாசமாகவே நடத்தினார்கள். நாங்கள் கோயிலுக்குப் போகும்போது அங்கு வரிசையில் நின்று கொண்டிருப்பவர்கள் எம்மை முன்னால் அனுப்பி விட்டு சற்று இடைவெளி விட்டு எமக்குப் பின்னால் நின்று கொண்டிருப்பார்கள். நான் பேரூந்திலோ புகையிரதத்திலோ பயணிக்கும்போது மக்கள், அவர்கள் முதியவர்களாக இருந்தாலும் கூட அவர்களது இருக்கைகளை எனக்கு விட்டுக் கொடுப்பார்கள்.

அவற்றை இப்போது நினைத்துப் பார்க்கும்போது வெட்கமாக உணர்கிறேன். எனினும் அச் சிறுபராயத்தில், என்ன நடந்து கொண்டிருக்கிறதென்று புரிந்து கொள்ளவோ, அதைப் பற்றிக் கேள்வி கேட்கவோ எனக்கு பக்குவம் வந்திருக்கவில்லை.

அப்பாவைப் போலவே எனக்கு வியாபாரத்திலும், மனக் கணக்குகளிலும் திறமை இருந்தது. எனக்குப் பத்து வயதாகும்போது, எனது வங்கிக் கணக்கில் முந்நூறு ரூபாய்களை (கிட்டத்தட்ட பதினொரு அமெரிக்க டொலர்களை) என்னால் சேமிக்க முடிந்தது. அக் காலத்தில் எமது குடும்பத்தைப் போன்ற ஒரு குடும்பத்துக்கு ஒரு கிழமைக்கு உணவளிக்கப் போதுமான அளவுக்கு அது ஒரு பெரிய தொகையாக இருந்தது.

வழமையாக நான் பல வகையான பொருட்களை நகரத்திலிருந்து குறைந்த விலைக்கு வாங்கி வந்து அலுமாரியில் பூட்டி வைத்திருப்பேன். வீட்டில் காலடியிலேயே நிறையக் குழந்தைகள் இருந்ததாலும், எனது தாய் எப்போதும் பரபரப்பாக இருந்ததாலும் அவளுக்குத் தேவையான எனது 'சில்லறைப் பொருட்களை' நான் வாங்கியதை விடவும் இரு மடங்கு விலைக்கு விற்பேன். இது எமக்கிடையேயிருந்த சிறிய இரகசியம்.

நான் ஒரு அரும்பும் விவசாயியாகவும் இருந்தேன். எங்கள் வீட்டுக் கொல்லைப் புறத்தில் மிளகாய், மரவள்ளி, கத்தரி, பயற்றங்காய், பாகற்காய் போன்றவற்றை நட ஒரு விசாலமான இடத்தைத் துப்புரவு செய்தேன். எனது தம்பி கண்ணா என்னை விடவும் பருமன் கொண்டவனாகவும், பலசாலியாகவும் இருந்தான். அவன் வெளிவேளைகளைச் செய்ய ஆர்வம் காட்டியதால் எனது வியாபாரத்தில் அவனையும் கூட்டுச் சேர்த்துக் கொள்ள சம்மதிக்க வைக்க என்னால் முடிந்தது. அவன் பூரித்துப் போனான். அதாவது அவன் துப்புரவு செய்தல், தோண்டுதல், உரமிடுதல், தண்ணீர் ஊற்றுதல், களையெடுத்தல் போன்ற வேலைகளைச் செய்வான். நான் நிர்வாகத்தில் கவனம் செலுத்துவேன்.

ஆரம்பத்தில் அந்தத் திட்டம் நன்றாகவே வேலை செய்தது. காய்கறிகள் செழிப்பாக விளைந்தன. அவற்றை அறுவடை செய்து விற்று நல்ல இலாபம் பார்க்கலாம் என்று கனவு கண்டு கொண்டிருந்தேன். அந்தக் காய்கறித் தோட்டமானது முழுமையாக தனது நலனுக்காகவும், வசதிக்காகவும் நடப்பட்டிருப்பதாக அம்மா கருதியிருந்தமை எனது வியாபாரத் திட்டத்தில் விடுபட்டுப் போயிருந்தது. அச் சிறுபராயத்தில் ஒரு வியாபாரத்தை நடத்திச் செல்வதற்கு நிறைய நேரமும், சக்தியும் தேவைப்பட்டது. அத்தோடு குடும்பத்துக்கு உணவளிப்பது ஒரு அப்பாவிற்கு மாத்திரமேயான

கடமை என்றே கருதியிருந்தேன். எனவே இரவுணவிற்காக அம்மா காய்கறிகளைப் பறிப்பதைக் கண்டபோது, எவ்வாறாயினும் எனக்கு அதைத் தடுக்க வழியில்லை என்பது புரிந்தது.

எனது ஏனைய பணம் சம்பாதிக்கும் திட்டங்களும் கூட குறைந்தளவிலேயே சாத்தியமடைந்தன. ஒரு கோடை காலத்தில், நான் விடிகாலை நான்கு மணிக்கே சிரமப்பட்டு எழுந்து ஒரு வாழைக்குலை வெட்டப் போனேன். கிட்டத்தட்ட இருநூறு காய்களுடன் அடுக்கடுக்கான சீப்புக்களுடனிருந்த வாழைக்குலையை நான் கண்டேன். எனினும் அக் குலையை வெட்டுவதற்காக மரத்தில் ஏறுவதை விடவும் மரத்தையே வெட்டிச் சாய்த்து குலையை வெட்டியெடுப்பதுதான் இலகுவான வழியென்று கண்டறிந்தேன். அது மிகவும் கஷ்டமான காரியம்தான் எனினும், மரம் சாய்ந்ததும் குலையை வெட்டியெடுத்து லதியின் சைக்கிளின் பின்புறத்தில் வைத்து எடுத்துக் கொண்டு நகரத்துக்குப் போனேன். பழச் சந்தையிலிருந்த ஒரு வியாபாரியிடம் அதை விற்று விட்டு வீட்டில் எவரும் எழும்பும் முன்பு சைக்கிளிலேயே வீட்டுக்கும் வந்து விட்டேன். எதுவுமே நடக்காத மாதிரி காட்டிக் கொண்டு வழமை போல பாடசாலைக்கும் போனேன்.

அன்று அந்தி வேளை, அப்பா அவரது இடுப்புப் பட்டியுடன் என் முன்னால் வந்து நின்றார். அவர் என்னை அடிக்கப் போகிறார் என்பது விளங்கியதும் நான் ஓடத் தலைப்பட்டேன். ஒரு கணம் திகைத்துப் போன அவர் பட்டியைச் சுழற்றியதும் அதன் கொக்கி எனது வலது கணுக்காலில் பட்டது. நான் வலியில் கதறியவாறு காலைப் பிடித்துக் கொண்டு விழுந்தேன். இரத்தம் பெருக்கெடுத்து தரையை நனைத்துக் கொண்டிருந்தது.

எனது காலிலிருந்த காயத்தைக் கண்ட அப்பா வெளிறி வாயடைத்துப் போயிருந்தார். அம்மா அறைக்குள் ஓடிப் போய்

துணியெடுத்து வந்து எனது காலில் வைத்து அழுத்தி காயத்தை மூடினாள். சாரதி எங்களிருவரையும் வைத்தியசாலைக்குக் கூட்டுக் கொண்டு போனார். அப்பா வரவில்லை. ஒரு வைத்தியர் எனது காயத்துக்குத் தையலிட்டு வீட்டுக்கு அனுப்பி வைத்தார். நாங்கள் வரும்போது அப்பா வீட்டிலிருக்கவில்லை.

நான் சந்தையில் வாழைப்பழம் விற்பதை யாரோ கண்டு அப்பாவிடம் எத்தி வைத்திருப்பதாக அம்மா அன்றைய இரவு கூறினாள். ஊரில் வியாபாரத்தில் அவ்வளவு பிரபல்யம் பெற்றிருப்பவரும், செல்வாக்கு மிக்கவருமான நபரின் மகன் சந்தையில் பழம் விற்பதாகக் கேள்விப்பட்டதால் அவர் கோபமடைந்திருந்தார். நாங்கள் எங்கள் கௌரவத்தை இழந்து விட்டோம் என அவர் கோபப்பட்டார்.

அதற்குப் பிறகு வந்த சில நாட்கள் அவர் என்னைத் தவிர்த்து வந்தார். அவர் என்னைத் தண்டித்தது குறித்தோ அந்தச் சம்பவத்தைக் குறித்தோ அதற்குப் பிறகு ஒருபோதும் என்னுடன் கதைக்கவில்லை.

நானும் ஆரம்பத்தில் அவர் மீது கோபத்துடனிருந்தேன். அவரை எரிச்சலூட்டுவதற்காகவே மிகையாக நொண்டி நடந்தவாறு முனகிக் கொண்டிருந்தேன்.

நானும் எனது தம்பி கண்ணாவும் எமது மச்சான்முறையான பிள்ளைகளுடன் அடிக்கடி விளையாடினோம். நாங்கள் கடற்கரைக்குப் போனோம், புதர்களிடையே ஒளிந்து விளையாடினோம், காற்றாடிகளைப் பறக்க விட்டோம், மரங்களில் ஏறினோம், பசுக்களைத் துரத்தி விளையாடினோம், கவண்களைக் கொண்டு அணில்களுக்குக் கல்லெறிந்தோம். மாலை நேரங்களில் கண்ணாவும், நானும் சைக்கிளிலேறி நகரத்திலிருந்த கடை வீதிகளுக்குச் சென்று எமது மச்சானான சூட்டியுடன் சுற்றிக் கொண்டிருப்போம். சில சமயங்களில் சூட்டியுடன் சேர்ந்து கொண்டு உள்ளூர் திரையரங்குகளுக்குப் போய்

திரைப்படங்களைப் பார்த்து விட்டு, தெருவோரக் கடைகளில் கொத்து ரொட்டி, வடை, சுண்டல் போன்ற பதார்த்தங்களை சுவை பார்ப்போம்.

தெரு வியாபாரிகள் கொத்து ரொட்டி எனப்படும் சிறு சிறு துண்டுகளாக்கப்பட்ட ரொட்டிக்குக் கூட்டாக முட்டைப் பொறியலும், காரமான ஆட்டுக் கறியும் எமக்கு முன்னாலேயே தயாரித்துத் தருவார்கள். இறைச்சி வேகும் வாசனைக்கு எனது நாவூறும். வடையை வெறுமனேயோ, தேங்காய் சம்பலுடன் அல்லது சாம்பாருடன் தொட்டுக் கொண்டோ சாப்பிடுவோம். மற்றுமொரு சுவையான தீன்பண்டமான சுண்டலானது கொண்டைக் கடலை, துருவிய மாங்காய், தேங்காய்த் துண்டுகள், நறுக்கிய வெங்காயம் ஆகியவற்றைக் கலந்து தயாரிக்கப்பட்டது. இவற்றை சூட்டி திரையரங்குகளின் முன்னாலிருந்த வியாபாரிகளிடமிருந்து எமக்கு வாங்கித் தருவார்.

உள்ளூர்த் திரையரங்குகள் பெரும்பாலும் தமிழ்த் திரைப்படங்களையே திரையிட்டதால் நாங்கள் கண்டுகளித்த அநேகமான திரைப்படங்கள் இந்தியத் திரைப்படங்கள்தான். ஐரோப்பிய, அமெரிக்கத் திரைப்படங்களைப் பார்க்க நான் விரும்பினால் அப்பா எங்களை யாழ்ப்பாணத்துக்குக் கூட்டிக் கொண்டு போகும்வரை காத்திருக்க வேண்டியிருந்தது. நாங்கள் ஒவ்வொரு வெள்ளிக்கிழமையும் கோயிலுக்குப் போய் விட்டு அங்குதான் போனோம். நானும் எனது அப்பாவும் மேற்கத்தேயத் திரைப்படங்களையும் ஜேம்ஸ் பொண்ட் திரைப்படங்களையும் விரும்பினோம். The Man with the Golden Gun திரைப்படத்தை நான் வெகுவாக ரசித்தேன். என்ன நடக்கிறதென்று எனக்குப் புரியவில்லை எனினும் அது ஒரு பெரிய பிரச்சினையில்லை.

ஒவ்வொரு வருடமும் இந்துப் பண்டிகைகளை ஆவலுடன் எதிர்பார்த்துக் கொண்டிருப்பேன். சில பண்டிகைக் கொண்டாட்டங்கள்

சில நாட்களுக்கு நீடித்திருக்கும். நாங்கள் முழு இரவையும் கோயில்களில் கழிப்போம். வெளியூர்களிலிருந்து சிறப்பு விருந்தினர்கள் வருகை தந்து மேளங்களையும், நாதஸ்வரங்களையும் வாசிப்பார்கள். பல மைல்கள் தொலைவுக்கு அந்த சங்கீதம் கேட்கும்.

ஒவ்வொரு வருடமும் ஆகஸ்ட் மாதத்தில் வருடாந்த நல்லூர் கோயில் திருவிழாவானது இருபத்தைந்து நாட்கள் நீடித்திருக்கும். ஆண்களும், சிறுவர்களும் வெள்ளை வேட்டிகளையும், பெண்கள் வண்ண வண்ணச் சேலைகளையும் அணிந்திருப்பார்கள். முழு யாழ்ப்பாண நகரமும் நல்லூர் கந்தஸ்வாமி ஆலயமும் மிக அழகாக அலங்கரிக்கப்பட்டிருக்கும். இரவில் பக்தர்கள் நகரத்தின் தெருக்களில் தேரிழுப்பார்கள். மறுநாள் தமது தசைகளில் உலோகக் கொக்கிகளை மாட்டிக் கொண்டு கடவுளின் பெயரால் தோளில் காவடி சுமப்பார்கள். மேளமும் நாதஸ்வரமும் இசைக்கப்படும் போது அவர்கள் தெருவில் நடனமாடுவார்கள். இன்னும் சில நிகழ்வுகளின் போது அக் கொக்கிகள் ஒரு கம்பத்தில் மாட்டப்பட்டு அக் கம்பம் ஒரு டிராக்டர் வண்டியின் முன்பகுதியில் பொருத்தப்பட்டிருக்கும். அந்த டிராக்டர் வண்டி பக்தர்களைச் சுமந்தவாறு நகர்வலம் சென்று கோயிலுக்குத் திரும்பும். கம்பத்தின் ஒரு முனையில் ஒருவர் நின்று கொண்டு அதை பொம்மலாட்டக்காரர் போலவோ, தூண்டிலில் மீன் பிடிக்கும் மீனவன் போலவோ மேலும் கீழுமாக அசைப்பார். பக்தர் தனதிரு கைகளையும் குவித்து வணங்கியவாறு அரோகரா என மீண்டும் மீண்டும் சொல்லிக் கொண்டே வருவார். அரோகரா என்பது அர ஹரோ ஹரா என்பதன் சுருங்கிய வடிவம். அதன் அர்த்தம் 'எனது கஷ்டங்களையும் பாவங்களையும் போக்கியருள வேண்டும் இறைவா!' என்பதாகும்.

காவடியைச் சுமக்கும் பக்தர்கள் ஏதாவது தீராத வியாதியிலிருந்து குணமடைய வேண்டி, காவடி சுமப்பதாக நேர்ச்சை வைத்து, அக்

கடமையை நிறைவேற்றுபவர்கள். அம்மாவைப் பொறுத்தவரையில் ஒரு உண்மையான பக்தன் எந்த வலியையும் உணரவே மாட்டான். எனது அண்ணன் லதி ஒரு தடவை அவனது அம்மை நோய் குணமடைந்த பிறகு காவடி சுமந்திருந்தான். அவனுக்கு அப்போது எட்டு வயதாக இருந்திருக்கக் கூடும். அவனது அம்மை நோய் குணமானால் அவன் காவடி சுமப்பான் என அம்மா நேர்ச்சை வைத்திருந்தாள். இம் மாதிரியான நடவடிக்கைகள் நான் வளர்ந்து வந்த காலகட்டத்தில் சர்வசாதாரணமாக நடைபெற்றன. அவன் தனது தோள்களில் காவடியைச் சுமந்தவாறு சங்கீதத்துக்கேற்ப நடனமாட வேண்டியிருந்தது. அது வேதனையைத் தரக் கூடியதாக இருப்பினும், அம்மா வைத்த நேர்ச்சையை அவன் பூர்த்தி செய்தான் என்பதில் நம் அனைவருக்கும் மகிழ்ச்சியே மீதமிருந்தது.

பதினோரு மாதங்களாக நானும் எனது சகோதர்களும் சேமிக்கும் பணம் அனைத்தையும் அத் திருவிழாவில் செலவழிப்போம். விளையாட்டுப் பொருட்களையும், சிலைகளையும், கடவுள்களினதும் திரைப்பட நட்சத்திரங்களினதும் புகைப்படங்களையும், இனிப்புக் களையும், குளிர்பானங்களையும் வாங்குவதில் செலவிடுவோம். விளையாட்டுப் பொருட்களுக்கான கடை எமது நகரத்தில் இருக்கவில்லை. எனவே நானும் கண்ணாவும் எமக்கான விளையாட்டுப் பொருட்களை நாமே தயாரித்துக் கொள்வோம். ஒரு தகரக் குவளையின் மூடியை ஒரு குச்சியில் பொருத்தி தெருக்களில் உருட்டிச் செல்வோம். அல்லது சோடா போத்தல் மூடிகளை தண்டவாளங்களில் வைத்து விட்டு புகையிரதம் அவற்றைத் தாண்டிச் செல்லும் வரை காத்திருப்போம். மூடி தட்டையானதும் அதன் நடுவில் இரண்டு துளைகளையிட்டு, ஒரு நூலினால் முடிச்சிட்டு அதன் இரண்டு முனைகளையும் பிடித்திழுத்து பம்பரம் போல் சுழற்றுவேன்.

கண்ணா விளையாட்டுக்களில் ஆர்வம் காட்டினான். ஒரு பழைய டயருக்குள் அமர்ந்து கொள்ளும் அவனை தெரு வழியே உருட்டிச் செல்வேன். அது மிகவும் வேடிக்கையாக இருந்தது.

ஆனால் அவையனைத்தும் மாறுவதற்கு அதிக காலம் எடுக்கவில்லை.

அத்தியாயம் 8

> இந்த நாடு சிங்களவர்களுக்கே உரித்தானது. இதன் பண்பாடு, கலாசாரம் மற்றும் குடியேற்றங்களைக் கட்டியெழுப்பியது சிங்களவர்கள்தான்.
>
> - கலகொட அத்தே ஞானசார தேரோ
>
> (பௌத்த பிக்கு, 2015 மே 30 அன்று BBC ஊடகவியலாளரிடம் தெரிவித்தது)

இருபத்தாறு வருடங்கள் நீடித்த குரூரமான யுத்தம் 2009 ஆம் ஆண்டு மே மாதம் பதினெட்டாம் திகதி அதிகார பூர்வமாக முடிவுக்கு வந்தது. பெரும்பான்மை சிங்கள இனத்துக்கும், சிறுபான்மை தமிழினத்துக்குமிடையிலான போர் ஒரு இலட்சத்துக்கும் அதிகமான பொது மக்களையும், ஐம்பதாயிரத்துக்கும் அதிகமான அரச படையினரையும் கெரில்லா இயக்கத்தினரும் கொன்றழித்து முடிவுக்கு வந்திருந்தது. இறுதிப் போரின் போது நாற்பதாயிரத்துக்கும் அதிகமான பொதுமக்கள் இராணுவத்தினரால் கொல்லப்பட்டிருப்பதாக ஐக்கிய நாடுகள் சபை முடிவு செய்தது. அதன் அறிக்கையில் இரு தரப்பிலும் இனப் படுகொலைகள் நிகழ்ந்த போதிலும், தமிழ் பொதுமக்களை அது மிகவும் மோசமாகப் பாதிக்கப்பட்டவர்களாகக் காட்டியிருந்தது.

அநேகமான யுத்தங்களைப் போலவே இதிலும் மனித உரிமைகள் நிலைநாட்டப்படவில்லை. ஒரு சிவில் யுத்தத்தில் வெற்றியாளர்களையும், தோற்றுப் போனவர்களையும் வேறுபடுத்த முடியாது. எந்தத் தரப்பும் உண்மையில் வெல்லாது. போர் முடிந்தபோதிலும், அது உண்மையில் முடிந்திருக்காது. அது அனைவருக்கானதுமல்ல. யுத்தம் முடிவுற்று பல வருடங்கள் கழிந்த பிறகும் இலங்கை பாதுகாப்புப் படையினருக்கு எதிராக தாக்குதல்கள், பாலியல் வன்முறைகள், சித்திரவதைகள் போன்ற குற்றச்சாட்டுகள் தொடர்ந்தும் நீடிக்கின்றன. 2013 ஆம் ஆண்டு மனித உரிமைகள் கண்காணிப்பு வெளியிட்ட அறிக்கையின் பிரகாரம் 'துஷ்பிரயோகம் பரவலாகவும் திட்டமிட்டும் நடைமுறையிலிருப்பதற்கான ஆதாரங்கள்' இருக்கின்றன.

நான் வளர்ந்த காலத்தில் பெரும்பான்மையான சிங்களவர்கள் தமிழர்களை கடுமையாக எதிர்த்தார்கள். அவர்களை தகுதியற்றவர்களாக நிராகரித்தார்கள். இலங்கை நாட்டிலுள்ளவற்றை அபகரித்துக் கொண்டு நாட்டுக்கு எதையும் வழங்காத புதுமுகங்களாக சிங்களவர்கள் தமிழர்களை கருதினார்கள். இன்று அப்போது போல நிலைமை அவ்வளவு மோசமாக இல்லாத போதும், சமாதானமானது எளிதில் நொறுங்கக் கூடியதாகவே இருக்கிறது. யுத்தம் முடிந்து, வடக்கின் நிலைமை முன்னேற்றம் கண்டு வருகிறது எனினும் அந்த மனத் திடுக்கம் இன்னும் மாறவில்லை. இலங்கையில் சிங்களவர்கள் பெரும்பான்மையானவர்கள். பல தடவைகள் கூறியது போல, வரலாறு எப்போதும் வெற்றியாளர்களாலேயே எழுதப்படுகிறது.

தமிழர்கள் எப்போதும் தமது மத நம்பிக்கைகளையும், பண்பாடுகளையும் பேணி வருகிறார்கள். உள்நாட்டுப் போரின் போது இலங்கையின் மொத்த சனத் தொகையில் தென்னிந்திய வம்சாவளியும் சேர்ந்து இந்து இனத் தமிழர்கள் இருபது சதவீதமானவர்களாகவும்,

பௌத்த இனத்தவர்கள் எழுபத்தைந்து சதவீதமானவர்களாகவும் இருந்தார்கள். மீதி ஐந்து சதவீதம் முஸ்லிம் மற்றும் கிறிஸ்துவ மக்கள்.

உண்மை என்னவென்றால் தமிழர்கள் இலங்கையில் நூற்றாண்டுகளாக வாழ்ந்து வருகிறார்கள். ஆனாலும் என்ன? மக்கள் எவ்வளவு காலமாக வாழ்கிறார்கள் என்பது என்ன மாற்றத்தைத் தரப் போகிறது? அல்லது இந்து, பௌத்தர் என்பது? மனிதர்களாக நாங்கள் யார் என்பதுதான் முக்கியமானது, இல்லையா?

நான் தமிழர்களிடையே பிறந்து வளர்ந்தவன். நான் அறிந்த தமிழர்கள் அனைவரும், ஏன் நானும் கூட இப்போதும் எனது தமிழ் பாரம்பரியம் குறித்து பெருமைப்படுகிறோம். உள்நாட்டுப் போருக்கு முன்பு தமிழனாக இருப்பது ஒரு பிரச்சினையாக இருக்கவில்லை. அதைப் பற்றி சிந்தித்தது கூட இல்லை. அரசியல் குறித்து வீட்டில் எவரும் கலந்துரையாடியதேயில்லை. சமூகத்தில் செல்வாக்கு மிக்கவராகவும் மரியாதைக்குரிய தொழிலதிபராகவும் திகழ்ந்த எனது அப்பா அவரது அந்தஸ்தைத் தக்க வைத்துக் கொள்வதிலும், வியாபாரத்தில் இலாபமீட்டுவதிலுமே கவனம் செலுத்தி வந்தாரேயொழிய தமிழரின் இன அடையாளம் மற்றும் தமிழர் விடுதலை குறித்த விடயங்களில் குறைவாகவே கவனம் செலுத்தி வந்தார். அவரது மேல்மட்ட வர்த்தக நண்பர்கள் சிங்களவர்கள் என்பதாலும், அவர்களுடனேயே வியாபாரம் நடத்தியதாலும் அவர் எதிரிகளை உருவாக்கிக் கொள்வதில் அர்த்தமிருக்கவுமில்லை.

உண்மையைக் கூறுவதானால், சிறுவனாக இருந்த போது எனது குடும்பத்தின் வசதியையும், அந்தஸ்தையும் கொண்டு வித்தியாசமாக நடத்தப்படுவதை அறிந்திருந்தேனேயொழிய நான் தமிழன் என்பதை அறிந்திருக்கவில்லை. எனது தந்தை கடலில் ஏனைய சிறார்களுடன் எம்மை நீந்த விடாதது எனக்குப் புதுமையாக இருந்தது. மீனவர்களுடனோ, ஏனைய தொழிலாளிகளுடனோ நீந்துவதை அவர்

விரும்பவில்லை. அவரைப் பொறுத்தவரையில் நீச்சல் அவர்களுக் குரியது. துரதிர்ஷ்டவசமாக அக் கால கட்டத்தில் சாதிப் பாகுபாடு இலங்கையில் பரவலாக இருந்தது. ஒருவர் அந்தக் கட்டமைப்பில் பிறந்து வளரும்போது இதுதான் எல்லா இடத்திலும் நடை முறையிலிருக்கும், வாழ்க்கை என்றால் இப்படித்தான் இருக்கும் என எளிதாகக் கருத வாய்ப்பிருக்கிறது.

நான் வளர்ந்த விதம் காரணமாக பல விடயங்களில் நான் அப்பாவியாக இருந்தேன். அரசியல் தொடர்பான விவகாரங்களை அம்மா, அப்பாவுடன் கலந்துரையாடுவதென்பது மிகவும் அபூர்வமாகவே நிகழும். ஒரு மனைவியானவள் ஒருபோதும் கணவனுடன் வாதம் செய்யவோ, அவளிடம் கேட்கப்படாதவிடத்து கருத்துக்களைக் கூறவோ மாட்டாள். எனது அப்பா ஒருபோதும் அம்மாவிடம் கருத்துக் கேட்டிருக்க மாட்டார் என மிக உறுதியாகக் கூற முடியும். பெரும்பான்மையான சிங்களவர்களைப் பற்றி அவள் என்ன நினைத்திருப்பாள் என எனக்குத் தெரியவில்லை. அவளுக்குத் தெரிந்த சிங்களவர்கள் யாராவது இருக்கிறார்களா என்பது கூட சந்தேகம். ஒரு முழுமையான இந்து மனைவியாக, அவள் அப்பாவைப் புரிந்து கொண்டு அவரது கட்டளைகளுக்குக் கீழ்ப்படிந்து, அவருக்கும், அவளது குடும்பத்துக்கும் அவளது பாகத்தை நிறைவாக முழு ஈடுபாட்டுடன் பக்தியோடு பூர்த்தி செய்திருக்கிறாள். மேலும் அவள் புத்திசாலியாக இருந்த போதிலும், இலங்கையின் அப்போதைய நிலைமை குறித்து அவள் என்ன நினைத்திருந்தாள் என்பது எனக்கு இப்போதும் ஆச்சரியமாக இருக்கிறது. எவ்வாறாயினும், எந்த அச்சுறுத்தல்களின் போதும் அவள் தனது பிள்ளைகளுக்கு அடைக்கலம் கொடுத்து பத்திரமாகப் பாதுகாத்தாள்.

தவிர்க்க முடியாமல், நாட்டைப் பிளவுபடுத்திக் கொண்டிருந்த இனப் பாகுபாடுகள் குறித்த எந்தவொரு நேரடி அனுபவங்களும்

இல்லாமல், அவற்றை அறியக்கிடைக்காமல் அடிப்படையில் நான் ஒரு கூட்டுக்குள் வளர்ந்திருந்தேன். எனது பன்னிரண்டு வயதில் நான் யாழ்ப்பாணத்தில் ஒரு பாடசாலை விடுதியில் தங்கிப் படிக்கச் சென்ற பிறகுதான் சிங்களவர்கள், தமிழர்களைத் தாக்கிய கதைகளைக் கேள்விப்படத் தொடங்கினேன். உண்மையில் நாடானது, போருக்கு நெருக்கமாக மாறிக் கொண்டிருந்த போது இலங்கையின் தலைநகரமான கொழும்பு போன்ற பிரதேசங்களில் வசித்த தமிழ்க் குடும்பங்கள் தமது பிள்ளைகளை தமிழ்ப் பாடசாலைகளில் சேர்க்க வேண்டி யாழ்ப்பாணத்துக்கு இடம்பெயர்ந்திருந்தார்கள். எனது வகுப்பிலிருந்த அந் நகரத்துப் பிள்ளைகள் தமிழர்கள் சிங்களக் காடையர்களால் தாக்கப்பட்ட கதைகளையோ, குடும்பத்தவர்கள் படையினரால் இரவு வேளைகளில் கைது செய்யப்பட்டுக் கொண்டு செல்லப்பட்ட கதைகளையோ கூறுவார்கள்.

இருப்பினும், விடுதியில் தங்கிப் படிக்கச் செல்லும் முன்பு நானோ எனது நண்பர்களோ இவற்றைக் குறித்துக் கதைத்துக் கொண்டதே இல்லை. எனது தனியாகத் தங்கிப் படித்த காலம் 1981 வரைதான் நீடித்தது. புகழ்பெற்ற யாழ்ப்பாண வாசிகசாலையை சிங்களக் காடையர்கள் எரித்துத் தரைமட்டமாக்கிய வன்முறைச் சம்பவம் அப்போதுதான் நடைபெற்றிருந்தது. கலாசாரப் படுகொலையுடனான எனது முதல் அனுபவம் அதுதான்.

இலங்கையில் தமிழர்கள் தமக்கு ஆழமான வேர்கள் இருப்பதாக வலியுறுத்துகையில், தமிழர்களை எதிர்க்கும் சிங்களவர்கள், தமிழர்களுக்கென்று மதிப்பு மிக்க ஒரு வரலாறு இருப்பதை மறுத்து ஆங்கிலேயர்களின் தேயிலைத் தோட்டங்களில் வேலை செய்ய இந்தியாவிலிருந்து கூலித் தொழிலாளிகளாக வந்தவர்கள் என தமிழர்களை மட்டம் தட்டி சர்ச்சைகளைக் கிளப்புவார்கள். இந்தச் சிக்கலில் உண்மை எங்கோ அந்தரத்தில் இருப்பது குறித்துவியப் படையத் தேவையில்லை.

இலங்கைத் தமிழர்கள் செழிப்பான கலாசார மரபுகளைக் கொண்டிருப்பவர்கள் மாத்திரமன்றி கல்விமான்களாக, கல்வியறிவிலும் சிறந்து நற்பெயர் பெற்று விளங்கியவர்கள்.

இலங்கையின் வடக்கில் யாழ்ப்பாண இராச்சியம் என்று அறியப்பட்ட பிராந்தியத்தை பதினைந்தாம் நூற்றாண்டில் போர்த்துக்கேயர்கள் கைப்பற்றிய போது அவர்கள் மேற்கத்தேய பாணியிலான கல்வி முறைகளையும் அவர்களுடன் எடுத்து வந்திருந்தார்கள். பாடசாலைகளின் எண்ணிக்கை அதிகரிக்கப் பட்டதோடு, ஒல்லாந்தர்கள் போர்த்துக்கேயரிடமிருந்தும் கிறிஸ்தவ திருச்சபையினரிடமிருந்தும் யாழ்ப்பாணத்தைக் கைப்பற்றியதன் பிறகு அவை மேலும் விரிவாக்கப்பட்டன.

கிறிஸ்தவ திருச் சபையினரால் ஆரம்பித்து நடத்தப்பட்டுக் கொண்டிருந்த மிஷனரி பள்ளிகள் பிற்காலத்தில் நிறைய மாணவர்களைக் கொண்டிருந்த தமிழ்ப் பாடசாலைகளுக்கும் முன்மாதிரியாக மாறியிருந்தன. சுவாரஸ்யமாக, மிஷனரி பள்ளிகளின் பரவலான வெற்றி, வளர்ச்சி, புகழ் மற்றும் கிறிஸ்தவ மதத்தை வளர்ப்பதற்கான அவர்களின் முயற்சிகள் ஆகியவை பத்தொன்பதாம் நூற்றாண்டின் நடுப்பகுதியில், தமிழ்ப் பாடசாலைகளையும், தமிழ்க் கல்லூரிகளையும் நிறுவ முற்பட்ட தமிழர்கள் மத்தியில் ஒரு தேசியவாத பின்னடைவைத் தூண்டின. தமிழர்களான இரு தரப்பினரும் இன அடையாள உணர்வையும் ஒற்றுமையையும் உருவாக்கி அப் பிராந்தியத்தில் கல்வித் தரங்களை உயர்த்தினார்கள்.

1796 ஆம் ஆண்டில் ஒல்லாந்தர்களிடமிருந்து இலங்கையின் காலனித்துவ ஆட்சியை ஆங்கிலேயர்கள் கைப்பற்றியபோது, சிறந்த கல்வியறிவையும் நிர்வாகத் திறமையையும் கொண்டிருந்த ஆயிரக் கணக்கான பூர்வீகத் தமிழர்களை அரச ஊழியர்களாகவும், நிர்வாகிகளாகவும் பணிக்கமர்த்திக் கொண்டது. அதிக ஊதியம் தரக்

கூடியதும், செல்வாக்கு மிக்கதுமான அரச பதவிகளில் நன்கு படித்து சிறந்த கல்வியறிவைக் கொண்டிருந்த தமிழர்கள் அதிகளவில் உள்வாங்கப்பட்ட செயலானது பெரும்பான்மையான சிங்களவர் களைக் கோபமுறச் செய்தது. எப்போதாவது பெரும்பான்மையான சிங்களவர்கள் தமக்கெதிராகக் கிளர்ந் தெழுந்தால், அவர்களைத் தம்மோடு சேர்ந்து எதிர்க்க சிறுபான்மைத் தமிழர்களைத் தமக்கு ஆதரவாக வைத்துக் கொள்ளும் ஆங்கிலேயர்களின் தந்திரோபாய நடவடிக்கையாகவும் இது இருக்கலாம்.

எவ்வாறாயினும், 1948 ஆம் ஆண்டு ஆங்கிலேயர்கள் தமது ஆட்சியைக் கைவிட்டுச் சென்ற போது, அனைத்தும் தலைகீழாக மாறின. சிலோன் என்றழைப்பட்டு வந்த நாட்டின் பெயர் ஸ்ரீலங்கா என மாற்றப்பட்டது. சிறுபான்மைத் தமிழர்களுக்கும், தமக்குமிடையே ஆங்கிலேயர்கள் பாரபட்சம் காட்டியதாக ஆத்திரம் கொண்டிருந்த பெரும்பான்மை சிங்களவர்கள் வருடக்கணக்காக தமக்கிழைக்கப் பட்டதாக எண்ணியிருந்த அநீதத்துக்கு பழி வாங்க முற்பட்டார்கள்.

சில வருடங்களுக்கு முன்னர் உத்தியோகபூர்வ மொழியாக இருந்த ஆங்கில மொழியை, சிங்கள மொழிக்கு மாற்ற பாராளுமன்றத்தில் ஒரு கோரிக்கை முன்வைக்கப்பட்டது. அது செல்லுபடியாகவில்லை எனினும் அதன் மூலம் இன மோதலுக்கான மேடை அங்கு பகிரங்கப்படுத்தப்பட்டிருந்தது.

1948 ஆம் ஆண்டு சுதந்திரத்துக்குப் பின்னர் தமிழர்களுக்கும், சிங்களவர்களுக்குமிடையிலான பதற்றங்கள் வியக்கத்தக்க அளவில் அதிகரித்திருந்தன. சுதந்திரம் கிடைத்தவுடனேயே இலங்கைப் பாராளுமன்றத்தில் குடியுரிமைச் சட்டம் அமுலுக்கு வந்ததனால் இலங்கையில் குடியேறியிருந்த ஏழு இலட்சத்துக்கும் அதிகமான தமிழர்கள் இலங்கையில் தமது குடியுரிமையைப் பெற்றுக் கொள்வதில் சிரமத்தை அனுபவித்தார்கள். அதன் பெறுபேறாக மூன்று

இலட்சத்துக்கும் அதிகமான தமிழர்கள் இந்தியாவுக்குத் திரும்பிச் செல்ல நிர்ப்பந்திக்கப்பட்டார்கள்.

1956 ஆம் ஆண்டு இலங்கையின் உத்தியோகபூர்வமாக மொழியாக சிங்கள மொழி அறிவிக்கப்பட்டமை தமிழர்களை அதிருப்தியுறச் செய்தது. தமிழர்களில் அநேகமானவர்கள் சிங்கள மொழியை அறிந்திருக்காததால் தமது வேலையை ராஜினாமா செய்ய நிர்ப்பந்திக்கப்பட்டார்கள். அச் சட்டத்தின் பிரகாரம் எந்தவொரு அரச சேவைக்கோ, பதவிக்கோ தம்மை தகுதியற்றவர்களாகக் கண்டார்கள். சிங்கள மொழி மாத்திரம் எனும் இச் சட்டமானது இரு இனங்களுக்கு மிடையிலான விரிசலை மேலும் ஆழமாக்கியது. இந்த அறிவிப்பை பெரும்பான்மை அரசாங்கத்தின் அப்பட்டமான பாகுபாடெ்டன தமிழர்கள் குரல்கொடுத்தார்கள்.இந்தச் சட்டத்துக்கு பதிலளிக்கும் வகையில் தமிழ் அரசியல் தலைவர்கள் வன்முறையற்ற எதிர்ப்பைக் கோரினார்கள். எனினும் 1956 ஆம் ஆண்டு ஜூன் மாதம் கலவரம் வெடித்த போது, அதில் நூற்றுக்கணக்கான தமிழர்கள் கொல்லப் பட்டார்கள். சிங்கள அரசாங்கம் உடனடியாக தமிழர்களுடன் ஒரு சமரச உடன்படிக்கைக்கு அவசரமாக பேச்சுவார்த்தை நடத்தியது. அது இலங்கையில் தமிழர்கள் பெரும்பான்மையாக வசிக்கும் பகுதிகளில் உத்தியோக பூர்வ மொழியாக தமிழ் மொழியை மாற்றியமைக்கும் உடன்படிக்கை. எனினும் சிங்களத் தேசியவாதிகளின் தலையீட்டால் அந்த உடன்படிக்கை ரத்து செய்யப்பட்டது.

நாடெங்கிலும் சமூகங்களிடையே பதற்றங்கள் பரவலாக நிலவின. வடக்கு, கிழக்கில் இடம்பெற்ற கலவரங்களில் குறைந்தது ஆயிரம் தமிழர்கள் கொல்லப்பட்டிருந்தார்கள். உள்ளூர் மேயர் ஒருவரின் கொலைக்கு தமிழர்களைக் குற்றம் சாட்டியதன் மூலம் சிங்களவர்களிடையே கோபத்தையும் அதிருப்தியையும் அப்போதைய பிரதமர் தூண்டினார். ஒரு ஆசிரியை படுகாயத்துக்குள்ளான தாக்குதல் சம்பவமொன்றுக்கு தமிழர்கள்தான்

காரணமென வதந்திகள் பரவின. பழிவாங்க ஒன்று கூடிய சிங்களக் காடையர்கள் குழு தமிழர்களை எங்கு எப்போது கண்டாலும் தாக்கினார்கள். தமிழர்களுக்கு அடைக்கலம் கொடுத்த சிங்களவர்கள் கூட வேட்டையாடப்பட்டு அச்சுறுத்தப்பட்டு தாக்கப்பட்டார்கள் அல்லது கொல்லப்பட்டார்கள். தமிழர்களது உடைமைகளும் சொத்துக்களும் சிங்களக் காடையர்களால் சூறையாடப்பட்டு எரிக்கப்பட்டன. இந்த அட்டூழியச் செயல்கள் கொழும்பில் வாழ்ந்து வந்த பன்னிரண்டாயிரம் தமிழர்களை வீடற்றவர்களாக்கின.

சிங்களக் காடையர் குழுக்கள் தமிழ்க் குடிமக்களைத் தாக்கிக் கொண்டிருந்த போது, அரசாங்கம் செயல்பட மறுத்து விட்டது. கலவரம் தொடங்கிய ஐந்து நாட்களுக்குப் பிறகுதான் அரசாங்கம் அவசர காலச் சட்டத்தை அறிவித்தது.

1958 ஆம் ஆண்டு உத்தியோக பூர்வ மொழியாக தமிழ் மொழியும் உள்வாங்கப்படும் சட்டம் ஏற்றுக் கொள்ளப்பட்ட போதிலும் அது நடைமுறைக்கு வர காலமெடுத்தது. யாழ்ப்பாணத்தைத் தவிர ஏனைய இடங்களிலிருந்த இராணுவத்தை அரசாங்கம் திரும்பப் பெற்றுக் கொண்டது. அதன் விளைவாக யாழ்ப்பாணத் தமிழர்கள் நிரந்தர முற்றுகை நிலையில் சிக்குண்டிருந்தார்கள்.

ஆனால் நான் வளர்ந்து வரும்போது எனக்கு இவற்றைப் பற்றி எதுவுமே தெரியாது. உள்நாட்டுப் போர் ஏன் வெடித்ததென அறிந்திருந்தாலும் கூட அது எவ்வித வித்தியாசத்தையும் என்னில் ஏற்படுத்தியிருக்காது. ஒருவர் உங்களை நோக்கி துப்பாக்கியால் குறிபார்த்துக் கொண்டிருக்கும்போது ஏன் என்பதில் அர்த்தமிருக்கிறதா?

அத்தியாயம் 9

ஒன்றைத் தொடங்குவதற்கு நீங்கள் சிறந்தவராக இருக்க வேண்டிய அவசியமில்லை எனினும், நீங்கள் சிறந்தவராக ஆக, ஒன்றைத் தொடங்க வேண்டும்.

- ஜோ ஸபா

எனக்கு பன்னிரண்டு வயதாக இருக்கும்போது எனது பெற்றோர் என்னை யாழ்ப்பாணத்திலிருந்த விடுதி வசதியுடன் கூடிய புனித ஜோன் கல்லூரிக்கு படிக்க அனுப்பி வைத்தார்கள். பிரித்தானிய பாடத்திட்டங்களையும், தரத்தையும், கொள்கைகளையும் அக் கல்லூரி பின்பற்றியது. அங்கு நாங்கள் கடிகார முறைப்படி வாழ்ந்தோம். கசங்கிய படுக்கையோ, வகுப்புக்களுக்கு அல்லது உணவறைக்கு தாமதமாக வருகை தருவதோ தண்டனைகளைப் பெற்றுத் தரும். பாடசாலை நேரம் முடிந்தும் தடுத்து வைத்தல், வீட்டுக்குப் போய் வரும் சலுகைகளை இழத்தல், கன்னத்தில் அறை வாங்குதல், அல்லது கொய்யா மரத் தடிகளால் அடி வாங்குதல் ஆகியவையே தண்டனைகள். விதிமுறைகளை அதிகமாக மீறினால் அதிபரை சந்திக்க வேண்டி வரும். அது நல்லதல்ல. அவரிடம் ஒரு தொகை

பிரம்புகளிருந்தன. அவற்றை எம் மீது பிரயோகித்துப் பார்ப்பது அவருக்குப் பிடித்தமானது. எனவே எம்மில் அநேகமானவர்கள் விதிமுறைகளை ஒழுங்காகக் கடைப்பிடித்தோம்.

எனது முதல் நாளன்று எனது அப்பாவும், அம்மாவும் என்னை பாடசாலையில் சேர்க்க வந்திருந்தார்கள். எமது பளபளப்பான வெள்ளை நிற பியோஜியட் 404 கார் ஒரு பழைய கட்டடத்தின் முன்னால் நிறுத்தப்பட்டிருந்தது. வாசலில் நின்றிருந்த ஒரு மூத்த மாணவன் எம்மை வரவேற்றார். அவர்தான் மாணவர் தலைவர். அத்தோடு அத் தங்குமிடத்தின் பொறுப்பாளர். வாசலுக்கு அருகிலேயே அவருக்கென ஒரு தனியறை இருந்தது.

எனது புதிய சுற்றுச் சூழல் வீட்டை விடவும் மிகவும் வித்தியாசமாக இருந்தது. அறைகளுக்குப் பதிலாக, அத் தங்குமிடம் முன்னும் பின்னுமாக இரண்டு பகுதிகளை மாத்திரம் கொண்டிருந்தது. அடுத்தடுத்து வரிசையாகப் போடப்பட்டிருந்த நாற்பது படுக்கைகளோடு அது உறங்குமிடம் போலவல்லாது ஒரு சேமிப்புக் கிடங்கை ஒத்திருந்தது. நான் இவார்ட்ஸ் விடுதிக்கு உள்வாங்கப் பட்டேன்.

அங்கு இரண்டு சிறுவர்கள் அவர்களது படுக்கைகளில் அமர்ந்தவாறு அழுது கொண்டிருந்ததைக் கவனித்தேன். அவர்கள் என்னை விடவும் இளையவர்களாகத் தெரிந்தார்கள். நான்காம் தர வகுப்பைச் சேர்ந்தவர்கள் என அறியக் கிடைத்தது. நான் ஆறாம் தரத்தைச் சேர்ந்தவன். எனினும் எனக்கும் அழ வேண்டும் போலிருந்தது.

அப்பா எனது பெட்டியை அதற்குரிய தனியான இடத்தில் வைத்து வரச் சென்றபோது அம்மா எனது படுக்கையைத் தயார் செய்து தந்து கண்களில் கண்ணீரோடு 'கவனமாகப் படிக்கவும்' என என்னிடம்

இரகசியமாகச் சொன்னாள். எனது கண்களிலிருந்தும் கண்ணீர் வழிவதை உணர்ந்தேன். சில நிமிடங்களின் பின்னர் எனது பெற்றோர் என்னிடமிருந்து விடைபெற்றுச் சென்றார்கள்.

நான் தனிமையால் ஆட்கொள்ளப் பட்டேன். அவ்வாறு தனித்திருப்பது எனக்கு அதுதான் முதல் தடவை. நான் படுக்கையில் அமர்ந்திருந்து எப்படி இந்த விரோதமான அந்நிய இடத்தில் பிழைக்கப் போகிறேனோ என பதற்றத்தோடு யோசித்துக் கொண்டிருந்தேன்.

எனது அண்ணன் லதியும் அதே பாடசாலையின் மாணவன்தான். எனினும் புதிய மாணவனாக நான் பாடசாலைக்கு முன்பே வர வேண்டியிருந்தது. லதி அடுத்த சில தினங்கள் கழித்தே வருவான். அதிர்ஷ்டவசமாக இன்னுமொரு சிறுவன் எனதருகே வந்து எனது பெயரைக் கேட்டான். நான் உடனடியாக எனது முகத்தையும் கண்ணீரையும் துடைத்துக் கொண்டேன். நான்காம் தர மாணவனைப் போல நடந்து கொண்டதையிட்டு சங்கடப்பட்டேன். அந்தச் சிறுவன் தன்னை ஷிரான் என அறிமுகப்படுத்திக் கொண்டதும் நாங்கள் கலந்துரையாடத் தொடங்கினோம்.

அவன் கொழும்பிலிருந்து வந்திருப்பதாகக் கூறினான்.

'உனக்கு யாழ்ப்பாணத்தில் யாரையாவது தெரியுமா?' என்று கேட்டேன்.

'நிஜமாகவே தெரியாது' என்றான்.

அவன் தனது பையிலிருந்து ஸ்மார்ட்டீஸ் இனிப்புக்களை எடுத்து எனக்கும் தந்தான். அந்த விடுதியில் எனது முதல் நண்பன் ஷிரான் தான்.

முதல் நாளின் இறுதியில் மணியடிக்கும் ஓசையோடு மாணவர் தலைவர் விடுதிக்கு வந்து எம்மை இரவுணவிற்கு வருமாறு அறிவித்தார். உண்மையில் மணியெனச் சொன்னாலும்

உணவறைக்குச் செல்ல எங்களை அணி திரட்டிய அந்த ஒலி, தண்டவாளத்திலிருந்து எடுக்கப்பட்ட இரும்புத் துண்டொன்றைத் தொங்கவிட்டு அதை சமையலறை ஊழியர்கள் நீண்ட கம்பியால் அடிக்கும் ஓசையாகும்.

நாங்கள் அனைவரும் உணவறைக்குள் நுழைந்தோம். உணவறையானது ஒரு சீரற்றது. ஆனால் விசாலமானதாகவும், வரிசையாக இடப்பட்டிருந்த மேசைகளையும், கதிரைகளையும் கொண்டதாகவும் இருந்தது. முதலிரண்டு மேசைகளும் சைவ உணவைச் சாப்பிடுபவர்களுக்கானவை என என்னிடம் கூறப்பட்டது. இந்துக்களுக்கு இறைச்சி சாப்பிட அனுமதியில்லை. குறிப்பாக பசுக்கள் இந்து மதத்தில் புனித விலங்குகள் என்பதால் மாட்டிறைச்சி சாப்பிடுவது தடுக்கப்பட்டுள்ளது. ஆகவே நான் முதலாம் மேசையில் அமர்ந்தேன். அங்கிருந்து வெளியே போகும் முன்பு எல்லா மாணவர்களும் அவரவர் தட்டுக்களிலுள்ள அனைத்தையும் எதையும் மிச்சம் வைக்காமல், சிந்தாமல் சிதறாமல் சாப்பிட்டு முடித்திருக்க வேண்டும் என அறிவுறுத்தப்பட்டோம். நாங்கள் விதிமுறைகளை சரியாகக் கடைப்பிடிக்கிறோமா எனப் பார்க்க ஒவ்வொரு மேசைக்கும் ஒரு கண்காணிப்பாளரை நியமித்திருந்தார்கள். விதிமுறைகளை மீறினால் தண்டிக்கப்படுவோம் என மாணவர் தலைவர் வெளிப்படையாகவே எச்சரித்திருந்தார்.

ஒவ்வொரு நாளின் முடிவிலும் எமது விடுதியின் பாதுகாவலராக இருந்த திரு. பொன்னையா, விடுதிக்கு வந்து அன்றைய தினம் நிகழ்ந்தவற்றை சுருக்கமாகத் தெரிவிப்பார். இதன் போது, அன்றைய தினம் தம்மால் நிகழ்ந்த விதிமீறல்களையும், மோசமான நடத்தைகளையும், விஷமங்களையும் மாணவர்கள் அறியப் பெறுவதோடு, அதற்கான தண்டனைகளையும் அனுபவிப்பார்கள். மிகச் சிறிய குற்றங்களுக்கு எச்சரிக்கையோடு விடப்படுதல், சில கட்டளைகளைச் செய்தல் அல்லது குறுகிய நேரம் தடுத்து வைத்திருத்தல்

போன்ற தண்டனைகள் வழங்கப்படும். சில கட்டளைகள் எனும்போது கோடிட்ட தாள்களில் 'நான் எனது படுக்கையை சுத்தமாக வைத்திருப்பேன்' என ஆயிரம் தடவைகள் எழுதுவது போன்றது. விதி மீறல்களுக்கான ஏனைய தண்டனைகள், சம்பந்தப்பட்ட பையனை பிரம்பால் அடிப்பது அல்லது பாடசாலையை விட்டே வெளியேற்றி விடுவது போன்று தீவிரமானவை. அனுமதியில்லாது வீட்டுக்கு வந்து போனதற்கான தண்டனையாக ஒரு தடவை லதி பாடசாலையை விட்டு நீக்கப்பட்டிருந்தான். அது எனது அப்பாவை மிகவும் கோபப் படுத்தியது எனினும் அவர் தனது செல்வாக்கைப் பயன்படுத்தியும், அதிபரிடம் மன்றாடியும் திரும்பவும் அவரைப் பாடசாலையில் இணைத்துக் கொள்ளச் செய்தார்.

எனது தந்தையின் மனதைப் புண்படுத்த எனக்கு விருப்பமில்லை. ஆகவே விதிமுறைகள் என்று வரும்போது எப்போதும் அதை மீறாதிருக்குமாறு நடந்து கொண்டேன். அந்த விதத்தில் நான் லதியைப் போல இல்லை. அவரிடம் அடம்பிடித்துச் சாதித்துக் கொள்ளும் குணம் தீவிரமாக இருந்தது. ஒரு வேளை குடும்பங்களில் மூத்த மகன்களிடம் காணப்படும் பொதுவான பண்பாக இது இருக்கக் கூடும்.

விடுதியில் வாழ்க்கையானது வழமையான ஒரு நடைமுறை ஒழுங்குக்குள் கட்டமைக்கப்பட்டிருந்தது. விடிகாலை 5:30 க்கே எழுப்பப்படும் நாங்கள் தயாராகி 6:15 க்கு கடவுள் வழிபாட்டைக் கட்டாயமாகச் செய்ய வேண்டும். பதினைந்து நிமிடங்களுக்குப் பிறகு சரியாக 6:30 க்கு படிப்பறை திறக்கும். திரும்ப 7:45 க்கு காலையுணவுக்காக அழைக்கப்படுவோம். பிறகு காலை வகுப்புக்கள் 8:30 க்குத் தொடங்கி 12:45 மதிய உணவு இடைவேளை வரை தொடரும். திரும்பவும் மாலை வகுப்புக்கள் 3:45 வரை நடக்கும். பின்னர் 4 மணிக்கு விளையாட்டு. திரும்பவும் படிப்பறைக்கு 6:15 க்குச் சென்று படிக்க வேண்டும். 7:45 க்கு மீண்டும் கடவுள் வழிபாடு. இரவுணவிற்குப் பின்னர் படுக்கைக்குச் செல்லும் நாங்கள் 9:00 மணிக்கு

விளக்குகள் அணைக்கப்பட்டதும் உறங்கிப் போவோம். பெரிய வகுப்புக்களுக்குப் போனதன் பின்னர் இரவுகளில் விழித்திருந்து கிட்டத்தட்ட 11 மணி வரை படித்தோம்.

விடுதி வாழ்க்கை எனும்போது ஒருவர் விரைவில் அதன் கட்டுப்பாடுகளுக்கு அடங்கி வாழக் கற்றுக் கொண்டு விடுகிறார். ஆரம்பத்தில் அது சிரமமானதாக இருந்த போதிலும், காலையிலே எழுந்து கொள்வது, படுக்கையை ஒழுங்குபடுத்துவது, குளிப்பது, சீருடை அணிவது, வீட்டு வேலைகளைச் செய்வது, ஆடைகளைக் கழுவி மடித்து வைப்பது போன்ற எனது வேலைகளை நானே செய்யக் கற்றுக் கொண்டேன்.

நான் மைதான விளையாட்டுக்களில் ஆர்வமற்றவனாக இருந்தேன் என்பதால் சாரணர் குழுவில் இணைந்து கொண்டேன். நான் கேரம் விளையாடினேன். ஒரு தடவை ஒற்றையர் பிரிவில் இரண்டாம் இடத்துக்கான பரிசையும் வென்றேன். மேடை நாடகங்களிலும் கலந்து கொண்டேன். எனினும் என்னால் வசனங்களை நினைவில் வைத்திருந்து பேச முடியாததால் கூட்டத்தோடு கூட்டமாக சேர்ந்திருப்பதை விரும்பினேன். காரணம் அங்கு நான் திக்கினாலும், வார்த்தை தடுமாறினாலும், வசனங்களை மறந்தாலும் அது கவனிக்கப்படாது.

அந்த வருடம் பாடசாலையானது பலவித நிகழ்ச்சிகளால் களைகட்டியிருந்தது. கிரிக்கட் போட்டியில் யாழ்ப்பாண முன்னணிப் பாடசாலைகள் இரண்டு மோதிக் கொண்டன. யாழ்ப்பாண மத்திய கல்லூரிக்கும், புனித ஜோன் கல்லூரிக்குமிடையேயான கிரிக்கட் போட்டி மூன்று நாட்கள் நீடித்தது. பாடசாலை விளையாட்டு மைதானம் அக் கல்லூரிகளின் சமகால மற்றும் முன்னாள் மாணவர்களாலும், பெற்றோர்களாலும், பல இடங்களிலிருந்தும் வருகை தந்திருந்த பார்வையாளர்களாலும் நிரம்பியிருந்தது. கிரிக்கட் ரசிகர்கள்

அவர்களது பாடசாலைக் கொடிகளை மாட்டிக் கொண்டு, மேளம் கொட்டியவாறு நகரம் முழுவதும் நடனமாடி தமது ஆதரவினைத் தெரிவித்துக் கொண்டிருந்தார்கள்.

விடுதியில் தங்கிப் படிப்பவர்களுக்கான வருடாந்தப் போட்டி நிகழ்ச்சியும் அவ் வருடம் நடைபெற்றதோடு, இரண்டு மாதங்களுக்கு முன்பிருந்தே எம்மை அதற்குத் தயார்படுத்திக் கொண்டிருந்தோம். உண்மையில் ஒரு கிழமையாக நீடிக்கும் அந் நிகழ்ச்சியானது விடுதிகளுக்கிடையே பாடல்கள், நாடகங்கள், பலதரப்பட்ட விளையாட்டுக்கள், நினைவாற்றல் போட்டிகள், உணவுண்ணும் போட்டிகள் போன்றவற்றால் களைகட்டியிருக்கும். அப் போட்டி நிகழ்ச்சியின் இறுதி நாள் நிகழ்வு சனிக்கிழமையன்று நடைபெறுவதோடு அன்றிரவு அதிபர், விடுதிப் பொறுப்பாளர், பாதுகாவலர்கள், அவர்களது குடும்பங்கள் என அனைவரும் மைதானத்தில் ஒன்றாக அமர்ந்திருந்து உணவருந்துவார்கள். அந்த நேரத்தில், ஒரு கிழமையாக நடந்து முடிந்திருந்த போட்டிகளில் வெற்றி பெற்றவர்களுக்கான பரிசளிப்பு வைபவம் நடைபெறுவதோடு அவ்விடமானது எமது பாடல்கள், ஆடல்கள், நகைச்சுவைகளைப் பகிர்ந்து கொள்ளல் எனக் கொண்டாட்டமாக இருக்கும். விடுதியில் தங்கிப் படித்த காலத்தில் எனது மிகவும் மகிழ்ச்சியான நாட்கள் அவை என்பதை இப்போதும் நினைவுகூர்கிறேன்.

குறிப்பிட்டுக் கூற முடியாதளவுக்கு பெரும்பாலும் மோசமானதாகவே விடுதியுணவு இருந்தது. அதனால் பாடசாலை நுழைவாயிலில் தொங்கியவாறு விடுதியில் தங்கிப் படிக்காத மாணவர்களிடம் பணத்தைக் கொடுத்து பாடசாலைக்கு முன்னாலிருந்த செரில்ஸ் கஃபேயிலிருந்து உணவு வாங்கித் தரும்படி கெஞ்சுவதில் எமது அதிக நேரம் செலவழிந்து கொண்டிருந்தது. விடுதியில் தங்கியிருப்பவர்கள் முறையான அனுமதியில்லாமல், பாடசாலை வளாகத்தை விட்டு வெளியே போவது அனுமதிக்கப்

படவில்லை. விடுதியில் வசிக்கும் ஒவ்வொரு மாணவருக்கும் வரையறுக்கப்பட்ட காலத்துக்கு குறுகிய விடுமுறைகள் இரண்டும், தற்காலிக விடுமுறைகள் இரண்டும் வழங்கப்பட்டன. குறுகிய விடுமுறையானது, பாடசாலைக்கு வெளியே இரண்டு மணித்தியாலங்களைச் செலவிட மாணவனை அனுமதித்தது. நாங்கள் அதை நொறுக்குத் தீனிகளையும், தேவையான பொருட்களையும் வாங்க கடைத் தெருவுக்குச் சென்று வரப் பயன்படுத்தினோம். சில சமயங்களில் திரையரங்குகளுக்கும் போய் வருவோம். விடுதிப் பொறுப்பாளர்களும், மாணவர் தலைவர்களும் காகங்களைப் போல எந்தப் பையனாவது தாமதமாக வருகிறானா என எமது வருகையையே கண்காணித்தவாறு காத்திருப்பார்கள். தற்காலிக விடுமுறையானது வார இறுதியில் வீடுகளுக்குப் போய் வர அனுமதிக்கப்படுவதாகும்.

வீட்டைப் பற்றி அடிக்கடி யோசித்துக் கொண்டிருப்பேன். பாடசாலையில் எனக்கு நிறைய நண்பர்கள் இருந்த போதிலும், என்னை ஆட்கொண்டிருந்த தனிமை உணர்வு என்னை விட்டு முற்றாக நீங்கியிருக்கவில்லை. நான் எனது அம்மாவின் சுவையான சமையலை இழந்திருந்தேன். எனது அம்மாவைக் குறித்தும், தம்பி, தங்கைகளைக் குறித்தும் கவலைப்பட்டுக் கொண்டிருந்தேன். அவர்கள் எப்படியிருப்பார்கள் என இரவுகளில் படுக்கையில் விழித்திருந்து யோசித்துக் கொண்டிருப்பேன். எனது அப்பா, அம்மாவை நன்றாகக் கவனித்துக் கொள்கிறாரா?

வழமையாக எனது பெற்றோர் ஒரு மாதத்துக்கு ஒரு தடவை விடுதிக்கு வந்து போவார்கள். எனது அப்பா, அம்மாவுடன் காரையோட்டிக் கொண்டு வருவார். அம்மா தான் வீட்டில் சமைத்த உணவுப் பதார்த்தங்களை கையோடு எடுத்துக் கொண்டு வருவதால் நான் எப்போதும் அந்த வருகைக்காக ஆவலுடன் காத்திருப்பேன். பெரும்பாலும் அந்த உணவுகளை நான் அவர்களருகிலேயே அமர்ந்து

சாப்பிடுவேன். சில சமயங்களில் அவற்றை நண்பர்களோடு பகிர்ந்துண்பேன். வீட்டுச்சாப்பாடுகள் மீதிருந்த பேராசையில் உணவுப் பொதிகளின் முன்னால் அனைவரும் கூடியிருந்து கைகளால் உண்போம்.

அந்த ஞாயிறு பிற்பகல்களில் எனது அப்பா பொதுவாக மிகவும் சாதாரணமாக இருப்பார். எப்போதாவது எனது மதிப்பெண்களைக் கேட்கும்போது நான் எனது பாடசாலை மதிப்பெண் அறிக்கையைக் காட்டுவேன். அதைப் பார்த்து 'மிகவும் நல்லது' என்பார். அவ்வளவுதான். அப்பாவும், அம்மாவும் இரண்டு மணித்தியாலங்கள் அங்கிருப்பார்கள். விடுதியில் தங்கிப் படிக்கும் மாணவர்கள் கிழமைக்கு ஒரு தடவை தமது வீடுகளுக்குக் கடிதமெழுதக் கேட்டுக் கொள்ளப்பட்டார்கள். எனினும் நான் ஒருபோதும் எனது பெற்றோரிடமிருந்து பதில் கடிதம் எதையும் பெற்றுக் கொண்டதில்லை.

விடுதியிலிருந்த ஏனைய சில மாணவர்களைப் போல, விடுதியை நான் வீடு போல உணரவில்லை. நான் அமைதியற்றிருந்தேன். பாடசாலையிலிருந்து விடுமுறை எடுத்துக் கொண்டு வீட்டுக்குப் போய் அம்மாவுடன் காலம் கடத்த வேண்டும் என்பதுவே எனது தேவையாகவிருந்தது. ஆனால் அப்பாவைக் குறித்துப் பயந்தேன். அவர் எப்படி எடுத்துக் கொள்வாரோ என்ற பயம். அக் காலகட்டத்தில் அப்பா முன்பை விட அதிகமாகக் குடிப்பதாகவும் அவரது வியாபாரம் மந்தமாகியிருப்பதாகவும் கேள்விப்பட்டிருந்தேன். அவர் எனது அம்மாவுடனும், சித்தியுடனும் அடிக்கடி சண்டையிட்டுக் கொண்டிருந்ததை அறிந்தது மேலும் கவலையைத் தந்திருந்தது.

பாடசாலையில் எனக்கு கணிதம் மற்றும் விஞ்ஞானப் பாடங்களில் இயல்பாகவே ஆர்வமிருந்தது எனினும் மனிதநேயம், கலை சார்ந்த விடயங்களை வெறுப்புடனே நோக்கினேன். எனது கல்விப் பொதுத் தராதர சாதாரண தரப் பரீட்சை பெறுபேறுகள் வந்த போது நான் கணிதம்,

விஞ்ஞானம், சுகாதாரம், வர்த்தகமும் கணக்கியலும், இந்து மதம் ஆகிய ஐந்து பாடங்களில் அதியுயர் சித்திகளையும், ஆங்கிலம், தமிழ் மற்றும் சமூகக் கல்வி ஆகிய பாடங்களில் சித்தியையும் பெற்றிருந்தேன். தொடர்ச்சியான கற்றல் தந்த அழுத்தத்தின் காரணமாக நான் முற்றிலும் சோர்ந்து போயிருந்தேன். அச் சூழல் மிகவும் போட்டி மிக்கதாக இருந்ததோடு சாதிப்பது கட்டாயமாக இருந்தது. விடுதியிலிருந்த ஒவ்வொரு மாணவரும் தமது மாதாந்தத் தேர்ச்சி அறிக்கையில் அதிபரிடமிருந்து கையெழுத்து வாங்குமாறு கோரப்பட்டிருந்தோம். ஒவ்வொரு பாடத்திலும் முந்தைய மாதப் பெறுபெற்றை விடவும் புள்ளிகள் சிறிதளவு குறைந்திருந்தாலும் கூட வேதனையைத் தரும் பிரம்படிகளை முதுகில் வாங்கினோம். ஒரு மாணவன் நன்றாகப் படிப்பது மாத்திரம் போதாது. அவன் மேலும் நன்றாக அதைத் தக்கவைத்துக் கொள்ள வேண்டும். அல்லது மென்மேலும் மிகச் சிறப்பாகத் தொடர வேண்டும்.

இடையில் பல தடவைகள் நான் விரக்தியும், கவலையுமடைந்தவனாக பாடசாலையை விட்டு விலகப் போவதாக மிரட்டியிருக்கிறேன். எங்காவது தப்பிச் செல்வதைக் குறித்து கனவு கண்டுகண்டேன். அது எந்த இடமென்றாலும் பரவாயில்லை. இன்னொரு புறத்தில் எனது சாதனைகளைக் குறித்து பெருமிதப்பட்டு, மேலும் பாடுபட்டு என் நிலையை உயர்த்த வேண்டுமெனவும் எனக்குத் தோன்றும். எவ்வாறாயினும் கல்வி நடவடிக்கைகளுக்காக என்னை நானே பல மணித்தியாலங்கள் ஒருமுகப்படுத்தியிருந்தேன்.

இப்போது யோசித்துப் பார்க்கும் போது, நான் அச் சில வருடங்கள் மன அழுத்தத்தால் பாதிக்கப்பட்டிருந்தேன் எனத் தோன்றுகிறது. எனது நண்பர்களிடமிருந்து விலகிக் கொள்ள முற்பட்டிருந்தேன். எனது புத்தகங்களுக்குள்ளேயே மூழ்கி விட்டிருந்தேன். இயன்றவரையில் விளையாட்டுக்களைத் தவிர்த்து வந்தேன். இறுதியில், படிப்பைத் தவிர ஏனைய செயற்பாடுகளிலிருந்த ஆர்வத்தை இழந்திருந்தேன்.

அத்தியாயம் 10

புத்தகங்கள் மனித நாகரீகத்தைச் சுமந்து செல்லும் ஊர்தி. புத்தகங்கள் இல்லையென்றால் வரலாறு மௌனித்து விடும், இலக்கியம் ஊமையாகி விடும், விஞ்ஞானம் முடங்கி விடும், சிந்தனாசக்தியும், கற்பனையும் நின்று விடும்.

- பார்பரா W. டக்மன்

இலங்கையின் வடக்கிலும், கிழக்கிலுமிருந்த முக்கியமான தமிழ அரசியல் கட்சிகள் 1972 ஆம் ஆண்டு தமிழர் கூட்டணி எனும் கூட்டமைப்பை உருவாக்கிய போது எனக்கு ஆறு வயது. இது சில வருடங்களுக்குப் பிறகு தமிழர் விடுதலைக் கூட்டணி (TULF) எனப் பெயர் மாற்றம் பெற்றதுடன், பொதுத் தேர்தலில் சுதந்திரத் தமிழீழக் கொள்கையை முன் வைத்துப் போட்டியிட்டு பெரும் வெற்றியையும் பெற்றது. அதே 1972 ஆம் ஆண்டு மேலுமொரு தமிழ்க் குழு ஆரம்பிக்கப்பட்டு அது தமிழீழ விடுதலைப் புலிகள் இயக்கம் (LTTE) எனும் கெரில்லா இயக்கமாக மாறியது.

கொழும்பு நிகழ்வுகள் ஏதோ ஒரு கோடி மைல்கள் தொலைவில் நடந்து கொண்டிருப்பது போல, இந்த விஷயங்களை அப்போது நான்

அறிந்திருக்கவில்லை. எவ்வாறாயினும் எமது கிராமத்தைச் சூழவும் அரச இராணுவப் படையினரின் எண்ணிக்கை அதிகரித்துக் கொண்டு வந்தமை எனக்கு நினைவிருக்கிறது. அப்போது விடுதலைப் போராளிகளைப் பற்றியும் கேள்விப்பட ஆரம்பித்திருந்தேன். அரசாங்கம் அவர்களை அவ்வாறு கருதவில்லை. அரசாங்கத்தைப் பொறுத்த வரையில் அவர்கள் கிளர்ச்சியாளர்கள். விசர் நாய்களைப் போல கண்ட இடத்தில் வீழ்த்தப்பட வேண்டியவர்கள். எனது நினைவிலிருக்கும் இராணுவப் படையினர் அனைவருமே விறைத்தவாறு தனித்து ஒதுங்கி நின்று தமிழர்களை சந்தேகக் கண்ணோடே பார்த்தவர்கள். அதனால், என்னால் இயன்றளவுக்கு அவர்களிடமிருந்து விலகியே இருக்க முயன்றேன். அவர்களது கண்ணில் படாதிருக்குமாறு பார்த்துக் கொண்டேன்.

எனது சிறுபராயத்தில் ஒரு போராளியையாவது சந்தித்த ஞாபகம் கூட எனக்கில்லை. ஆனால் விடுதலைப் போராளிகளை மிகவும் நல்லவர்களாகவும், கண்ணியமானவர்களாகவும் நான் கருதியிருந்தேன். அடுத்தது, தமிழர்களின் விடுதலைக்கு எதிராக யாரிருக்க முடியும்? என்னுடைய சிறு வயதில் ஒரு சிறுவனாக இவையனைத்தும் எனக்கு அதிகம் ஆர்வம் தரத்தக்கவையாக இருந்தன.

1977 ஆம் ஆண்டு பொதுத் தேர்தலில் சிறுபான்மையாகவிருந்த தமிழர்களின் பெரும்பான்மை வாக்குகளைப் பெற்று தமிழர் விடுதலைக் கூட்டணி (TULF) வென்றதும் ஒரு கலவர அலை உருவானது. தமிழர்களுக்கென தனியான மாநிலம் வேண்டுமென தமிழர் விடுதலைக் கூட்டணி வெளிப்படையாக வாதிட்டதும், அப்போதிருந்த பிரதமர் ஜூனியஸ் ஜெயவர்தன, அதுவரையில் இராணுவத் தினருக்கும், விஷேட பாதுகாப்புப் படையினருக்கும் எதிராக நிகழ்த்தப்பட்ட தாக்குதல்களுக்கு தமிழர் விடுதலைக் கூட்டணியைக் குற்றம் சாட்டினார்.

அரசாங்கத்தின் பதிலானது துரிதமாகவும், முன்பே திட்டமிட்டிருந்ததைப் போலவும் இருந்தது. பிரிவினை வாதக் கட்சிகளின் ஆதரவாளர்கள் கைது செய்யப்பட்டார்கள். ஆயிரக்கணக்கானவர்களது, பெரும்பாலான இந்தியத் தமிழ் தோட்டத் தொழிலாளர்களது வீடுகள் சூறையாடப்பட்டு அழிக்கப்பட்டு, அவர்கள் வீடுகளை விட்டும் வெளியேற்றப்பட்டார்கள். அக் கலவரங்களின் பின்னர் அழிவுகளை மதிப்பிட்ட வேளையில், எழுபத்தைந்தாயிரத்துக்கும் அதிகமான தமிழர்கள் தமது வீடுகளை இழந்திருந்தார்கள்.

ஆனால் 1981 மே மாதம் 31 ஆம் திகதி, எனக்கு பதினைந்து வயதாக இருந்த போதுதான், உள்நாட்டுப் போரின் பேரழிவை நேரடியாகச் சந்தித்தேன்.

தமிழ் இலக்கியத்தையும், கலாசாரத்தையும் தக்க வைத்திருக்க 1933 ஆம் ஆண்டு கட்டப்பட்டதுதான் யாழ்ப்பாண பொது நூலகம். அக் கால கட்டத்தில் ஆசியாவிலிருந்த மிகப் பெரிய நூலகமாக அது இருந்ததோடு, கிட்டத்தட்ட தொண்ணூற்றேழாயிரம் நூல்களையும், விலைமதிப்பும் வரலாற்றுச் சிறப்பும் மிக்க புராதனக் கையேடுகளையும், ஒருபோதும் ஈடு செய்ய முடியாத எண்ணற்ற கையெழுத்துப் பிரதிகளையும், பாரம்பரிய கலைப் பொருட்களையும் அது கொண்டிருந்தது.

என்னைப் பொறுத்தவரையில் யாழ்ப்பாண நூலகமானது ஒவ்வொரு தமிழரினதும்பண்பாட்டு முக்கியத்துவம் வாய்ந்த ஒரு அடையாளம். ஆரம்பத்தில் இரண்டு மாடிக் கட்டடமாக இருந்த அது, ஆசியாவிலேயே மிகச் சிறந்ததும் மதிப்புமிக்க நூலகமுமாக ஆகும்வரைக்கும் பல வருடங்களாக விரிவுபடுத்தப்பட்டிருந்தது. அதில் அடங்கியிருந்த ஆயிரக்கணக்கான வருடங்கள் பழமை வாய்ந்த பொக்கிஷங்களான கையெழுத்துப் பிரதிகளை, உலகம்

முழுவதுமிருந்த ஆய்வாளர்கள் பலரும் தமது ஆய்வுகளுக்காகப் பயன்படுத்தியிருந்தார்கள்.

சிறு வயதில் அதை முதன்முதலாகப் பார்த்தபோது மிகவும் புகழ்பெற்றிருந்த அது பிரமிப்பைத் தந்தது. அழகானதும், மனம் கவரக் கூடியதுமான பூங்காக்களுக்கு மத்தியில் அது ஒரு வெள்ளை மாளிகை போல வானுயர வீற்றிருந்தது. இரவில், நிலவொளியில் அது இருளில் கலங்கரை விளக்கமாகக் காட்சியளித்தது. கல்விக்கான இந்துக் கடவுளான சரஸ்வதியின் சிலை, வருகையாளர்களை வரவேற்றவாறு நூலகத்துக்கு முன்னால் நின்றிருந்தது. சரஸ்வதியைக் காணும் போதெல்லாம் ஒரு தமிழனாக எனக்கு பெருமையாகவும், மகிழ்ச்சியாகவும் இருக்கும்.

நூலகமானது, புனித ஜோன் கல்லூரியிலிருந்து இருபது நிமிடங்களுக்கும் குறைவான நடை தூரத்திலேயே இருந்தது. வழமை போலவே விடிகாலை 5:45 மணிக்கு எமது விடுதியின் மணியடித்தது. நான் முனகியவாறும், கண்களைக் கசக்கியவாறும் தலையணையைத் தலைக்கு மேலால் வைத்துக் கொண்டு விடுதிப் பொறுப்பாளர் வழமை போல வந்து 'எழும்புங்கள் பிள்ளைகளே!' என்று குரலெழுப்பும் வரைக்கும் உறங்க முயற்சித்துக் கொண்டிருந்தேன்.

ஆனால் அன்று, எமது விடுதிப் பொறுப்பாளர் உள்ளே வரும்போதே மூச்சிறைத்துக் கொண்டு வந்திருந்ததோடு அவரது முகமும் பீதியில் திடுக்கிட்டுப் போயிருந்தது. ஏதோ தவறு நிகழ்ந்திருப்பதை நாங்கள் உடனடியாக உணர்ந்து கொண்டோம்.

'பிள்ளைகளே கேளுங்கள்!'

பொறுப்பாளரின் அச்சுறுத்தும் தோற்றம் எங்களைப் பயங்கொள்ளச் செய்தது.

‘எமது யாழ் நூலகம் தீயில் எரிந்து கொண்டிருக்கிறது!‘

நாங்கள் திகைத்துப் போய் அமைதியாக இருந்தோம். என்ன? என்ன சொல்கிறீர்கள்? அது எப்படி எரியும்?கேள்விகளைக் கேட்டுக் கொண்டிருப்பதில் எவ்வித அர்த்தமுமில்லை.

‘கவனியுங்கள்!‘ அவர் கைகளைத் தட்டி எமது கவனத்தை ஈர்த்து நாம் செயலில் இறங்கத் தூண்டினார். ‘தீயை அணைக்க உங்கள் அனைவரதும் உதவி தேவை!‘ என்றார்.

எங்களில் அநேகமானவர்கள் ஆடைகளை மாற்றக் கூடத் துணியவில்லை. நாங்கள் குதித்திறங்கி இரவாடைகளுடனும், வெறும் கால்களுடனும் எவ்வளவு வேகமாக ஓட முடியுமோ அவ்வளவு வேகமாக நூலகத்தை நோக்கி ஓடத் தொடங்கினோம்.

நான் அவ்விடத்தை நெருங்கும்போது வானம் பாழ் மஞ்சள் நிறத்தில் கடும் புகை மூட்டத்துக்கு மத்தியில் காணப்பட்டது. நெருப்பின் உஷ்ணம் படுதீவிரமாக இருந்ததோடு, அது எவரையும் தன்னை நெருங்கவிடாமல் அச்சுறுத்திக் கொண்டிருப்பது போலிருந்தது. எறும்புப் புற்றைச் சூழவிருக்கும் எறும்புக் கூட்டங்கள் போல மக்கள் எல்லாத் திசைகளிலிருந்தும் சாரை சாரையாக வந்து பரவியிருந்தார்கள். மக்கள் வரிசையாக நின்று தண்ணீர் வாளிகளைக் கை மாற்றிக் கை மாற்றிக் கொடுத்து ஊற்றி தீயை அணைக்கப் பாடுபட்டுக் கொண்டிருந்தார்கள். சிலர் நூலகத்துக்குள் புகுந்து புத்தகங்களைப் பாதுகாக்கப் போராடினார்கள். முயற்சி வீணாகிப் போனது, காரணம் கட்டடத்தின் பெரும்பாலான பாகங்கள் ஏற்கனவே தீயில் கருகிப் போயிருந்தது. எங்களால் செய்ய முடியுமான எதுவுமிருக்கவில்லை.

நானும், எனது நண்பனும் ஒருவரையொருவர் பார்த்துக் கொண்டோம். தலையிலடித்தவாறு ‘ஐயோ கடவுளே!‘ என்று

சாபமிட்டோம். தீயானது, மிகுந்த கோபம் கொண்ட ஒரு மிருகத்தைப் போல மனநிறைவு காணாமல் பெரும்பசியோடும், வெறியோடும் தன்னைத் தானே தின்று கொண்டிருந்தது. எரிநட்சத்திரங்கள் வெடிப்பது போல தீப் பிழம்புகள் சுவர்களை முழக்கத்தோடு நக்கிக் கொண்டிருந்தன. புகை எங்கும் பரவி மூச்சைத் திணற வைத்துக் கொண்டிருந்தது. காவல்துறையினர் எவரும் நெருப்பை நெருங்க விடாது பார்த்துக் கொண்டார்கள். அவர்கள் அங்கு குழுமி நின்று தீயை அணைத்துக் கொண்டிருப்பவர்களைக் கூட அணைக்க விடாது தடுத்துக் கொண்டிருந்தார்கள் என்ற வதந்தியும் பரவியிருந்தது. தீப் பற்றி எரிந்து கொண்டிருந்த அந் நேரத்தில் யாழ்ப்பாண நூலகத்தில் எதுவுமே மிஞ்சாத அளவுக்கு கிட்டத்தட்ட அனைத்தும் சாம்பலாகிப் போயிருந்தது. அத் தீ இலக்கியத்தைத் தரை தொடச் செய்திருந்தது. அனைத்தையும் இழந்திருந்தோம்.

என்னில் ஒரு பகுதியை இழந்தது போல, தமிழர்களான எம்மில் ஒரு பகுதியை இழந்து விட்டதாக, உணர்ந்தேன். எனது முழுமையான சுயசரிதத்தைப் போல, எனதும் தமிழர்களினதும் மொத்த வரலாறு போல, அதுவும் பெரும் அழிவைச் சந்தித்திருந்தது. தமிழர் என்றொரு இனம் உலகில் இருக்கவே இல்லை என்பது போல அந் நிலத்தின் வதனத்திலிருந்து துடைத்து அழிக்கப்பட்டிருந்தோம்.

சிதைவுகளிடையே ஒரு காவலர் போல சரஸ்வதி வீற்றிருந்தாள்.

யாழ்ப்பாண நூலகம் பற்றியெரிந்தது குறித்து எதையும் பிரசுரிக்க தேசிய பத்திரிகைகள் அனுமதிக்கப்படவில்லை. பெரும்பான்மை சிங்களவர்களைப் பொறுத்தவரையில் பெரிதாக எதுவுமே நடைபெற்றிருக்கவில்லை.

முந்தைய நாள் தமிழர் விடுதலைக் கூட்டணியின் பேரணியில் வைத்து இரண்டு சிங்களக் காவல்துறையினர் கொல்லப்பட்டதற்கு

அரசாங்கம் பதிலடி கொடுக்கும் முகமாகச் செய்த செயல்தான் இத் தீ வைப்புச் சம்பவம் என்பதைப் பின்னர் அறிந்தோம். ஆத்திரமடைந்திருந்த காவல்துறையினர், பாதுகாப்புப் படையினர், சிங்களக் காடையர்கள் ஆகியோரின் துணையோடு தீ வைத்திருந்தார்கள். யாழ்ப்பாணத் தமிழ் பாராளுமன்ற உறுப்பினரின் வீடு, தமிழர் விடுதலைக் கூட்டணியின் அலுவலகங்கள் என்பவற்றைப் போலவே உள்ளூர் பத்திரிகை நிறுவனமொன்றும் அழிக்கப்பட்டிருந்தது.

யாழ்ப்பாண நூலக எரிப்புச் சம்பவம் நிறையத் தமிழர்களை, குறிப்பாக என் வயதிலிருந்தவர்களை மிகவும் ஆழமாகத் தாக்கியது. பழி வாங்கும் நடவடிக்கையான அது தேவையற்றதுவும், குரூரமானதும், மனிதாபிமான உணர்வற்றதுமாகும்.

அது ஏன் அவ்வாறு நிகழ்ந்ததென இப்போதும் யோசித்துக் கொண்டேயிருக்கிறேன்.

அத்தியாயம் 11

விடுதலைப் புலிகள் இயக்கத்தினர், 1983 ஆம் ஆண்டு ஜூலை மாதம் 23 ஆம் திகதி யாழ்ப்பாணத்தினருகே வைத்து பதுங்கியிருந்து தாக்கியதில் இலங்கை இராணுவத்தைச் சேர்ந்த பதினைந்து பேர் கொல்லப்பட்டிருந்தார்கள். ஜீப்பின் அருகே குண்டொன்று வெடித்து, பாதுகாப்பு வளையத்துக்குள் அது நிறுத்தப்பட்டதும் தானியங்கி துப்பாக்கிகள் மற்றும் கைக் குண்டுகளால் விடுதலைப் புலியினர், படையினர் மீது தாக்குதல் நடத்தியிருந்தார்கள்.

இத் தாக்குதல் நடவடிக்கையை குரூரமானதென்றும், பயங்கரவாதத்தின் கோர முகமென்றும் பெரும்பாலான சிங்களவர்கள் கருதினார்கள். விடுதலைப் புலிகளைப் பொறுத்தவரையில், ஒடுக்கப்பட்ட சிறுபான்மையினத்தவர் மீது அரசாங்கத்தின் அனுமதியோடு நடைபெற்றுவரும் பல கொலை கொள்ளை நடவடிக்கைகளுக்கான நியாயமான பதில் இதுவாகும். குறிப்பிட்டுக் கூறுவதானால், தமிழ்ப் பாடசாலை மாணவிகளைக் கடத்தி, பாலியல் வன்முறை செய்ததற்கான தகுந்த பதிலடி இது.

உள்நாட்டுப் போர் தொடங்கியது.

கருப்பு ஜூலை என்று அறியப்பட்ட, தமிழர்களுக்கெதிரான வன்முறைச் சம்பவங்கள் நாடு முழுவதும் ஒரு வாரமாகத்

தொடர்ச்சியாக நடைபெற்றுக் கொண்டிருந்தன. 2,500 பேருக்கும் அதிகமானவர்களை படுகொலை செய்து, 150,000 பேரை வீடுகளற்று நிர்க்கதியானவர்களாக ஆக்கியே அவை ஓய்ந்தன. ஆயிரக்கணக்கான கடைகளும், வீடுகளும் அழிக்கப்பட்டிருந்ததோடு, நூற்றுக்கணக்கான மில்லியன் டொலர்கள் பொருளாதாரச் சேதமும் ஏற்பட்டிருந்தது. பாதிக்கப்பட்ட பல தமிழர்களும் தப்பியோடி தமிழர்கள் பெரும்பான்மையாக வசித்து வந்த வடக்கில் தஞ்சமடைந்திருந்தார்கள்.

இவ்வாறு ஏன் நிகழ்ந்ததென என்னை நானே கேட்டுக் கொண்டிருந்தேன். இப்போது அந்தக் கேள்வியில் அர்த்தமில்லை. கேள்விகளுக்கான நேரம் கடந்து விட்டிருக்கிறது.

என்ன நடந்து கொண்டிருக்கிறது என்பதை அறிந்து கொள்வது அப்போது சிரமமாக இருந்தது. தமிழர்களின் அச்சகங்களும், பத்திரிகைகளும் எரிக்கப்பட்டோ, மூடப்பட்டோ கிடந்தன. புனித ஜோன் கல்லூரியின் உயர் வகுப்பு மாணவர்கள் சிறிய பாக்கெட் வானொலிகளை தயாரித்திருந்தார்கள். எனவே விடுதி பாதுகாவலரிடமோ, மாணவர் தலைவர்களிடமோ மாட்டிக் கொள்வோம் என்ற அச்சமின்றி நானும், எனது வகுப்பு மாணவர்களும் அந்த வானொலிகளை வாங்கி செய்தியறிக்கைகளையும், நாடகங்களையும் செவிமடுத்து வந்தோம்.

நிச்சயமாக, எமது ஆசிரியர்களும் பீதியில் ஆழ்ந்திருந்தார்கள். அவர்கள் தொடர்ந்து வகுப்புக்களை நடத்துவதா? அல்லது பாடசாலையை மூடி விட்டு, மாணவர்களை வீடுகளுக்கு அனுப்பி வைப்பதா? எந்த ஆசிரியரும் இதைப் பற்றி எதுவும் கதைக்க விரும்பாததால் மாணவர்கள் மிகவும் குழம்பிப் போயிருந்தார்கள்.

கலவரங்களின் போது தமிழர்களையும், அவர்களுக்குச் சொந்தமான சொத்துக்களையும் மாத்திரம் அடையாளம் கண்டு

சூறையாட வேண்டி தமிழர்களின் வாக்காளர் பட்டியலை அரசாங்க அதிகாரிகள், காடையர்களிடம் கையளித்திருந்ததைப் பின்னர் அறிந்தேன்.

கருப்பு ஜூலைக் கலவர நிகழ்வுகளைக் குறித்து வானொலி வழியாக நானும், எனது வகுப்பு மாணவர்களும் அறிந்து கொண்ட வேளையிலிருந்து பேரச்சத்தில் மூழ்கியிருந்தோம். எனது சிநேகிதன் நிஷானின் பெற்றோர் அப்போது கொழும்பை அண்மித்திருந்த அண்டர்சன் தொடர்மாடியில் வசித்து வந்தார்கள். அந்தத் தொடர்மாடிக் குடியிருப்புத் தொகுதி காடையர்களால் தாக்கப்பட்ட போது, அந்தத் தொகுதியில் சிங்கள நடிகர்களும், அரசாங்க அதிகாரிகளும் வசித்து வந்ததால், நிஷானின் பெற்றோர்களால் பாதுகாப்பாகத் தப்பித்துக் கொள்ள முடியுமாகவிருந்தது.

நாட்டின் செய்தி ஊடகங்கள் பெரும்பான்மை சிங்களவர்களின் கட்டுப்பாட்டில் இருந்ததால், அக் கலவரங்களுக்கும், வன்முறைகளுக்கும் காரணம் எனதமிழர்கள் மீது குற்றம் சாட்டப்பட்டு, அவ் வதந்திகள் காட்டுத் தீ போல பரவிக் கொண்டிருந்தன. சிங்களவர்கள் எந்தப் பிரச்சினைகளுக்கும் செல்லாது தம்மைத் தாமே பாதுகாத்துக் கொள்பவர்களாக சித்தரிக்கப்பட்டார்கள். அத்தோடு காவல்துறையும், இராணுவமும் தமிழர்கள் மீதான இத் தாக்குதல்களுக்கு காடையர்களை ஊக்குவித்ததை அறிவிக்கவுமில்லை.

அனைத்தும் இயல்புக்குத் திரும்ப பல மாதங்கள் எடுத்தன. ஆனால் அவை எவையும் முன்பு போல இருக்கவில்லை. அவ்வாறிருக்கச் சாத்தியமும் இல்லை. நகரத்தில் ஆங்காங்கேதான் ஓரிருவரைக் காண முடிந்தது. அநேகமானவர்கள் சந்தைகளுக்கும், புகையிரத நிலையங்களுக்கும் செல்வதைத் தவிர்த்து விட்டு தமது வீடுகளுக்குள்ளேயே முடங்கியிருந்தார்கள்.

பெருமளவான படையினர்கள் யாழ்ப்பாணத்துக்கு இடம் மாற்றப்பட்டிருந்தார்கள்.

கொழும்பு கலவரத்தின் போது தப்பி வந்திருந்த தமிழ் மாணவர்களால் எமது பாடசாலையின் மாணவர் எண்ணிக்கை அதிகரித்தது. அடிக்கடி யாழ்ப்பாணத்தில் ஊரடங்குச் சட்ட உத்தரவிடப்பட்டதால், பெரும்பாலும் வகுப்புக்களும் ரத்துச் செய்யப்பட்டன. பாடசாலை விடுதியில் தங்கிப் படித்து வந்த மாணவர்கள், விடுதியிலேயே தங்கியிருந்தார்கள். வெளியே வசிப்பதைக் காட்டிலும் விடுதியில் தங்கியிருப்பது பாதுகாப்பானதாக இருந்தது.

கலவர காலத்திலிருந்து, அரசாங்கமானது தொலைக்காட்சி சேவைகளினதும், வானொலி சேவைகளினதும் உள்ளூர் நேரடி நிகழ்ச்சிகளைத் தடை செய்திருந்த காரணத்தால், நாங்கள் இந்திய BBC செய்திகளையும், கொழும்பு நண்பர்கள் தெரிவிப்பவற்றையும் செவிமடுப்பதைக் கொண்டே தகவல்களை அறிந்து வந்தோம். எமது வீட்டைப் பற்றியும், பெற்றோரையும், உடன்பிறப்புகளையும் குறித்தும் கவலைப்பட்டு எப்போதும் துயரத்தில் ஆழ்ந்திருந்தோம். பாடசாலையின் நிலைமை வழமைக்குத் திரும்பும் போது, நிறையப் படிக்க வேண்டிய நிலைமைக்குத் தள்ளப்பட்டோம். வகுப்புகள் நடைபெறாத சந்தர்ப்பங்களிலும் படிப்பறைக்குச் சென்று படிக்க நிர்ப்பந்திக்கப்பட்டோம்.

மூன்று தசாப்தங்களாகத் தொடர்ந்த குருதி படிந்த அர்த்தமற்ற மோதலின் ஆரம்பமாக, விடுதலைப் புலிகள் 1983 ஆம் ஆண்டு ஜூலை மாதம் இருபத்து மூன்றாம் திகதி, இலங்கை அரசாங்கத்திற்கெதிராக போரை அறிவித்த பிறகு, தமிழர்கள் மீதான சிங்களவர்களின் வெறுப்பு மேலும் உக்கிரமடைந்தது. விடுதலைப்

புலிகளின் தற்கொலை குண்டுத் தாக்குதல் நடவடிக்கைகளால் யுத்தம் தீவிரமடைந்தது. இலங்கை இராணுவமானது தமிழ்ப் புலிகளைத் தாக்குவதாகக் கூறியவாறு, பல அப்பாவிப் பொதுமக்களைக் கொன்றோ, காணாமல் போகச் செய்தோ பதிலடி கொடுத்தது. 2009 ஆம் ஆண்டு விடுதலைப் புலிகள் தோல்வியைத் தழுவி போர் முடிவுக்கு வரும் வரைக்கும் இரு தரப்பிலும் போர்க் குற்றங்கள் நடைபெற்றிருப்பதாக சந்தேகிக்கப்பட்டது. இலங்கையர்கள் அனைவரும், தமிழர்கள் சிங்களவர்கள் என இரு தரப்பினரும், நெடுங்காலமாக அச்சத்துடனே வாழ்ந்து வந்திருந்தார்கள். பலரும் இப்போதும் அந் நிலையிலிருந்து மீளவில்லை.

வெறுப்புத்தான், தோற்கடிக்கச் சிரமமான பெரும் எதிரி.

அத்தியாயம் 12

பாடசாலையில், வரையறுக்கப்பட்ட கால இடைவெளிக்குள், விடுதியில் தங்கியிருக்கும் மாணவர்கள் மாதத்திற்கொரு தடவை வார இறுதியில் தமது வீடுகளுக்குப் போய் வர அனுமதியளிக்கப் படுவார்கள். அவ்வாறான ஒரு நாளான 1984 ஆம் ஆண்டு மார்ச் மாதத்தில் ஒரு வெள்ளிக்கிழமையன்று நான் வீட்டுக்குப் போய் எனது குடும்பத்தாரைப் பார்த்து வர ஆவலுடனிருந்தேன். வீட்டுச் சமையலையும், மச்சான்களுடன் வெளியே சென்று வருவதையும் எண்ணி ஆர்வத்துடனிருந்தேன். வகுப்பு முடிந்ததும், நான் வீட்டுக்குப் போய் வருவதற்கான அனுமதியை வேண்டி விடுதிப் பொறுப்பாளரைக் காணச் சென்றிருந்தேன். விடுதியோடு இணைந்து, அதன் ஒரு பகுதியாக அவரது தனியறை இருந்தது. நான் கதவைத் தட்டினேன்.

'ஆரது?' என்று கேட்டார்.

'நான் லோகதாசன் சார்! வீட்ட ஒருக்காப் போய்ட்டு வர விரும்புறன்'

எனது விடுமுறை அட்டையில் அவரது கையொப்பம் தேவைப்பட்டது.

கதவை நோக்கி நடந்து வரும் அவரது காலடியோசை கேட்டது. கதவு பாதி திறந்தது. 'ஞாயிற்றுக்கிழமை ராத்திரிக்கு முன்ன வந்திட

வேணும்' என்று எனது விடுமுறையை அனுமதித்தார்.

'சரி சார்' என்ற நான் அவரிடம் எனது விடுமுறை அட்டையைக் கையளித்தேன்.

அவர், அவரது முன் சட்டைப் பையிலிருந்து ஒரு பேனையை எடுத்து திகதியையும், நேரத்தையும் குறிப்பிட்டு கையொப்பமிட்டார். பிறகு எதுவும் பேசாமல் என்னிடம் தந்தார்.

'நன்றி சார்' என்றேன்.

அவர் எதுவும் கூறாது தலையசைத்து விட்டு கதவைச் சாத்தினார். நான் அட்டையை வாங்கிக் கொண்டு விடுதிக்கு ஓடினேன். சீருடையை மாற்றி விட்டு, எனது பையை ஒழுங்குபடுத்தி எடுத்துக் கொண்டு, புனித ஜோன் கல்லூரியிலிருந்து ஒரு மைலுக்கும் குறைவான தூரத்திலிருந்த புகையிரத நிலையத்தை நோக்கிப் போனேன்.

இருபது நிமிட நடைப் பயணத்துக்குப் பிறகு நான் யாழ்ப்பாண புகையிரத நிலையத்தை அடைந்து, பயண அனுமதிச் சீட்டு விற்கும் இடத்துக்குப் போய் சாவகச்சேரிக்கு ஒரு அனுமதிச் சீட்டினை வாங்கிக் கொண்டேன். பிறகு நடைமேடையில் பொறுமையற்றுக் காத்திருந்தேன். அக் காத்திருப்பு முடிவிலியாகத் தோன்றிய போதும், சில நிமிடங்களுக்குப் பிறகு புகையிரதம் வந்ததும் நான் அதில் தொற்றி ஏறிக் கொண்டேன். நான் ஏறியிருந்த பெட்டியில் படையினர் சிலர் மாத்திரமே காணப்பட்டார்கள். உடனடியாக இன்னுமொரு பெட்டிக்கு மாறுவது சாத்தியமில்லை. அவர்களது சந்தேகத்துக்கும் ஆளாகக் கூடாது. எனவே நான் எதிர்த் திசையில் நடந்து சென்று, ஜன்னலருகே அமர்ந்து, வீட்டுக்குப் போய்ச் சேர எவ்வளவு நேரமெடுக்குமென யோசித்தவாறிருந்தேன்.

அக்கால கட்டத்தில் தமிழர்களுக்கும், சிங்களவர்களுக்கு இடையிலான பதற்றங்கள் அதிகரித்திருந்தன. அதற்கு சில

தினங்களுக்கு முன்னர்தான் சுன்னாகம் சந்தைப் படுகொலைகள் என்று பிரபல்யமான, இராணுவத்தினரால் ஒன்பது தமிழ்ப் பொதுமக்கள் படுகொலை செய்யப்பட்ட சம்பவம் நடைபெற்றிருந்தது. அதற்கு இரண்டு மாதங்களுக்கு முன்னர் இருபது தமிழ்ப் பொதுமக்கள் மற்றுமொரு இராணுவத் தாக்குதலில் கொல்லப்பட்டிருந்தார்கள். யாழ்ப்பாணத்தில் இராணுவத்தினரின் நடமாட்டம் அதிகரித்திருந்தது. அரசாங்கத்தின் கூற்றுப் பிரகாரம் புகையிரதங்களும், பேரூந்துகளும் போராளிகளுக்குப் பிடித்தமான இலக்குகளாக இருந்தமையால், இராணுவத்தினரோ, பாதுகாப்புப் படையினரோ அதற்குள்ளே புகுந்து விடுதலைப் புலிகளையோ, அதன் ஆதரவாளர்களையோ தேடுவது வழக்கமாக நடைபெற்று வந்தது.

புகையிரதம், நிலையத்தை விட்டு நகரத் தொடங்கிய சிறிது நேரத்தில், படையினர் குழுவொன்று நானிருந்த திசை நோக்கி வந்தது. நான் ஜன்னலுக்கு வெளியே பார்த்துக் கொண்டிருப்பதைப் போல பாவனை செய்தேன். அவர்கள் எனது இருக்கையை நெருங்கியதும் நின்றார்கள். ஒருவன் என்னைப் பார்த்து எதையோ கூறினான். அவன் புன்னகைக்கவில்லை எனினும் அவனது குரலில் கோபமும் வெளிப்படவில்லை. அவனைச் சுற்றியிருந்த ஏனைய படையினர் சிரிக்கத் தொடங்கியதும், நானும் அரைகுறை மனதோடு புன்னகைப்பது போல் பாவனை செய்தேன். எனக்கு சிங்கள மொழி புரியவில்லையாதலால், அவன் என்னைக் கிண்டல் செய்திருக்கக் கூடும் என நான் நினைத்தேன்.

அவன் மேலும் எதையோ கூறியவாறு என்னருகே அமர்ந்தான். அவனது கரம் எனது குட்டைக் காற்சட்டையின் மேற்பகுதியைத் தடவிக் கொடுத்தது. அவன் அடர்ந்த கருப்பு நிறத்தையும், மரித்தவர்களுடையது போன்ற அச்சுறுத்தும் கண்களையும் கொண்டிருந்தான். அவன் வாயைத் திறந்தபோது அவனது மஞ்சள்

நிறப் பற்கள் தென்பட்டன. அவனுக்கு கிட்டத்தட்ட முப்பது வயதாக இருந்திருக்கக் கூடும்.

உள்ளுணர்வின் உந்துதல் காரணமாக, நான் எனது கால் மேல் கால் போட்டுக் கொண்டு தலையைத் திருப்பி ஜன்னல் வழியே வெளியே தெரிந்த காட்சிகளைப் பார்த்துக் கொண்டிருந்தேன். கண்ணுக்கெட்டிய தொலைவு வரையில் வெற்று மேய்ச்சல் நிலங்களும், கற்பாறைகளும், சூடான வானத்தின் கீழே வாடிப் போன மரங்களும் கடந்து போயின.

எனது புறக்கணிப்பு அவனைக் கோபப்படுத்தியது. மேலும் ஆக்ரோஷமானான். அவனது பலம் வாய்ந்த கரங்கள் எனது கால்களை விலத்துவதை உணர்ந்தேன். நான் விறைத்துப் போய் அவனை விட்டும் விலக முயற்சித்தேன். எனினும், அவனைக் கோபம் கொள்ளச் செய்யவும் அஞ்சினேன். அவனை ஏறெடுத்துப் பார்க்கவுமில்லை. அவன் எனது காற்சட்டைக்குள் கையை நுழைத்து, மென்மையாக அழுத்திப் பிடித்திழுத்து உணர்வேற்ற முயற்சித்துக் கொண்டிருந்தான்.

எனது வாயில் குருதிச் சுவையை உணரும் வரைக்கும் நான், எனது உதடுகளை அழுத்திக் கடித்திருந்தேன். அது அவ்வாறே உணர்வேறாமல் கிடக்க வேண்டும், அப்போதுதான் அவன் தனது இச்சையைக் கைவிட்டு விடுவான் என நான் மனதினுள்ளே பிரார்த்தித்தவாறிருந்தேன். என்ன நடந்து கொண்டிருக்கிறதென்ற யதார்த்தத்தை நான் எவ்வளவுதான் எனது மனதிலிருந்து அகற்ற முயன்ற போதும், உண்மையில் அதைப் புறக்கணிப்பதுவோ, தவிர்ப்பதுவோ கடினமாக இருந்தது.

ஒரு கட்டத்தில் நான் அவனது கையைத் தட்டிவிட முயன்றபோது, அவன் என்னை மோசமாகக் கடிந்து கொண்டு மேலும் கடுமையாகப் பிடித்து அழுத்தினான். எனதுடலை மேலும் கீழுமாக தடவிக் கொடுத்தான்.

நான் விம்மினேன். எனக்கு என்ன செய்வதென்று தெரியவில்லை. நான் போராடினால் ஏனைய படையினர் அவனது உதவிக்கு வருவார்கள். நான் எனது கையை அவனது தோளிலிருந்து எடுத்து எனது நெஞ்சுக்குக் குறுக்கே வைத்தவாறு தாக்கப்படுவதையோ கொல்லப்படுவதையோ விட இது நல்லது என நினைத்தேன்.

நான் காற்சட்டையை நனைத்துக் கொண்டதைக் கண்ட ஏனைய படையினர் கேலி செய்து சிரித்துக் கூச்சலிட்டார்கள். அவன் என்னைப் பார்த்தது அறுவெறுப்பாயிருந்தது. அவன் தனது பையைத் திறந்து அதிலிருந்த அழுக்கடைந்த சாரமொன்றை எனது மடியில் எறிந்தான்.

நான் எனது மடியில் வந்து விழுந்த அந்த அழுக்கேறிய சாரத்தை உற்று நோக்கினேன்.

'பரிசொன்று!' என கிண்டல் தொனிக்கும் குரலில் உறுமினான். தொடர்ந்து எதையோ சிங்களத்தில் கூறிய போதும் எனக்கு அது புரியவில்லை. ஏனைய படையினர் சத்தமாகச் சிரித்தார்கள். அவன் எழுந்து நடந்தான். கூடவே இருந்த படையினரும் பழக்கப்படுத்திய நாய்களைப் போல வரிசையாக அவனைப் பின் தொடர்ந்து சென்றார்கள்.

எனது சிறு பராயத்திலிருந்தே, எனது கைகளைப் போல நெருக்கமாகவிருந்த நிலக் காட்சியை புகையிரத ஜன்னல் வழியே வெறித்துப் பார்த்தேன். இப்போது அது அந்நியமாகவும், வேற்று தேசம் போலவும், பயங்கரமாகவும் தென்பட்டது.

அப்போதுதான் அந்தப் பெயர்ப் பலகையைக் கண்டேன். சாவகச்சேரி.

நான் வீட்டை நெருங்கியிருந்தேன்.

எதையும் யோசிக்காமல் தண்டவாளத்திலேயே நடந்து சென்றேன். சூரியன் மறைய எத்தனிக்கும் வேளையில் நான் வீட்டை

அடைந்திருந்ததோடு, நுழைவாயிலருகே அம்மா நின்று கொண்டிருப்பதைக் கண்டேன்.

'ராஜன்! என்னடா, இண்டைக்கு வீட்ட வந்திட்டாய்!' என்று பூரித்துப் போனாள்.

தூக்குமேடைக்கு அழைத்துச் செல்லப்படும் குற்றவாளியைப் போல நான் வீட்டுக்குள் நுழைந்தேன்.

'உனக்குப் பிடிச்ச சாப்பாட்டை சமைச்சிருக்குறன்' என்றாள் அம்மா.

'எனக்குப் பசிக்கேல்ல' என்று நான் தலையசைத்தேன்.

ஏதேனும் பிரச்சினையோ என அவள் கேட்டாள்.

நான் புன்னகைத்தேன்.

'ஒன்றுமில்ல அம்மா. எந்தப் பிரச்சினையுமில்ல. எல்லாம் நல்லாத்தானிருக்கு.'

அத்தியாயம் 13

புகையிரதத்தில் வைத்து துஷ்பிரயோகத்துக்கு ஆளானதன் பின்னர், எனது உணர்வுகள் மூர்க்கமாக அலைபாய்வதைக் கண்டேன். நான் குழம்பிப் போயிருந்ததோடு என்னைச் சூழவுமிருந்த அனைத்தையும் நான் வெறுத்தேன். எனது மொத்த வாழ்க்கையுமே தலைகீழாகப் புரட்டிப் போடப்பட்டிருந்ததோடு, என்ன செய்வதென்றோ, யாரிடம் சொல்வதென்றோ எனக்குத் தெரிந்திருக்கவில்லை. எனது தற்காப்புத் திறமையை நான் சந்தேகித்தேன். மீண்டும் படையினர் எனதருகே வந்தால் என்ன செய்வது? நான் ஆற்றொணாத் தனிமையிலிருந்ததோடு, அனைவரிடமிருந்தும் விலகியே இருந்தேன்.

தமிழ்ப் போராளிகளுக்கும், படையினருக்குமிடையிலான மோதல்கள் மேலும் அதிகரித்து வந்ததோடு, தமிழ்ப் பிரதேசங்களில் அரசாங்கத்தால் விதிக்கப்பட்டிருந்த ஊரடங்குச் சட்டம் காரணமாக விடுதிப் பாடசாலைகள் முன்னறிவிப்பேதுமின்றி அடிக்கடி மூடப்பட்டு வந்தன. பாடசாலைகள் திறந்திருந்தாலும் கூட வீதிகளில் இடப்பட்டிருந்த சோதனைச் சாவடிகளில் நின்று தம்மை நிரூபித்தவாறு பாடசாலைக்குப் போய் வரும் சிரமம் மேலும் அதிகரித்து வந்தது.

நான் பாடசாலைக்குச் செல்லாது தவிர்த்து விட்டு எனது அத்தை வீட்டில் தங்கிக் கொள்ள ஆரம்பித்திருந்தேன். இதைப் பற்றி எனது

பெற்றோரிடம் தெரிவிக்கவுமில்லை. எனது ஊரிலிருந்த, சாவகச்சேரி இந்துக் கல்லூரியில் படித்து வந்த எனது பால்ய கால சிநேகிதர்களோடு சேர்ந்து ஊர் சுற்றத் தொடங்கினேன். எனது மச்சான்மார் காணாமல் போயிருந்தார்கள். அவர்களில் சிலர் இயக்கத்தில் இணைந்து கொண்டிருந்ததோடு, சிலர் இராணுவத்தால் பிடித்துச் செல்லப்பட்டோ, கொல்லப்பட்டோ காணாமல் ஆக்கப்பட்டிருந்தார்கள். சில வாரங்களுக்குப் பிறகு நான், பாடசாலைக்குப் போகாமல் முற்றிலுமாக நின்று விட்டிருந்தேன். போவதில் என்ன அர்த்தமிருக்கப் போகிறது?

எவ்வாறாயினும், நானே அவசரப்பட்டு நின்றிருக்கத் தேவையில்லை. எனது தந்தை, விடுதிக்குக் காசு கட்டுவதை எப்போதோ நிறுத்தி விட்டிருந்தார். நான் பாடசாலைக்குத் திரும்பப் போயிருந்தாலும், அதிபர் அவராகவே என்னை வெளியேற உத்தரவிட்டிருப்பார்.

1983 ஆம் ஆண்டு கருப்பு ஜூலை கலவரத்திற்குப் பிறகு எனது அப்பாவின் வியாபாரம் சரியத் தொடங்கியது. உள்நாட்டுப் போர், வர்த்தகத்தை மேலும் சிரமத்துக்குள்ளாக்கியது. தெருக் கலவரங்களின் போது அடிக்கடி இராணுவமும், பொதுமக்களும் மோதிக் கொண்டார்கள். வாடிக்கையாளர்கள் மிகச் சிலரையே சந்தைத் தெருக்களில் காண முடிந்தது. அடிக்கடி விதிக்கப்பட்ட ஊரடங்குச் சட்டங்களும் வியாபாரத்தை முடக்கியது. தெருக்களில் நிகழ்ந்த வன்முறைச் சம்பவங்களின் காரணமாக எனது அப்பாவுக்கு தனது கடையை நாட்கணக்கிலோ, வாரக் கணக்கிலோ மூடி வைக்க வேண்டிய நிலைமை வந்திருந்தது.

ஒரு கட்டத்தில், வியாபாரத்தில் தளராதிருக்க அவர் தனது கடையிலிருந்த நகைகளை அடகுவைக்க வேண்டிய நிலைமைக்குத் தள்ளப்பட்டிருந்தார். அதிக காலம் செல்லும் முன்பு அவரிடம் எதுவும் மீதமிருக்கவில்லை. அனைத்தும் அடகுக் கடையில் தஞ்சமடைந்திருந்தன. அவர் அதிகமான தொகை, கடனுக்கு

வாங்கியிருந்ததால் அவற்றைச் செலுத்த விசாலமான காணிகளை விற்பதைக் கண்டறிந்தோம். ஆனால் யுத்தத்தின் காரணமாக, காணி விலைகள் சரிந்து, யுத்தத்தின் முன்னரான காணியின் விலை மதிப்பின் சிறியதொரு பகுதியே அவருக்குக் கிடைத்தது.

எனினும், எனக்குத் தெரிந்தளவில் அவர் ஒருபோதும் தனது வியாபார நிலைமையைக் குறித்து வீட்டில் தெரிவிக்கவில்லை. அனைத்தும் நல்லவிதமாகப் போய்க் கொண்டிருப்பதாகக் காட்டிக் கொண்டார். தனது கொடுக்கல் வாங்கல்களைக் குறித்த விவரங்களை எனது அம்மாவிடமாவது கலந்துரையாடினாரா என்பதுவும் எனக்குத் தெரியவில்லை. அதற்கும் சாத்தியங்கள் குறைவு. வழக்கத்தை விடவும் அதிகமாக முன்கோபம் கொள்பவராகவும், எரிச்சலடைபவராகவும் அவர் மாறியிருந்தார். அவர் எனது அம்மாவைத் திட்டுவதையும், சித்தியுடன் வாக்குவாதப்படுவதையும் என்னால் செவிமடுக்க முடிந்தது. அவர் பணமிருக்கும்போது எனது சித்திக்கு தாராள மனப்பான்மையுடன் செலவு செய்தவர். அதனால்தான் அவள் அவருடன் வாழ இணங்கியிருப்பாள் என்று நினைக்கிறேன். எனவே பண நெருக்கடி தோன்றியதும், அது அந்த உறவில் மோசமான விரிசலை உருவாக்கி விட்டிருந்தது. எனது அம்மா எதைக் குறித்தும் குறை கூறவில்லை. அவளால் இயன்றளவு பாடுபட்டு குடும்பம் நடத்தி வந்தாள்.

எனது அப்பா அதிகமாகக் குடிக்கத் தொடங்கியிருந்தார். ஆரம்பத்தில் அது சாதாரணமானதாக, தனது வாடிக்கையாளர் களிடமும், வியாபார நண்பர்களிடமும் தனது இருப்பைக் காட்டிக் கொள்ளும் முயற்சியாக, அது இருந்திருக்கலாம். ஆனால் நிலைமை மோசமடைந்த பிறகு அவர் அதிகமாகக் குடிக்கத் தொடங்கியமை எனது அம்மாவின் அமைதியான, அர்ப்பணிப்புடனான பண்பைத் தடுமாறச் செய்தது. அவர் காலையுணவின் போதே குடித்துக் கொண்டிருப்பதை தினமும் காண்பது எங்களுக்கு வாடிக்கையாக

விருந்தது. எனது அம்மாவுடனான அவரது வாக்குவாதங்கள் அதிக கோபத்துடன் முரட்டுத்தனமாக அதிகரித்து வந்ததோடு சில தடவைகள் அவர் அவளைத் தாக்கியுமிருந்தார். அவர் குடும்ப ஜீவிதத்தில் ஆர்வத்தை இழந்திருந்ததோடு, கசப்பானதும் பெருங்கோபத்துடனு மான சுய பச்சாதாபத்தில் தொலைந்து போயிருந்தார்.

ஒரு தடவை அவர், சில தினங்களாக வேலைக்குப் போய் விட்டு வீட்டுக்கு வரவில்லை. நான் அவரை எல்லா இடங்களிலும் தேடியலைந்தேன். இறுதியில், யாழ்ப்பாணத்திலிருந்த எனது பாட்டியின் சகோதரி மகளான அத்தையின் வீட்டுச் சமையலறையில் அவர், குடித்து விட்டு விழுந்து கிடப்பதைக் கண்டேன். நான் அவரைத் தூக்க முயற்சித்த போது, அவர் மூர்க்கமாகத் தடுக்க இருவரும் வாக்குவாதப்பட்டோம். அவர் என்னைப் பிடிக்கக் கையை வீசிய போது, அது எனது கன்னத்தைப் பலமாகத் தாக்கியது. அந்த அடி என்னைத் தடுமாறி விழச் செய்தது. கண்களைக் கண்ணீர் திரையிடுமளவுக்கு நான் கோபத்துடனும், வேதனையுடனும் இருந்தேன். சமூகத்தில் செல்வாக்கு மிக்க 'முக்கியமான மனிதர்' என்ற அந்தஸ்திலிருந்த எனது அப்பா குடிகாரராகவும், அழுக்கடைந்த வராகவும் அரை மயக்கத்தில் தரையில் விழுந்து கிடந்ததைக் கண்டதைப் போல வேறெப்போதும் என் வாழ்க்கையில் நான் அவமானமாக உணர்ந்ததில்லை. என்னை நோகடித்த அளவுக்கே அவரையும் நோகடிப்பதே எனது தேவையாகவிருந்தது. எனவே நான் அங்கு உரப் பெட்டியில் வைக்கப்பட்டிருந்த கிருமிநாசினி பெட்டியை எடுத்தேன்.

அதிலிருந்த கிருமிநாசினியை அப்பாவின் முன்பே குடித்தேன்.

உடனே எனது தொண்டையில் மிகக் கடுமையான எரிவை உணர்ந்தேன். மூக்கடைப்போடு, சுவாசம் வேண்டி மூச்சுத் திணறி துடிக்க ஆரம்பித்தேன். எனது தொண்டையை உலோகக் கருவி கொண்டு சுரண்டியெடுப்பது போல உணர்ந்தேன். குடலைப் புரட்டிக்

கொண்டு வந்ததோடு, வலிப்பும் வந்து துடித்தேன். எனது நெஞ்சையும் தொண்டையையும் பிடித்தவாறு தலை கிறங்கி தரையில் சரிந்தேன்.

நான் தரையில் சுருண்டு கிடந்து துடிப்பது அப்பாவின் பார்வையில் பட்டமை, அந்த வலியினிடையேயும் எனக்கு சற்று மன நிறைவளித்தது. இதோ! இதைத்தான் நீங்கள் எனக்குச் செய்திருக்கிறீர்கள். இப்போது உங்களுக்கு மகிழ்ச்சியாக இருக்கும் என நம்புகிறேன்! என பரிதவிப்போடு நினைத்தேன்.

நான் கதைக்க முயற்சித்தேன். சில கணங்களுக்குப் பிறகு, என்னால் அசையக் கூட முடியாதிருப்பதை உணர்ந்தேன். எனது கைகளும், கால்களும் உறைந்து விட்டிருந்தன. உதவி கேட்டு அலறிக் கொண்டிருந்த எனது அத்தை மகள்களின் ஓலங்களை என்னால் கேட்க முடிந்தது. அப்பாவும், அயலவர்களும் பதறிப் போய் என்னை ஒரு உருளைக் கிழங்குச் சாக்கைப் போல தரையிலிருந்து தூக்கியது மாத்திரம் தெளிவில்லாமல் நினைவிருக்கிறது. எனினும், அதற்குப் பிறகு நடந்தவை எவையும் எனக்கு நினைவில்லை. மருத்துவமனையில் வைத்துக் கண் விழித்த போது, எனது தொண்டை புண்ணாகி வேதனையைத் தந்து கொண்டிருந்ததோடு, எதை விழுங்கினாலும் பயங்கரமாக வலித்தது. நான் அழத் தொடங்கினேன்.

எனது அம்மா எனதருகே நின்றவாறு கையைப் பிடித்துக் கொண்டு அழுது கொண்டிருந்தாள். அவள் தலைமயிரைக் கூட சீவாமல் வந்திருந்தது நினைவிருக்கிறது. மிகுந்த கவலையில் இருப்பவள் போலத் தென்பட்டாள். எனது அப்பாவைக் கண்டதும், எனது தலையைத் திருப்பிக் கொண்டு அவரைப் புறக்கணித்தேன். நான் அப்போதும் அவர் மேல் கோபமாக இருந்தேன். எவ்வளவு காலம் மருத்துவமனையில் மயக்கத்தில் கிடந்திருந்தேன் என எனக்குத் தெரியவில்லை. எனினும் மறு தினமே நான் அங்கிருந்து விடுவிக்கப்பட்டேன். மருத்துவமனையில் சில படிவங்களில்

கையெழுத்திடுமாறு கேட்டுக் கொள்ளப்பட்டேன். ஏன், எதற்கு என்று நினைவில்லை எனினும் நான் கையொப்பமிட்டேன். நான் அதைப் பெரிதாக கவனத்தில் கொள்ளவில்லை.

கோபம் விரைவிலேயே அவமானமாக மாறியது. உணர்ச்சிவசப் பட்டு எடுத்த எனது தவறான முடிவு எனக்கு மரணத்தைக் கொண்டு வந்திருக்கும் என்பதை உணர்ந்தேன். தற்கொலைதான் சரியான தீர்வு என்று உண்மையிலேயே எண்ணியிருந்தேனா? எனது அம்மாவுக்கு எவ்விதத்திலேனும் உதவ என்னால் முடியாதிருப்பதையோ அல்லது முயற்சிக்காதிருப்பதையோ நினைத்து வெட்கப்பட்டேன். அம்மா எவ்வளவு கவலைகளைத்தான் தாங்கிக் கொள்ள வேண்டிய கட்டாயத்தில் இருக்கிறாள் என்பதை நினைக்க குற்றவுணர்ச்சி மிகுந்தது. நான் எனது அம்மாவுக்கு ஒத்தாசையாக இருந்து எனது சகோதர சகோதரிகளுக்கு உதவியிருக்க வேண்டும். எனது அப்பா செய்வதைப் போல, என்னைக் குறித்து மாத்திரம் சிந்தித்தது சுயநலமானது. நான் தீர்மானித்து விட்டேன். நான் சரணடையப் போவதில்லை. மீண்டும் ஒருபோதும் இந்தளவு முட்டாள்தனமாக நடந்து கொள்ளவும் மாட்டேன். எனது தீர்மானத்தில் எப்போதும் உறுதியாக இருந்தேன்.

இருப்பினும், எதுவும் மாறவில்லை. உண்மையில் வீட்டில் நிலைமை இன்னும் மோசமடைந்திருந்தது. எமது கிராமம் ஒரு அரக்கனின் கையில் சிக்குண்ட நகரத்தை ஒத்திருந்தது. மக்கள் வெளியிறங்கி நடமாடவோ, ஆட்களிடம் பேசிப் பழகவோ அஞ்சினார்கள். எந் நேரமும் படையினர் வருவதற்கான சாத்தியம் நிலைத்திருந்ததோடு, வதந்திகளும் முடிவேயில்லாமல் பரவிக் கொண்டிருந்தன. பாடசாலைகள், படையினர்களால் கைப்பற்றப்பட்டு இராணுவ முகாம்களாக மாற்றப்பட்டிருந்தன. மருத்துவ மனைகளையும் இராணுவமே பயன்படுத்தி வந்தது. தமிழ் இளைஞர்களும், சிறுவர்களும் சம்பவ இடத்திலேயே பிடித்துச்

செல்லப்பட்டு, சித்திரவதை செய்வதற்காக இராணுவ முகாம்களுக்கு அனுப்பி வைக்கப்பட்டார்கள். இரும்புக் குழாய்களில் மிளகாய்த் தூள் தடவி கைதியின் பின் துவாரத்தில் செலுத்துவதுவும், சிறைப்பிடிக்கப் பட்டவர்களின் உடலில் துளையிட்டு அந்தத் துளை வழியாக அவர்கள் தலைகீழாகத் தொங்கவிடப்படுவதும் உள்ளிட்ட அவர்களது குரூரமான சித்திரவதைகளைப் பற்றிக் கேள்விப்பட்டிருந்தேன்.

சாவகச்சேரியில் ஊரடங்குச் சட்டம் அமுலிலிருந்தது. பெருந்தெருக்களில் நிறுப்பட்டிருந்த வீதித் தடைகளும், சோதனைச் சாவடிகளும் வாகனங்களை மெதுவாக ஊர்ந்து செல்ல வைத்தன. கடைகளிலும், சந்தைகளிலும் அலுமாரிகள் வெறுமையாகின. உணவைப் பெற்றுக் கொள்வது நாளுக்கு நாள் சிரமமாகிக் கொண்டே போனது. குழந்தைகள் கிராமத்திலோ அல்லது நகரத்திலோ, வயல்வெளிகளிலும் கூட சாப்பிட அல்லது விற்பனை செய்ய என ஏதாவது உணவுப் பொருளைத் தேடியலைந்து கொண்டிருந்தார்கள்.

நாங்கள் ஒரு நாளைக்கு ஒரு தடவைதான் உணவுண்டு வந்தோம். ஒவ்வொரு நாளும் முந்தைய நாளை விடக் கடினமானதாக மாறிக் கொண்டே வந்தது. எனது அப்பா குடிப்பதற்காக எமது வீட்டிலிருந்த தளபாடங்களை, தையல் இயந்திரத்தை, குளிர்சாதனப் பெட்டியை, அடுப்பை, மின்விளக்குகளை என கையில் கிடைக்கும் எதையும் விற்கத் தொடங்கியிருந்தார். பின்னர் அம்மாவின் நகைகளையும், சேலைகளையும் கூட அடகு வைத்தார்.

ஊரில் மிகவும் செல்வாக்கு பெற்றிருந்த எமது குடும்பம் சடுதியாக தரம் தாழ்ந்து விட்டிருந்தது. எங்களை மதித்து நடந்தவர்கள் கூட முகங்களைத் திருப்பிக் கொண்டார்கள். எமது ஆதரவைச் சார்ந்திருந்த சிறிய கடை உரிமையாளர்களும், விற்பனையாளர்களும் எமக்கு அவர்களது கதவுகளைச் சாத்திக் கொண்டார்கள். இனிமேலும் எவரிடமும் கடன் வாங்க முடியாது. முரண்பாடாக பணமும், தங்கமும்

விலைமதிப்பற்றுப் போயிருந்தன. இல்லாவிட்டாலும், யாரால்தான் வாங்க முடிந்திருக்கும்? யுத்த காலத்தில் உணவையும், பானங்களையும் பெற்றுக் கொள்ள பண்ட மாற்று வர்த்தகமே முக்கிய பொருளாதாரமாக மாறிப் போயிருந்தது.

1984 ஆம் ஆண்டு ஜனவரி மாதம், நான் வயல்வெளியினூடே இராணுவ ஹெலிகொப்டரால் துரத்தப்பட்டு சில மாதங்கள் கழித்து, புகையிரதத்தில் வைத்து நான் துஷ்பிரயோகம் செய்யப்படுவதற்கு இரண்டு மாதங்களுக்கு முன்னர், லதி காணாமல் போயிருந்தார்.

ஆரம்பத்தில் அவர் எம்முடன் அவ்வளவு நெருக்கமாக இல்லாதிருந்ததாலும், பாடசாலை செல்ல வசதியாக அவர் அடிக்கடி வீட்டை விட்டுப் போய் அத்தை வீடுகளில் வெகுகாலம் தங்கியிருப்பது வழமை என்பதனாலும் கவனிக்காமல் விட்டிருந்தேன். எனினும் ஒரு நாள், அவரைக் கண்டு வெகுகாலம் ஆகி விட்டதை உணர்ந்தேன். இந்துக் கலாசாரத்தில், தந்தையின் மறைவிற்குப் பிறகோ, அவருக்கு இயலாத சமயத்திலோ குடும்பத்தின் மூத்த புதல்வன் அவரது கடமைகளைப் பொறுப்பேற்பது வழமை. எனினும், லதியை எங்கும் காணக் கிடைக்கவில்லை.

‘லதி எங்கே?’ என்று ஒரு நாள் பிற்பகலில் எனது அம்மாவிடம் கேட்டேன்.

‘வெளியே’ என்றாள். அப் பதில் ஆர்வத்தைத் தூண்டியது.

‘எங்கே?’

‘ஃபிரான்ஸில’ என்றாள். அவள் மேலும் விவரமாகக் கூறுவாள் எனக் காத்திருந்தேன். ஆனால் வேறு எதையும் கூறவில்லை.

ஃபிரான்ஸில். எங்களைக் கூட இருந்து பொறுப்பாகப் பார்த்துக் கொள்ள சந்தர்ப்பத்தில் அவர் அங்கு என்ன செய்கிறார்? என நினைத்தேன்.

நான் குடும்பத்தில் இரண்டாவது மகன். அப்போதிருந்த நிலைமையில் அம்மாவையும் சகோதர, சகோதரிகளையும் நான்தான் பொறுப்பாக இருந்து பார்த்துக் கொள்ள வேண்டியிருந்தது. குடித்துக் சீரழிந்து செத்துக் கொண்டிருந்த அப்பாவைப் பற்றிக் குறிப்பிட்டுச் சொல்லத் தேவையில்லை. நான் கடும் கோபத்திலிருந்தேன். லதி தன்னைப் பற்றி என்ன நினைத்துக் கொண்டிருக்கிறார்? இது நியாயமில்லை. நான் இங்கே சிக்கித் தவித்துக் கொண்டிருக்கும்போது அவருக்கு ஃபிரான்ஸுக்குத் தப்பித்து ஓட யார் உரிமையளித்தது? ஒரு குடும்பத்தை எப்படிப் பொறுப்பாகக் கவனித்துக் கொள்வது என எனக்குத் தெரிந்திருக்கவில்லை. அப்போதுதான் எனக்குப் பதினேழு வயது. எனக்கு, என்னைக் கவனித்துக் கொள்வதே பெரும்பாடு.

ஊரில் எனக்கு குட்டி என்றொரு நண்பன் இருந்தான். தென்னோலை வேய்ந்த களிமண்ணாலான குடிசையில் அவனது குடும்பம் வசித்து வந்தது. அந்தக் குடிசையானது ஒரு மண் அடுப்பையும், சாப்பிடுவதற்கான சிறியதொரு இடத்தையும் மாத்திரமே கொண்டிருந்தது. இரவில் அதே இடம் உறங்குவதற்காக ஒதுக்கப்படும். காலநிலை சீராக இருக்கும்போது குட்டி அவனது நாயுடன் விறாந்தையில் தூங்குவான். அவர்கள் எங்களைப் போல அல்லாது மிகவும் ஏழைகளாக இருந்தார்கள். அதாவது, நாங்கள் வாழ்ந்ததைப் போல அவர்கள் வாழ்ந்திருக்கவில்லை.

நான் எப்போதும் குட்டியுடனே திரிந்து கொண்டிருந்தேன். இரவுகளில் தாமதித்தால் அவனுடனே சேர்ந்துறங்கினேன். குட்டியின் அம்மா ஒருபோதும் அதை எதிர்க்கவில்லை. காலை வேளைகளில் அவர் இடியப்பமும், சம்பலும் தயாரித்து வைத்து, மிகுந்த கரிசனத்தோடு எனக்கு முதலில் பரிமாறுவார். எங்கள் வீட்டில் போதியளவு உணவு இருக்காது என்பதை அவர் அறிந்திருந்ததால், நான் எப்போது அங்கே போனாலும் எனக்குத் தரவென ஏதேனும்

உணவை எடுத்து வைத்திருப்பார். அவரது தோட்டத்தில் விளைந்த காய்கறிகளை எனக்கு வீட்டுக்கு எடுத்துக் கொண்டு போகத் தருவார். எப்போதாவது பின்னிரவு வேளைகளில் குட்டியும், நானும் அயலவர்களது தோட்டத்துக்குள் புகுந்து வாழைக் குலைகளையும், மரவள்ளிக் கிழங்குகளையும் திருடுவோம். திருடுவது தவறென்று தெரிந்திருந்த போதிலும், எனது குடும்பத்தாருக்கு உணவளித்து அவர்களை உயிருடன் வைத்திருக்க எனக்கு வேறு வழி தெரிந்திருக்கவில்லை.

எனது அப்பா அநேகமான நேரங்கள் கோபமாகவே இருந்ததோடு, அந்தக் கோபத்தை எனது அம்மாவிடமே காட்டி வந்தார். சிறிய விடயங்களுக்கும் கூட அவர் அம்மாவை நோக்கிக் கத்திய போதிலும், அவள் அதை எதிர்த்துக் கதைக்கவேயில்லை. அவ்வாறு கோபப்படுவது அவளுடைய சுபாவமுமில்லை. அவள் அடக்கத்துடனும், பணிவுடனும் தலையைத் தாழ்த்திக் கொண்டிருப்பாள். அது என்னைக் கோபப்படுத்தியது. என்னை நாதியற்றவனாக உணர்ந்தேன்.

எனது அப்பா மிகுந்த தாராள மனப்பான்மையோடு இருந்தமை அவரது கடந்த காலத் தவறுகளில் ஒன்று. எங்களிடம் மாத்திரமல்லாது அவரது பெரிய குடும்பத்துக்கும் அவர் நம்ப முடியாதளவுக்கு தாராளமாகவே செலவழித்திருந்தார். அந்தக் காரணத்தினாலேயே குடும்பத்தின் நிலைமை இவ்வாறு தலைகீழாக மாறியிருக்கிறதென நான் கடுமையாக கோபம் கொண்டிருந்தேன். பணம், செல்வாக்கு அனைத்தும் போய் விட்டிருந்தது. எம்மிடம் எதுவும் மீதமிருக்க வில்லை. அவர்களும் கூட உதவ மாட்டார்கள். அவர்களைப் பொறுத்த வரையில் அப்பா இறந்து விட்டார்.

நான் எப்போதும் கோபத்துடனே இருந்தேன். இப்போது யோசித்துப் பார்க்கையில், எனது அப்பா அவருக்குரிய ஸ்தானத்தை பல வருடங்களாக தவறாக பயன்படுத்தி வந்திருக்கிறார் என்றே

தோன்றுகிறது. தன்னுடன் படுக்கையைப் பகிர்ந்து கொள்வதற்காக தனது மைத்துனியை வீட்டுக்கே அழைத்து வந்து எனது அம்மாவை அவமானப்படுத்தியவர், இன்னும் என்னவெல்லாம் செய்திருப்பார் என்பது யாருக்குத் தெரியும்?

எங்கள் நிலைமை மிகவும் மோசமாகிக் கொண்டே போனது. ஒரு கட்டத்தில் அப்பா வீட்டைப் பிரித்து மேய்ந்து தேடி வீட்டிலிருந்த கண்ணாடிக் கதவுகள், கூரை ஓடுகள், பூட்டுக்கள் போன்ற பொருட்களைக் கூட விற்கத் தொடங்கியிருந்தார்.

புகையிரதத்தில் வைத்து படையினரால் துஷ்பிரயோகம் செய்யப்பட்ட ஞாபகங்களைக் கையாள்வது எனக்கு மேலும் சிரமமாக இருந்தது. அதைப் பற்றிக் கூறி ஆறுதல் தரவும் கூட எனக்கு யாரும் இருக்கவில்லை. அவமானம் என்னை உயிருடன் தின்று கொண்டிருந்தது. ஓடிப் போன லதியைப் போல, என்னைத் தொந்தரவு செய்து கொண்டிருந்த நினைவுகளிலிருந்து தப்பித்துப் போக என்னால் முடியாதென்பதை நான் உணர்ந்திருந்தேன். நான் கோபத்துடனும், மனச் சோர்வுடனும் காணப்பட்டேன். அக் கயவர்களைப் பழி வாங்கும் எனது தேவையைப் பூர்த்தி செய்ய ஒரே வழி, விடுதலைப் புலிகள் இயக்கத்தோடு சேருவது மாத்திரமே என எனக்குத் தோன்றியது. போராளிகளுடன் இணைந்து கொள்வது எனக்கு ஒரு அதிகாரத்தைப் பெற்றுத் தரும். என்னைத் துஷ்பிரயோகம் செய்த நாசகாரனை, எனது குடும்பத்தை அழித்த மற்றும் எனது மக்களை இன்னுமின்னும் அழிக்கக் காத்திருக்கும் பெரும்பான்மை சிங்களவர்களைப் பழி வாங்கும் எண்ணம் எனக்கு மகிழ்ச்சியைத் தந்தது. என்னைப் போல, வெளிப்படையாகக் கதைக்க அச்சம் கொண்டவர்களாக, பாதிக்கப்பட்டவர்கள் பலர் இருப்பார்கள் என எனக்குத் தோன்றியது. அந்தக் கயவர்கள் எனக்குச் செய்ததைப் போல எனது சகோதரிகளையும் துஷ்பிரயோகப்படுத்தினால் அல்லது பாலியல்

வல்லுறவுக்குட்படுத்தினால் என்ன செய்வது? அதற்கெதிராக ஏதேனும் செய்வதில் உறுதியாக இருந்தேன்.

சாவகச்சேரி இந்துக் கல்லூரியில் ஆரம்ப வகுப்புக்களில் என்னுடன் கற்ற பால்ய கால நண்பனொருவன், விடுதலைப் புலிகள் இயக்கத்தில் உறுப்பினராக இருந்தான். என்னையும் இயக்கத்தில் சேர்த்துக் கொள்ள உதவுமாறு அவனிடம் கேட்டேன்.

'முடியாதடா. இயக்கத்துல சேர்றது அவ்வளவு லேசில்ல. நான் இதுல சம்பந்தப்பட விரும்பேல்ல' எனக் கூறி மறுத்தான்.

நான் அதிர்ந்து போனதோடு, வெளிப்படையாகவே மனமுடைந்தும் போனேன்.

'இல்லை. நீ என்னை அவங்களுக்கு அறிமுகப்படுத்த வேணும். இது மிக முக்கியமானது. உனக்குப் புரியாது' என்று கெஞ்சினேன். படையினர்களில் ஒருவனால் நான் துஷ்பிரயோகம் செய்யப்பட்டதை அவனிடம் தெரிவித்திருக்க வேண்டும். ஆனாலும் என்னால் முடியவில்லை. எவ்வாறாயினும், நான் எனது தீர்மானத்தில் விடாப்பிடியாக நாட்கணக்கில் காத்திருந்தேன். ஒரு கிழமைக்குப் பிறகு அவன் மனம் மாறியிருந்தான்.

'இன்னும் சில நாட்கள்ல யாராவது உன்னத் தேடி வருவினம்' என்றான்.

'யார்?' என்று கேட்டேன்.

'இப்ப உனக்கு இவ்வளவு தெரிஞ்சாக் காணும்.'

ஒரு கிழமை கடந்தும் யாரும் என்னைத் தொடர்பு கொள்ளவில்லை. நான் மிகவும் மனம் தளர்ந்து போயிருந்தேன். எனது அப்பாவைப் பற்றி விசாரித்துக் கண்டறிந்த இயக்கம், என்னை இயக்கத்தில் இணைத்துக் கொண்டால் ஆபத்து வருமென்று எண்ணி சேர்த்துக் கொள்ளாதிருக்கத்

தீர்மானித்திருக்கிறதோ என ஐயமுற்றேன். அரசியலைக் குறித்து அப்பா ஒருபோதும் கலந்துரையாடாத போதும் காவல்துறை அதிகாரிகள், நீதவான்கள், செல்வாக்கு மிக்க வர்த்தகர்கள் அவரது நண்பர்களாக இருந்தார்கள். அவர் லயன்ஸ் கிளப் உறுப்பினராக இருந்ததால், சிங்கள அதிகாரிகளையும் தெரிந்து வைத்திருந்தார். விடுதலைப் புலிகள் இயக்கத்துக்கு அவரது பின்னணி தெரிந்திருக்கும் என ஊகித்தேன்.

சூரியன் மறைந்ததும் எனது நண்பர்களுடன் சைக்கிளில் சுற்றித் திரிவது எனது வழமையாகவிருந்தது. ஒரு மாலை நேரம், அது 1984 ஆம் ஆண்டு ஜூலை மாதத்தில் ஒரு நாளாக இருக்கலாம். நான் அருகிலிருந்த தியாகு ஸ்டோர்ஸ் கடையருகே எனது நண்பர்களுக்காகக் காத்திருந்தேன்.

கிட்டத்தட்ட இருபது வயதிலிருந்த ஒரு இளைஞன் என்னை நெருங்கிக் கேட்டான்.

'நீர்தான் லோகதாசனோ?'

'நான்தான். நீர்?'

'இண்டைக்கு இயக்கத்தோட மீட்டிங் இருக்கு. என்னைப் பின் தொடர்ந்து வாரும்.'

நான் சைக்கிளிலேறி அவனைப் பின் தொடர்ந்து சென்றேன். நகரத்தின் ஒதுக்குப்புறமாக, மரங்களாலும், புதர்களாலும் சூழப்பட்டிருந்த ஒரு குடிசைக்கு அவன் என்னை அழைத்துச் சென்று 'உள்ளே' என்றான்.

நான் சைக்கிளை ஒரு மரத்தில் சாய்த்து வைத்து விட்டு உள்ளே நுழைந்தேன். இருளாக இருந்தது. அறையின் மத்தியில் வைக்கப்பட்டிருந்த சிறிய மண்ணெண்ணெய் விளக்கிலிருந்து வெளிச்சம் கசிந்து கொண்டிருந்தது. எனது சம வயதுடைய அல்லது என்னை விடவும் குறைந்த வயதுடைய கிட்டத்தட்ட இருபது

இளைஞர்கள் ஒரு புறத்திலும், ஒரு நபரும் அவருக்கு இரண்டு பாதுகாவலர்களும் எதிர்ப் புறத்திலும் அமர்ந்திருந்தார்கள்.

நான் தலைவன் என்று கருதிய அந்த நபர் கிட்டத்தட்ட முப்பது வயதுகளில், கட்டுமஸ்தான உடலமைப்போடு காணப்பட்டார். அவர் இருண்ட நிறத்தில் குட்டைக் கை சட்டையும், காற்சட்டையும் அணிந்திருந்தார். இயக்கச் சீருடையை அணிந்திருக்காத அவர் தனது வலக் கரத்தில் ஒரு கைத் துப்பாக்கியை ஏந்தியிருந்தார். சிறிய குளிகை போன்ற ஏதோவொன்று அவரது கழுத்தில் கட்டித் தொங்க விடப்பட்டிருந்தது. அதுதான் சயனைட் குப்பி என்பதை பின்னர் அறிந்து கொண்டேன்.

அவரருகே நின்று கொண்டிருந்த இரண்டு பாதுகாவலர்களும் AK-47 துப்பாக்கிகளை கையில் ஏந்தியிருந்தார்கள். என்னை விட அவர்கள் வயது கூடியவர்களாக இல்லாத போதும், வயதானவர்கள் போலக் காணப்பட்டார்கள். அவைதான் இயந்திரத் துப்பாக்கிகள் என நான் ஊகித்தேன். அவர்கள் பெருமையோடு நின்று கொண்டிருந்தார்கள்.

அனைவரும் அமைதியாகவிருந்தார்கள்.

‘வணக்கம்!’ என்று ஆரம்பித்தார் தலைவர்.

அது இயக்கத்துக்கு ஆட்சேர்க்கும் நிகழ்வு. அவர் எமது நாட்டைப் பற்றியும், தமிழர்களுக்கு என்ன நடந்து கொண்டிருக்கிறது என்பதைப் பற்றியும், அரசாங்கத்தால் அழிவுக்குள்ளாகி வரும் தமிழினத்தைக் காப்பாற்ற என்ன செய்ய வேண்டும் என்பதைப் பற்றியும் உரையாற்றினார். அதுவரையில் விடுதலைப் புலிகள் இயக்கம் செய்திருந்த சாதனைகளைத் தெரிவித்தார். கூட்டத்தின் முடிவில் கைத் துப்பாக்கியை எவ்வாறு இயக்க வேண்டும் என்பதை அவர் கற்றுத் தந்ததோடு, அதை நாமே கையிலெடுத்து பரிசீலித்துப் பார்க்கவும் அனுமதித்தார்.

நான் மந்திரித்து விடப்பட்டவன் போலானேன். அதற்கு முன்பு ஒரு துப்பாக்கியைத் தொட்டும் பார்த்ததில்லை. அது மிகவும் கனமானது என்பதை ஏற்றுக் கொள்ளத்தான் வேண்டும். தலைவர் அதன் சன்னங்களை நிரப்புவதையும், தோட்டாக்களை மாற்றுவதையும் செய்து காட்டினார். பின்னர் குறிபார்த்துச் சுடுவது எவ்வாறெனக் கற்றுத் தந்தார். நான் ஜேம்ஸ் பாண்டாக என்னை உணர்ந்தேன். துப்பாக்கி ஒரு சுகமான சுமையாக, ஏற்றுக் கொள்ளத் தக்கதாக இருந்தது. அதன் பலத்தையும், உறுதியையும் திடீரென உணர்ந்த நான் என்னையும் பலம் வாய்ந்தவனாகவும், உறுதியானவனாகவும் உணர்ந்தேன். புகையிரதத்திலிருந்த படைச்சிப்பாய் எனக்கு நினைவு வந்தான். அவனது நெற்றியில் துப்பாக்கி முனையை வைத்தழுத்தி விசையைத் தட்டி விடுவது எனக்கு எந்தளவு ஆசுவாசத்தைத் தரும் என எண்ணினேன்.

அன்றிரவு நான் பல வருடங்களாக இருந்ததை விடவும் மகிழ்ச்சியாக வீட்டுக்குத் திரும்பினேன்.

சில நாட்கள் கழித்து மற்றுமொரு இளைஞன் என்னைத் தெருவில் வைத்து அணுகினார். அவரை நான் ஏற்கெனவே கோயிலில் வைத்து அறிமுகமாகியிருந்தேன். அவரது பெயர் ரவி. அவர் எப்போதும் இனிமையான நபராக இருந்தார் என்பதால், அவரைப் பற்றி நன்கு அறிந்திருந்தேன். ஆனால் அவரை, இயக்கத்தில் ஒரு உறுப்பினராக நான் எண்ணியிருந்திருக்கவில்லை. காரணம் அவர் பிறவிலேயே ஒரு மாற்றுத் திறனாளியாக இருந்தார். அவ்வாறான மாற்றுத் திறனாளிகளை இயக்கத்தின் கெரில்லாப் படைகளில்தான் இணைத்துக் கொள்வார்கள் என எண்ணியிருந்தேன். ஒருவேளை இயக்கத்தைப் பொறுத்த வரையில், ஒருவனுக்கு துப்பாக்கி விசையை அழுத்தத் தெரிந்திருந்தால், அதுவே போதுமான தகுதியாக இருந்திருக்கக் கூடும்.

ரவி எனது குழப்பத்தைப் புரிந்து கொண்டார்.

‘இயக்கம் எண்டால் துப்பாக்கியைக் கொண்டு போர் செய்றது மாத்திரமில்ல. சொற்களாலும் போர் செய்ய வேணும். நிஜத்தில் எங்கட போரில் துப்பாக்கியால போர் செய்றத விட சொற்களால போர் செய்றதுதான் பிரயோசனமானது’ என்றார்.

‘எனக்குப் புரியேல்ல. எப்ப எனக்கொரு துப்பாக்கியைத் தருவினம்? எனக்கு ஆமிக்காரங்களைக் கொல்ல வேணும்’ என்றேன். எனது வெகுளித்தனத்தைக் குறித்து தலையசைத்துச் சிரித்தார்.

‘துப்பாக்கியால சண்டை போடுறத விட உங்கட திறமைகள் இயக்கத்தில வேறு பணிகளுக்குப் பொருத்தமா இருக்குமெண்டு இயக்கம் தீர்மானிச்சிருக்கு’

எனது ஏமாற்றம் வெளிப்படையாகத் தெரிந்திருக்க வேண்டும். அவர் அதை அறிந்தவராக தலையசைத்தார்.

‘எல்லாருக்குமே துப்பாக்கியால சண்டை போடுறதுதான் தேவைப்படுது. அது இயல்பானதுதான். என்டாலும் நாங்க உங்களுக்கு பிரச்சாரப் பிரிவில் பயிற்சியளிக்க விரும்புறம்’ என்றார்.

‘போர்ப் பயிற்சிப் பிரிவில் போட்டாலென்ன?’

‘இல்ல. அதை முன்பே முடிவெடுத்தாச்சு. அடுத்தது, உங்கட அப்பா அதை ஒருக்கிலும் அனுமதிக்க மாட்டார். உங்கட குடும்பத்தை இப்பவும் எல்லாருக்கும் தெரியும். அது உங்களுக்கும், எங்களுக்கும் ஆபத்து’ என்று அவர் கோபமும், எரிச்சலும் கலந்து கூறினார்.

எனது அப்பாவைப் பற்றிக் குறிப்பிட்டதும் எனது ஆர்வம் குலைந்தது. படைச் சிப்பாயைத் தாக்கும் எனது பழி வாங்கும் இலட்சியங்கள் மறைந்து விட்டன. எனக்கு அப்பாவின் மீது கோபம் வந்தது எனினும் சிறிது நேரத்தில் அமைதியானேன்.

‘என்னால முடிஞ்சளவுக்கு எப்படியாவது இயக்கத்துக்கு உதவ வேண்டும்’ என்றேன்.

ரவி புன்னகைத்தவாறு எனது முதுகில் தட்டிக் கொடுத்தார். 'நல்லது தோழர். நாங்கள் இப்பவே தொடங்குவோம். செயலில் காட்ட வாழ்த்துக்கள்!' என்றார்.

அதற்குப் பிறகு நாங்கள் வழமையாக கிழமைக்கு மூன்று, நான்கு தடவைகள் பெரும்பாலும் பின்னிரவு நேரங்களில் அடிக்கடி சந்தித்து வந்தோம். மறு நாளுக்குரிய அல்லது அடுத்து வரும் இரண்டு தினங்களுக்குரிய திட்டங்களைப் பற்றி நாங்கள் பிரதானமாகக் கலந்துரையாடினோம். அறிவித்தல்களை விநியோகித்தல், தேவையானவற்றை வசூலித்தல், நன்கொடைகளைப் பெறுவது குறித்த கருத்துக்களைப் பகிர்ந்து கொள்ளல் போன்றவை என்னுடைய பங்களிப்பாக இருந்தன. ஒரு பயனுள்ள காரணத்திற்காக அர்ப்பணிக்கப்பட்டுள்ள இவ்வாறானதோர் இயக்கத்தில் எனது பங்களிப்பை ஆற்றுவது மகிழ்ச்சியைத் தந்த போதிலும், அப்பாவுக்குப் பிடிக்காத ஒன்றைச் செய்து கொண்டிருக்கிறேன் என்பதையும் தெளிவாக அறிந்திருந்தேன்.

கூட்டங்கள் இரவில் வெகுநேரம் வரையில் நீடித்தன. பெரும்பாலும் அதிகாலை இரண்டு அல்லது மூன்று மணி வரை வீடு திரும்ப மாட்டேன். நான் வீட்டுக்குத் திரும்பியதும் அப்பா என்னைக் கண்டு, கடுமையாகக் கோபப்பட்டுக் கத்துவார். எனினும் நான் தொடர்ச்சியாக கூட்டங்களுக்குப் போய்க் கொண்டுதான் இருந்தேன். அவர் என்ன நினைத்தாலும் நான் அதைப் பொருட்படுத்தவில்லை. நான் போராளிகளைச் சந்தித்துக் கொண்டிப்பது அவருக்குத் தெரியவில்லை. நான், நண்பர்களுடன் வெளியே போயிருக்கிறேன் என்றோ, பெண்கள் பின்னால் சுற்றித் திரிகிறேன் என்றோ அவர் நினைத்திருக்கக் கூடும். அவரிடமிருந்து மறைத்து வைக்க என்னிடம் அவ்வாறானதோர் இரகசியம் இருப்பது எனக்குப் பிடித்திருந்தது. அது என்னை சுதந்திரமானவனாக உணர வைத்தது.

ஒரு நாளிரவு, என் வீட்டருகே ஒரு இளைஞன் தென்பட்டார். ரவி தன்னை என்னிடம் அனுப்பியதாகவும், அன்றிரவு உறங்க ஒரு இடம் தேவைப்படுவதாகவும் கூறினார். கையில்லாத சட்டையும், சாரமும் அணிந்திருந்தவர் தோளில் ஒரு பெரிய பையைச் சுமந்து வந்திருந்தார். அவருக்கு, என்னுடன் லதியின் அறையில் தங்கிக் கொள்ளலாம் என்று தெரிவித்தேன். உண்மையில் அவர் அதிகமாகக் கதைக்கவேயில்லை. குறைந்த சத்தத்தில் ஒலித்துக் கொண்டிருந்த ஒரு பாக்கெட் வானொலியை செவிமடுத்தவாறே இருந்தார்.

இறுதியில், நான் உறங்கி விட்டிருந்தேன்.

நள்ளிரவில் எனது அப்பா திடீரென அறைக்குள் நுழைந்தார். அவர் கடும் கோபத்திலிருந்தார். அந்தப் பையனின் பையைத் தூக்கி வெளியே எறிந்தார். 'இப்பவே என்ர வீட்ட விட்டுப் போ!' என்று கர்ஜித்தார். பை முற்றத்தில் போய் விழுந்ததும் அதனுள்ளேயிருந்த பொருட்கள் வெளியே உருண்டு விழுந்தன. அவை துப்பாக்கிகளும், கைக் குண்டுகளுமாக இருந்தன.

'என்ன செய்றியள்? அவர் என்ர கூட்டாளி!' என்று நான் அப்பாவைப் பார்த்துக் கத்தினேன்.

அந்தப் போராளி உடனடியாக வெளியே ஓடிப் போய், தரையில் கிடந்த ஆயுதங்களை திரும்பவும் பைக்குள் அடைத்துக் கொண்டு தெருவிலிறங்கி ஓடினார். நான் அவரைத் தேடி பின்னால் துரத்திச் சென்ற போதும், அவர் ஒரு குறுக்குத் தெருவில் புகுந்து மறைந்து விட்டிருந்தார். நான் அவரை இழந்து விட்டிருந்தேன்.

வீட்டிற்குத் திரும்பியதும் அப்பா எரிமலை போல கொந்தளித்து கோபத்தில் வெடித்தார்.

'போராளிகளோடு என்ன செய்றாய் நீ? சாகப் போறனீயோ? உன்ர தம்பி கொல்லப்பட வேணும்னு விரும்புறனீயோ? நீ இப்படி

இயக்கத்தோட சேர்ந்து சுத்தித் திரியுறாயெண்டு போலிஸுக்குத் தெரிஞ்சால் உன்ர அம்மாவுக்கும், தங்கச்சிமாருக்கும் என்ன நடக்குமெண்டு உனக்குத் தெரியுமா?' என்று கத்தினார். அவர் என்னைக் கொன்று விடுவார் என்றே நினைத்தேன்.

அம்மாவுக்கு அங்கு என்ன நடந்து கொண்டிருக்கிறது என்பது தெரியவில்லை எனினும் அவள் குறுக்கிட்டாள். அப்பா கத்த, நான் கத்த, அம்மா நடுவிலிருந்து கொண்டு நம்மிருவரையும் கத்துவதை நிறுத்தச் சொல்லிக் கதறிக் கொண்டிருந்தார். எவ்வாறோ, அவள் அவரை சாந்தப்படுத்தினாள். உண்மையில் நான் வெளிப்படையாகவே அவரது கோபத்தையோ, அவருக்கோ எனது குடும்பத்துக்கோ என்ன நடக்கும் என்பதையோ பொருட்படுத்தவேயில்லை. அவர் எனது அம்மாவைக் குறித்து என்ன அக்கறை காட்டியிருக்கிறார்? நானும் கோபத்துடனேயே இருந்தேன். அறைக்குள் நுழைந்து உறங்குவது போல பாவனை செய்தேன்.

பிறகு வெளியே வந்து ரவியின் வீட்டுக்குப் போய் என்ன நடந்ததென்று விபரமாகக் கூறினேன். அன்றிரவு அங்கேயே தங்கினேன்.

எனது அப்பா விடுதலைப் புலிகள் இயக்கத்தை வெறுத்த போதிலும், நான் அதில் இணைந்திருப்பதையே விரும்பினேன். அது எனக்குப் பிடித்தமானதாக இருந்தது. எனக்குத் தேவையான பழிவாங்கல் அதுவல்ல எனினும் அதுதான் என்னிடம் மீதமிருந்தது. அத்துடன் கருப்பு ஜூலைக் கலவரத்துக்குப் பிறகு அநேகமான மக்கள் இயக்கத்தை ஆதரித்து வந்தார்கள்.

இயக்கத்துடன் நான் இணைந்திருந்த காலகட்டத்தில், துண்டுப் பிரசுரங்களை விநியோகிப்பதுவும், மக்கள் நடமாடும் இடங்களான கடைத் தெருக்கள், பாடசாலைகள், புகையிரத நிலையங்கள் ஆகியவற்றின் மதில்களில் சுவரொட்டிகளை ஒட்டுவதுமே எனது

பணியாகவிருந்தது. எப்போதாவது மக்களிடமிருந்து நன்கொடைகளைக் கோரவும் போய் வந்தேன். ஒரு ட்ராக்டர் வண்டியில் தேங்காய்களைச் சேகரித்து வந்து அவற்றை விற்று பணமீட்டினோம். அச்சந்தர்ப்பங்களில் மக்கள் உணவும், குடிபானங்களும் தந்து உதவினார்கள்.

துண்டுப் பிரசுரங்களை வினியோகிப்பது, சிறு சிறு நன்கொடைகளைச் சேகரித்துக் கொடுப்பது போன்றவை உண்மையான போர் நிலவரத்தில் மிகச் சிறிய செயற்பாடுகள் என்ற காரணத்தால், இயக்கத்தில் இன்னும் சுறுசுறுப்பாக, போராளிகளுடன் களத்தில் இறங்கி செயற்படக் கூடிய ஏதேனும் பணியிருந்தால் நன்றாக இருக்குமே என்று சில சந்தர்ப்பங்களில் எனக்குத் தோன்றும். எனினும், நான் அதிலிருந்த நட்புணர்வை ரசித்தேன். கிடைக்கும் நன்கொடைகளிலிருந்து அரிசி, தேங்காய், சீனி, தேயிலை போன்றவற்றை சில நேரங்களில் எனது வீட்டுக்கும் எடுத்துச் செல்வேன்.

அது நான் இயக்கத்துக்கு எதுவுமே செய்யாதிருக்கிறேன் என்பதாகவும் இல்லை. நான் ஒரு நிலையை எத்தியிருந்தேன். தமிழர்களின் விடுதலைக்காகவும், சுதந்திரத்துக்காகவும் போராடிக் கொண்டிருந்தேன். இராணுவம் திடீரென சுற்றி வளைத்தால், தப்பியோடி எனது போராளி நண்பர்களுடன் ஒளிந்து கொள்ள முடியும் என்பதை அறியக் கிடைத்ததே என்னைப் பாதுகாப்பாக உணரச் செய்திருந்தது.

அது நீடிக்கவில்லை.

ஒரு நாளிரவு, ஊரடங்குச் சட்டம் அமுலிலிருந்த வேளையில், நகரத்தைச் சூழவுமிருந்த மதில் சுவர்களில் சுவரொட்டிகளை ஒட்டுமாறு உத்தரவிடப்பட்டிருந்தேன். அதற்காக கண்டி-யாழ்ப்பாணம் நெடுஞ்சாலையில் மற்றுமொரு சகாவுடன் மோட்டார் சைக்கிளில்

சென்று கொண்டிருந்தேன். பொதுவாகவே நாங்கள் இரவு நேரத்திலேயே சுவரொட்டிகளை ஒட்டி வந்தோம். அதுதான் பாதுகாப்பானது. எங்களை யாரும் காண்பார்கள் என்றோ, எமது செயற்பாடுகளைக் காட்டிக் கொடுப்பார்கள் என்றோ கவலைப்படாமல் வேலையைச் செய்யலாம். நாங்கள் இருளில் அமைதியை ஊடறுத்தவாறு பயணித்துக் கொண்டிருந்தோம். அன்று, ஊரடங்குச் சட்டத்தின் காரணமாக தெரு விளக்குகளும் அணைக்கப்பட்டிருந்தன.

திடீரென பிரகாசமான இரட்டை ஒளிக் கீற்றுகளிடையே சிக்கி விட்டிருந்தோம். 'ஆமிக்காரன்கள்!' என நான் எரிச்சலடைந்தேன்.

பின்னால் திரும்பிப் பார்த்தேன். நெடுஞ்சாலையோரத்தில் வரிசையாக இராணுவ வாகனங்கள் நிறுத்தி வைக்கப்பட்டிருந்ததோடு, யாராவது ஊரடங்குச் சட்டத்தை மீறுகிறார்களா எனக் கண்காணிக்க இருளில் காத்துக் கொண்டிருந்திருக்கிறார்கள். திடீரென படையினர் கத்துவதையும், வாகனங்கள் உயிர்ப்பிக்கப்படுவதையும் செவிமடுத்தேன்.

'அவங்கள் எங்களைக் கண்டுட்டினம். சீக்கிரமா ஏறுடா!' என்று தோழர் என்னை நோக்கிக் கத்தினார்.

நாங்கள் மோட்டார் சைக்கிளால் தாக்குப்பிடிக்கக் கூடிய உச்ச வேகத்தில் அதை ஓட்டிச் சென்றோம். ஆனால் எமது சிறிய மோட்டார் சைக்கிளால் இராணுவ வாகனங்களை முந்திச் செல்ல எமக்கு வழியிருக்கவில்லை. எஞ்சினிலிருந்து தீப் பொறி பறந்ததால் மீண்டும் எரிச்சலடைந்தேன். 'ஒருவேளை கனக்கச் சூடாகியிருக்கும்' என உரத்த குரலில் கூறிய நான் ஒரு திருப்பத்துக்கருகாமையில் 'கெட்டியாப் பிடிச்சுக்கோ!' என்று கூறியவாறு சைக்கிளைத் திருப்பினேன். கண்டி-யாழ்ப்பாணம் நெடுஞ்சாலைக்கு இணையாக இருந்த புகையிரதத் தண்டவாளத்தினூடு அருகிலிருந்த செங்குத்தான மேட்டில் சைக்கிளைச் செலுத்தினேன். எஞ்சினில் தீப்பற்றியிருந்தது. மேட்டின்

உச்சியை எட்டியதும், பாதையிலிருந்து விலகி சைக்கிளைக் கைவிட்டதும் தூர எறியப்பட்டுப் போய் தரையில் விழுந்தோம். மோட்டார் சைக்கிள் சறுக்கிக் கொண்டு சென்று, தள்ளாடியவாறு ஒரு புதருக்குள் போய் விழுந்தது.

எனது சகா வலியில் முனகத் தொடங்கியதும், நான் அவனது வாயை எனது கையால் பொத்தினேன். 'சத்தம் போடாதே!' என்று சீறினேன். இராணுவ வாகனங்கள் எமக்குப் பின்னாலே வந்து கொண்டிருப்பதை எம்மால் கேட்க முடிந்தது. நாங்கள் மூச்சைப் பிடித்தவாறு, புதர்களிடையே ஊர்ந்து சென்று ஒளிந்து கொண்டோம்.

சடுதியாக நாங்கள் வாகனங்கள் நிறுத்தப்படும் ஓசையையும், படையினரின் குரல்களையும் தெளிவாக அண்மையில் கேட்டோம். நாங்கள் இங்கே ஒளிந்திருப்பதை அவர்கள் அறிந்து விட்டார்கள். இனி அவ்வளவுதான். சித்திரவதை செய்யப்படுவோம் அல்லது கொல்லப்படுவோம் என்று நினைத்தேன்.

தெருவோரத்தில் நிறுத்தி வைக்கப்பட்டிருந்த இராணுவ வாகனத்தை என்னால் பார்க்க முடியுமாகவிருந்தது. அதன் முன் விளக்குகள் மிகுந்த பிரகாசத்தோடு முன்னும் பின்னுமாகச் சுழன்று வெளிச்சத்தை நேரடியாக உமிழ்ந்து கொண்டிருந்தது. மேலே இயந்திரத் துப்பாக்கி பொருத்தப்பட்டிருந்த ஒரு கவச வாகனம், அந்த வாகனத்தின் பின்னால் தயாராக நின்று கொண்டிருந்தது. அதன் துப்பாக்கி இடதும், வலதுமாகத் திரும்புவதையும், எம்மை நோக்கி நேரடியாகக் குறி பார்ப்பதையும் அவதானித்தேன். நான் சுவாசிப்பதை நிறுத்தி விட்டிருந்தேன். இன்னும் எதற்காகக் காத்திருக்கிறார்கள்? அவர்கள் எம்மைக் கண்டு பிடித்தால் என்ன செய்வார்கள்? அவர்கள் எங்களைக் கொன்று விடுவார்கள்.

நாங்கள் அங்கு பத்து நிமிடங்கள் போலத்தான் இருந்திருப்போம் எனினும் அதுவே ஒரு மணித்தியாலம் காத்திருந்ததைப் போலத் தோன்றச் செய்திருந்தது. திடீரென யாரோ உரத்த குரலில்

கட்டளையிடுவதைக் கேட்டோம். தேடுதல் விளக்குகள் அணைக்கப்பட்டு, வாகனங்களிலேறிக் கொண்ட படையினர்கள் சாவகச்சேரி நகரத்தை நோக்கிச் செல்வதைக் கண்டோம்.

எஞ்சின்களின் எந்தவொரு ஓசையுமில்லாது அமைதியாகும்வரை காத்திருந்து விட்டு, புதர்களிடையேயிருந்து தயக்கத்தோடு வெளியே வந்தோம்.

'இனி பிரச்சினையில்லன்டு நினைக்கிறன்' என்றேன்.

'இது ஒரு கெரில்லாத் தாக்குதல் முயற்சியெண்டு அவங்க நினைச்சிருப்பினம். அதனாலதான் எங்களைத் தேடேல்ல' என்று தோழர் கூறினார்.

மோட்டார் சைக்கிளைத் தேடியெடுக்க ஐந்து நிமிடங்களாவது எடுத்திருக்கும். அது மிகவும் மோசமாகப் பழுதடைந்து போயிருந்ததோடு, வேலை செய்யவுமில்லை. நாங்கள் அதைத் தள்ளிக் கொண்டுதான் போக வேண்டியிருந்தது. அதைக் கொண்டு போய் எனது சித்தப்பாவின் முற்றத்தில் வைத்து விட்டு வீட்டுக்குப் போனோம்.

ஆறு மாதங்களின் பின்னர், துண்டுப் பிரசுரங்களை விநியோகிப்பதுவும், மார்க்ஸிய ஸ்லோகங்களைச் சொல்லித் திரிவதும் எனது இளமைப் பருவத்தின் புரட்சி ஆர்வத்தைத் தணியச் செய்திருந்தது. தொடர்ச்சியாக அவற்றையே செய்து வந்தது சலிப்பைத் தந்திருந்தோடு, அது பயனற்றது என்றும் தோன்றியிருந்தது. நான் வித்தியாசமாக ஏதாவது செய்கிறேன் என்பதை என்னால் உணர முடியவில்லை.

ஆபத்தானதும், சேதங்களை விளைவிக்கக் கூடியதுமான அதிகாரப் போட்டிகள் விடுதலைப் புலிகள் இயக்கத்துக்கும், வேறு கெரில்லாக் குழுக்களுக்கும், குறிப்பாக தமிழீழ மக்கள் விடுதலைக் கழகத்துக்குமிடையே வெடித்தது மிகுந்த வருத்தத்தை அளித்தது. அப்

போட்டிகள் விடுதலை உணர்வையே தின்று விடக் கூடியனவாக இருந்தன. இக் குழுக்களுக்கிடையே இருந்த பரஸ்பரப் போட்டியும், உட்பகையும் காரணமாக அப்பாவிப் பொதுமக்கள் தமது வீடுகளிலிருந்து காணாமல் போவதும், கொல்லப்படுவதும் அதிகரித்துக் கொண்டே வந்ததால், நான் நம்பிக்கையை இழக்க ஆரம்பித்திருந்தேன். பொதுமக்கள் பார்த்து அஞ்சும் அளவுக்கு இந்த விடுதலை இயக்கங்கள் இருக்கும்போது, பெரும்பான்மை சிங்களவர்களிடம் சுதந்திரம் கேட்டுப் போர் செய்வதில் என்ன அர்த்தமிருக்கப் போகிறது? அதில் அர்த்தமிருப்பதாக எனக்குத் தெரியவில்லை. பெரும்பான்மை சிங்களவர்களுக்கெதிராக போர் புரிவதை விடவும், இப் போராளிக் குழுக்கள் தமக்கிடையே மோதிக் கொள்வதில்தான் அதிக நேரத்தை செலவிடுவதைக் கண்டபோது நான் அதிலிருந்து விலகிக் கொள்ள விரும்பினேன்.

படையினர் எனது கிராமத்தில் தேடுதல் வேட்டை நடத்தி, ஹெலிகாப்டரால் துரத்துவதும், ஒரு படைச் சிப்பாய் என்னை புகையிரதத்தில் வைத்து துஷ்பிரயோகம் செய்ததுவும் என பழைய ஞாபகங்கள் என்னைத் துன்புறுத்திக் கொண்டேயிருந்தன. காலப்போக்கில், இலங்கைப் படையினரைக் கொல்வதற்கும், அவர்கள் எனக்குச் செய்தவற்றுக்குப் பழி வாங்குவதற்குமான ஆழ்ந்த தாகம் மங்கிப் போயிருந்தது. எனது ஞாபகங்களில் உறுத்திக் கொண்டிருந்தவற்றை அகற்ற நான் எத்தனை படையினரைக் கொல்ல வேண்டியிருக்கும்? ஒருவரை? பத்துப் பேரை? நூறு பேரை? அது அர்த்தமற்றதாகத் தோன்றியது.

மனக் காயங்களுக்கு மருந்தில்லை. அவற்றைக் காலம்தான் ஆற்றும். கொல்வது அதற்கான பரிகாரமில்லை.

எனில், அதுஎன்ன?

அத்தியாயம் 14

எனது அப்பாவின் வீழ்ச்சியைப் பார்த்துக் கொண்டு என்னால் இருக்க முடியவில்லை. அவராலும் குடும்பத்துக்கு எதுவும் வழங்க இயலவில்லை. ஆதரவளிக்க லதியும் எம்முடன் இருக்கவில்லை. அனைத்து சுமைகளும் எனது மடியில் வந்து விழுந்திருந்தன. போரிலிருந்தும், எனது ஞாபகங்களிலிருந்தும், எனது குடும்பத்தின் பார்வையிலிருந்தும், சிதைந்து கொண்டிருந்த எனது நாட்டிலிருந்தும் தப்பித்துச் செல்ல வேண்டும் என்ற உணர்வு வலுத்துக் கொண்டே வந்தது.

புனித ஜோன் கல்லூரி நண்பனான ஜெயா, ஜேர்மன் அரசாங்கமானது, யுத்தத்திலிருந்து அகதிகளாக தனது நாட்டுக்கு வரும் தமிழ் அகதிகளுக்கு உணவும், இருப்பிடமும், துரிதமாக குடியுரிமையும், புதிய தொடக்கத்துக்கான நல்ல வேலைவாய்ப்புக்களையும் வழங்கி உதவுவதாகத் தெரிவித்தான். அது அவனுக்கு எப்படித் தெரியும் என்று கேட்டேன்.

'என்ர மாமா கனக்கப் பேருக்கு ஜேர்மனிக்குப் போக உதவியிருக்கிறார். உனக்கும் உதவுவார்' என்றான்.

அந்த நேரத்தில் ஜேர்மனி எங்கிருக்கிறதென்றோ, அதைப் பற்றிய வேறு எந்த விபரங்களையோ கூட நான் அறிந்திருக்கவில்லை.

'ஜேர்மனி பெரிய பணக்கார நாடு. அங்க எல்லாருக்கும் வேலையிருக்கு. அவங்கள் தமிழர்களையும் நல்லாக் கவனிப்பினம். இஞ்ச போல இல்ல. உன்னை நல்லாக் கவனிச்சுக் கொள்வினம். எனக்கு பாஸ்போட் கிடைச்ச உடனே நானும் அங்க போகத்தான் நினைச்சுக் கொண்டிருக்குறன்' என்றான் ஜெயா.

அது மீட்சிக்கான புதிய தொடக்கம் போலத் தோன்றியது. நான் ஜேர்மனிக்குப் போய், நல்லதொரு தொழிலைத் தேடிக் கொண்டு எனது குடும்பத்துக்கு பணம் அனுப்புவேன். அனைத்தும் சிறப்பாக இருக்கும். யுத்தமிருக்காது. அழிவிருக்காது. நாங்கள் தமிழர்கள் என்பதற்காக யாரும் எங்களை வெறுக்க மாட்டார்கள். அவர்கள் எங்களை வரவேற்பார்கள். நாங்கள் நிம்மதியாக வாழ முடியும். விமான நிலையத்தில் ஒரு பெரிய வரவேற்பு விருந்தைக் கற்பனை செய்து பார்த்தேன். மீண்டும் எதற்கும் அஞ்சவே தேவையில்லை.

எவ்வளவு செலவாகும் என்று ஜெயாவிடம் கேட்டேன்.

'இலங்கைக் காசில் இருபதாயிரம் செலவாகும்' என்று அவன் அலட்சியமாகக் கூறினான்.

இருபதாயிரம் ரூபாய்கள்! நான் தளர்ந்து போனேன். அது இருபது கோடியாக இருந்தாலும் கூட நான் தயங்கப் போவதில்லை. நான் பணத்தை ஏற்பாடு செய்து கொள்வேன்.

'நான் ஜேர்மனிக்குப் போகத் தயாரெண்டு உன்ர மாமாக்கிட்ட சொல்லு' என்றேன்.

எனது தீர்மானத்தைக் குறித்து எதையும் நான் எனது குடும்பத்தாரிடம் தெரிவிக்காதிருக்க முடிவெடுத்திருந்தேன். குறிப்பாக எனது அம்மாவிடம். நான் எவ்வளவுதான் எடுத்துச் சொன்னாலும் அவள் என்னைப் போக அனுமதிக்க மாட்டாள். ஏற்கெனவே ஒரு மகனை இன்னொரு நாட்டுக்கு அனுப்பி இழந்து விட்டவள்,

இன்னொரு இழப்புக்கு முகம் கொடுக்க விரும்ப மாட்டாள். எவ்வாறாயினும், போவதில் நானும் ஒரு சிக்கலை எதிர்நோக்கினேன். எனது சேமிப்பையெல்லாம் போர்க் காலத்தில் எனது குடும்பம் உயிர் பிழைக்கத் தேவையான உணவுகளையும், பொருட்களையும் வாங்கச் செலவழித்திருந்தேன். இனி, ஜேர்மனிக்குப் போக எனக்கு எங்கிருந்து பணம் கிடைக்கும்?

சங்கத்தானை ஆரம்பப் பாடசாலைக்குச் சென்ற காலத்திலிருந்தே நானும், எனது நண்பன் பிரபுவும் ஒன்றாக வளர்ந்தவர்கள். அவனது அம்மா ஒரு ஆசிரியை. அவருக்கு என்னை நன்றாகத் தெரியும். பிரபுவும், நானும் அவனது அம்மாவை சந்திக்கச் சென்றோம். நானொரு உதவி கேட்க வந்திருப்பதாக அவன் அவரிடம் தெரிவித்தான்.

நான் தீர்மானித்திருப்பதை அவரிடம் கூறினேன். அவர் எனக்கு மதிப்பளித்து நான் கூறுவதை கவனமாக செவிமடுத்ததோடு, என்னிடம் பல கேள்விகளையும் கேட்டார். என்னிடம் கடவுச்சீட்டு இருக்கிறதா? ஜேர்மனிக்குப் போக யார் உதவி செய்கிறார்கள்? ஜேர்மனியில் நான் எங்கு போய்த் தங்குவேன்? என்றெல்லாம் கேட்டவர், இப் பயணத்தைக் குறித்து எனது பெற்றோர் என்ன கருதுகிறார்கள் என்பதை மாத்திரம் கேட்கவில்லை. அவர்களுக்கு ஏற்கெனவே தெரிந்து பயணத்துக்கு அனுமதியளித்திருப்பார்கள் என்றோ, இலங்கையை விட்டு வெளியேறுவது மாத்திரம்தான் ஜீவிதத்தை ஒப்பேற்ற ஒரே வழியென்றோ அவர் நினைத்திருக்கக் கூடும். அவர் பிரபுவைப் பற்றியும் கவலைப்பட்டார்.

இறுதியில், அவர் எனக்கு இருபதாயிரம் ரூபாய்களை (740 அமெரிக்க டொலர்கள்) கடனாகத் தர இணங்கினார். நான் மகிழ்ச்சியில் பூரித்துப் போனேன். ஜேர்மனிக்குப் போய் வேலை கிடைத்ததுமே அக் கடனைத் திருப்பித் தருவதாக அவருக்கு வாக்குறுதி அளித்தேன்.

ஜெயாவைச் சந்தித்த போது என்னிடம் பணமிருப்பதைக் கூறியதும், அவன் ஜேர்மனிக்கான விமானப் பயணச் சீட்டுச் செலவு குறித்தும் பிணைக்கப்பட்ட கடவுச்சீட்டினைக் குறித்தும் விளக்கினான். அதன் அர்த்தம், எனக்கு உத்தரவாதமளிப்பவர் எனது கடவுச் சீட்டினைப் பிணைத்ததும் என்னால் அனைத்து நாடுகளுக்கும் முறையான விசா அனுமதியோடு பயணம் செய்யலாம். அவன் எனது கடவுச் சீட்டினையும், பணத்தையும் வாங்கி கொழும்பில் வசித்து வந்த அவனது மாமாவுக்கு அனுப்பி வைத்தான். அவனது மாமாவின் தொலைபேசி இலக்கத்தைத் தந்த அவன், அடுத்த கிழமை கொழும்புக்குப் போய் பயண அனுமதிச் சீட்டினையும், கடவுச்சீட்டினையும் பெற்றுக் கொள்ளுமாறு அறிவுறுத்தினான்.

எனது பழைய ஜீவிதத்தைக் கை விட்டு புதியதும், சிறந்ததுமான ஒரு வாழ்க்கையை ஜேர்மனியில் தொடங்க வாய்ப்புக் கிடைத்திருப் பதையெண்ணி சிலிர்த்துப் போனேன். ஒரு பாதுகாப்பிற்காக, எனது திட்டத்தை இரகசியமாக வைத்திருக்குமாறும் எவரிடமும், மிக முக்கியமாக, எனது குடும்பத்தாரிடம் கூறாதிருக்குமாறும் ஞாபகப்படுத்தினேன். அத்தோடு எனது திட்டம் கசிந்தால், விடுதலைப் புலிகள் இயக்கம், என்னை இந்த நாட்டை விட்டுச் செல்ல விடாது தடுக்கும் என்பதிலும் அக்கறையாக இருந்தேன். நான் இயக்கத்தை விட்டு முறையாக விலகியிருக்கவில்லையாதலால், இயக்கம் எனது ஜேர்மனிக்கான பயணத்தை துரோகம் என்றோ, விசுவாசமற்ற செயலென்றோ கருதி விளக்கம் கொடுக்கும் எனக் கவலைப்பட்டேன்.

சில மாதங்களுக்கு முன்னர், எனது குடும்பத்துக்கு உணவேதும் வாங்கி வரவென்று பிரதான பேரூந்து நிலையத்துக்கு அருகேயிருந்த மீன் சந்தைக்குப் போயிருந்தேன். சந்தையை நெருங்கும்போது பேரூந்து நிலையத்துக்கருகேயிருந்து மக்கள் அலறியடித்துக் கொண்டு ஓடி வருவதைக் கண்டேன். அங்கு எந்தவொரு இராணுவ வாகனமோ,

படையினரோ எனக்குத் தென்படவில்லை. எனினும், கழுத்தில் ஒரு அட்டையைச் சுமந்தவாறு ஒரு நபர் இரத்த வெள்ளத்துக்கு மத்தியில் விழுந்து கிடப்பதைக் காண நேர்ந்தது. அந்த அட்டையில் 'துரோகி' என்று எழுதப்பட்டிருந்தது. AK 47 துப்பாக்கிகளைச் சுமந்து வந்த இரண்டு இளைஞர்கள், பேரூந்து நிலையத்திலிருந்த சனத்திரளுக்கு முன்னால் அந்த நபரைச் சுட்டு வீழ்த்தியதாக அருகிலிருந்த தேநீர்க் கடை உரிமையாளர் என்னிடம் கூறினார். விடுதலைப் புலிகள் இயக்கம் பற்றிய தகவல்களை அவர் அரசாங்க அதிகாரிகளுக்கு வழங்கியிருக்கக் கூடும். இயக்கத்துக்கு துரோகம் செய்யும் எவருக்கும் தண்டனை அதுதான் என்பதை அவர்கள் அவ்வாறு தெளிவுபடுத்தியிருந்தார்கள்.

நான் எனது அதிகளவான நேரத்தை பிரபுவின் வீட்டில் செலவிடத் தொடங்கியிருந்தேன். நான் விரைவில் ஜேர்மன் போகவிருக்கிறேன் என்பதைக் குறித்து அம்மாவுக்கு சந்தேகம் தோன்றியிருக்கும் என நான் நினைக்கவில்லை, எனினும், நான் வீட்டை விட்டு வெளியே எங்கேதான் அதிக நேரத்தைச் செலவிடுகிறேனோ என்று அவள் ஆச்சரியப்பட்டிருப்பாள். இயக்கத்தில் நான் உறுப்பினராக விருக்கிறேன் என்பதைக் குறித்து நான் அவளிடம் ஒருபோதும் தெரிவித்ததில்லை. அவள் அதை ஒருபோதும் அனுமதிக்கப் போவதில்லை என்பதை அறிந்திருந்தேன். எனினும், சில விடயங்கள் அவளுக்குப் புரிந்திருக்கும் என நினைக்கிறேன்.

எனது பிரயாண நாளுக்கு இரண்டு தினங்களுக்கு முன்னர் நான் பிரபுவுடன் தங்கியிருந்தேன். இலங்கை வரைபடங்களைத் தேடியெடுத்து, கொழும்புக்குச் செல்வதற்கான சிறந்த பயணப் பாதைகளைக் கண்டுபிடிப்பதிலும், பயணத்தைக் குறித்தும், ஜேர்மனியைக் குறித்தும், எதிர்காலம் எப்படியிருக்கும் என்பதைக் குறித்தும் கதைப்பதிலும் அதிக நேரத்தைச் செலவிட்டோம். பல

வழிகளில் அதுதான் எனது வாழ்க்கையில் மிக நீண்ட வாரம். ஆனால், அதை நான் அறியும் முன்பே, பயணத்துக்கான நாள் வந்து விட்டிருந்தது.

அவ்வளவு காலமும் எனது பயணத்திட்டமானது நானும், பிரபுவும் மாத்திரமே அறிந்திருந்த ரகசியமாகவிருந்தது. எனினும், என்னால் அந்தத் திட்டத்தை அதற்கு மேலும் ரகசியமாக வைத்திருக்க முடியவில்லை. பிரயாண நாளிற்கு முந்தைய இரவு நான் வீட்டிலேயே உறங்கினேன். மறுநாள் விடிகாலையில், எனது அம்மா கிணற்றடியில் பாத்திரங்களைக் கழுவிக் கொண்டிருப்பதைக் கண்டேன். அவள் மிகவும் சோர்வாகக் காணப்பட்டாள். என்னை மூழ்கடித்திருந்த குற்றவுணர்ச்சியின் அலைகள் என்னைத் தடுமாறச் செய்தன. அவள் பாத்திரங்களிடையே என்னைக் கண்டு புன்னகைத்தாள்.

நான் அவளை அரவணைத்ததும், அவள் என்னைக் கூர்ந்து பார்த்துக் கேட்டாள்.

'என்னப்பா?'

எனது தொண்டை வரண்டு போயிருந்தது.

'அம்மா, நான் போகப் போறன்' என்றேன். நான் கூறியது அவளுக்குக் கேட்டிருக்குமா என்பது நிச்சயமில்லை. அவள் எந்தவொரு உணர்ச்சியையும் வெளிக்காட்டவில்லை.

'அம்மா, நான் இண்டைக்கு கொழும்புக்குப் போறன். அங்கேயிருந்து ஜேர்மனிக்குப் போகப் போறன். நான் அங்க ஒரு வேலையைத் தேடிக் கொண்டு உங்களுக்கு காசு அனுப்புவன்.'

அவள் ஆழமான அதிர்ச்சியில் தாக்குண்டவளாக, கன்னங்களில் கைகளை வைத்து விம்மத் தொடங்கினாள். பிறகு கைகளைத் தலையில் அடித்துக் கொண்டு கதறினாள்.

‘அது கனக்க ஆபத்து. சிங்களவங்கள் உன்னைக் கொல்வினம். உனக்கு இப்பத்தான் பதினெட்டு வயசு. தயவு செஞ்சு போகாதே’ என்றாள்.

‘நான் போக வேணும் அம்மா. இந்தக் குடும்பத்துக்கு உதவ அது மட்டும்தான் ஒரே வழி’ என்றேன். அவள் கேட்க மறுத்தாள்.

‘இல்ல. நீ போனால், நானும் நாண்டு கொண்டு செத்துப் போவன்’

ஒருவரின் அனுதாபத்தைத் தூண்டுவதற்காக, தற்கொலை செய்து கொள்வதாக மிரட்டுவது தமிழர் கலாசாரத்தில் பொதுவானது. அது பெரும்பாலும் வேலை செய்தது.

கடைசியில் நான் கெஞ்சினேன்.

‘அம்மா. எனக்கு வேறு வழியில்ல. எங்களிட்ட ஒண்டுமேயில்ல. நான் ஜேர்மனிக்குப் போய் நல்லொரு தொழிலைத் தேடிக் கொண்டு வீட்டுக்கு காசு அனுப்புவன். ஒரு நாளைக்கு நாங்களெல்லாரும் ஒண்டா இருப்பம். நான் வாக்குத் தாறேன்.’

நான் பத்திரமாக இருப்பேனென்றும் ஜேர்மனிக்குப் போய்ச் சேர்ந்தவுடனே கடிதம் எழுதுவேன் என்றும் அவளுக்கு உறுதியளித்தேன். இறுதியில், எனது பிடிவாதம் தீர்க்கமானது என்பதையும், எதனாலும் எனது மனதை மாற்ற முடியாது என்பதையும் அவள் உணர்ந்தாள்.

விட்டுப் போவதற்கு வருந்துவதாக நான் கூற விரும்பிய போதிலும், உண்மையில் நான் அமைதியற்றவனாகவும், போவதற்கு ஆர்வத்துடனுமே இருந்தேன். எவ்வாறாயினும் எனது அம்மாவை சாந்தப்படுத்த என்னால் முடியவேயில்லை.

பயணச் செலவிற்கு என்னிடம் ஆயிரம் ரூபாய் இருந்தது. நான் புறப்பட முன்பு, பணத்தைப் பத்திரமாக வைத்துக் கொள்ளுமாறு கூறி

அம்மா எனது உள்ளாடையில் ஒரு இரகசியப் பையைத் தைத்துத் தந்திருந்தார். அதைத் தைக்கும்போதும் அழுது கொண்டேயிருந்தார். நான் உடை மாற்றிக் கொண்டு இரண்டு காற்சட்டைகள், ஒரு கம்பளிச் சட்டை, ஒரு ஜோடிச் செருப்புக்களிட்ட சிறிய பையைத் தயார் செய்தேன். அவள் எனக்கு தேநீர் தயாரித்துத் தந்தாள். நாங்கள் சமையலறைத் தரையில் அமர்ந்திருந்தோம். மோசமான அமைதி அங்கே நிலவுகையில் நான் தேநீரைக் குடித்து முடித்தேன். பிறகு பையை எடுத்துக் கொண்டு பிரதான நுழைவாயிலை நோக்கி நடக்கத் தொடங்கினேன்.

'இரு! என்று அம்மா அழைத்தாள். அவள் வீட்டினுள்ளே ஓடி ஒரு படத்தினை எடுத்துக் கொண்டு வந்து நின்றாள். அது இந்துக் கடவுள்களான சிவா, பார்வதியுடைய படம்.

'நீ எங்க போனாலும் இதை உன்னுடனே வைத்திரு. இவங்க உன்னைக் காப்பினம்' என்றாள்.

அந்தப் படம் இப்போதும் என்னிடம் இருக்கிறது. இன்று வரைக்கும் அதை நான் என்னுடனே வைத்திருக்கிறேன்.

'அப்பாக்கிட்ட சொல்லிட்டுப் போக மாட்டீரோ?' என்று கேட்டாள்.

நான் தலையசைத்து நடந்தேன். அவள் என்னைத் தொடர்ந்து சில அடிகள் வந்தாள் எனினும் நான் நிற்கவோ, திரும்பிப் பார்க்கவோ இல்லை. நான் போனதற்குப் பிறகு அப்பா என்னவெல்லாம் செய்வார் என்று சடுதியாக ஒரு எண்ணம் தோன்றியது. அவர் அவளை அடிப்பாரா? அவர் எனது தம்பியையும், சகோதரிகளையும் மோசமாக நடத்துவாரா? யார் அவர்களைப் பார்த்துக் கொள்வார்கள்?

நான் தயங்கினேன். குற்றவுணர்ச்சி என்னை மூழ்கடித்துக் கொண்டிருந்த போதிலும், நான் நுழைவாயிலைத் திறந்து தொடர்ந்து நடந்தேன். வீடு ஒரு ஞாபகமாக நிலைத்திருந்தது.

இலங்கை பாதுகாப்புப் படையினதும், விடுதலைப் புலிகள் இயக்கத்தினதும் பாரிய தாக்குதல் நடவடிக்கைகள் காரணமாக வட மாகாணத்தின் பெரும்பாலான தெருக்களும், புகையிரதத் தண்டவாளங்களும் சேதமுற்றிருந்தன. அதன் பெறுபேறாக, அருகாமையில் செயற்படும் புகையிரத நிலையமாக, தெற்குத் திசையில் நாற்பது மைல் தொலைவிலிருந்த கிளிநொச்சி புகையிரத நிலையமே காணப்பட்டது. கிழமைக்கு ஒரு தடவை கொழும்புக்குச் செல்லும் புகையிரதம் அன்றைய தினம் மதிய நேரம் புறப்படவிருந்தது.

எமது வீட்டிலிருந்து நான் வெளியாகிய போது காலை ஏழு மணியிருக்கும். அந்த நேரத்தில் சாவகச்சேரியிலிருந்து கிளிநொச்சிக்குச் செல்ல பேரூந்தோ, புகையிரதமோ கிடைப்பது சாத்தியமில்லை. கிளிநொச்சிக்கு நடந்தே செல்வதென்றால் கூட பதினொரு மணித்தியாலங்களாவது எடுக்கும். தாண்டிச் செல்லும் வேறு வாகனங்களை அணுகுவதே எனது எதிர்பார்ப்பாக இருந்தது. அதிர்ஷ்டவசமாக அவ்வாறு ஒரு கார் கிடைத்தால் ஒரு மணி நேரத்தில் என்னால் கிளிநொச்சிக்குச் சென்று விட முடியும். நான் அங்கு மதியத்துக்கு முன்பு போய்ச் சேர வேண்டியிருந்தது.

எந்த வாகனங்களும் வராத காரணத்தால் நான் தெருவோரத்தால் ஓடத் தொடங்கினேன். ஒரு வேன் வரும்வரை ஓடிக் கொண்டிருந்த நான் வேன் வரும்போது அதை நிறுத்துமாறு வேகமாக சைகை செய்தேன். அதிர்ஷ்டவசமாக அவர்கள் நிறுத்தினார்கள். ஓடுவதை விடவும், வேனில் அமர்ந்திருந்து பயணிப்பது ஆசுவாசத்தைத் தந்தது. வேகமாகப் பயணித்த அது குறுகிய தூரம் வரைக்குமே சென்றது.

பிறகு கண்டி - யாழ்ப்பாணம் நெடும்பாதையில், ஒரு சரக்கு வண்டியில் பயணிக்கக் கிடைத்தது. அதன் பிறகு மிருசுவில் வரைக்கும் ஓடியே போனேன்.மிருசுவில்லைஅடைந்ததும்ஒருமோட்டார்சைக்கிளுக்குக் கையசைத்தேன். சைக்கிளை ஓட்டி வந்தவர் நிறுத்திக் கேட்டார்.

‘எங்க போக வேணும்?’

‘கிளிநொச்சி ரயில்வே ஸ்டேஷனுக்கு’ என்றேன்.

‘நான் பளைக்குப் போறன். ஏறிக் கொள்ளுங்கோ’

நான் உடனே மோட்டார் சைக்கிளின் பின்னால் தாவி ஏறிக் கொண்டதும், சைக்கிள் தெருவைக் கிழித்துப் பறந்தது.

நாங்கள் விரைவில் பளையைப் போய்ச் சேர்ந்தோம். துரதிஷ்டவசமாக அங்கிருந்து நடக்க வேண்டியிருந்தது. அதிக தூரம் செல்வதற்கு முன்பே பரந்தனுக்குப் போய்க் கொண்டிருந்த மினிபஸ்ஸொன்றைக் கண்டேன். நான் கையசைத்ததும் அது நின்றது. அதில் தாவி ஏறிக் கொண்டேன்.

சென்ற வழி நெடுகவும் குண்டுகள் வெடித்த தடயங்களாக மீதமிருந்த, விசாலமான குழிகளைக் கடந்து சுற்றி வளைத்துப் போக வேண்டியிருந்தது. புகை கக்கிக் கொண்டிருந்தவை, துப்பாக்கித் தோட்டாக்கள் துளையிட்டவை போன்ற பல இராணுவ வாகனங்கள் தலைகீழாகவோ, தெருவை விட்டு விலகியோ காணப்பட்டன. டஜன் கணக்கிலான மரங்கள் தோட்டாக்கள் துளைத்தோ, மோட்டார் குண்டுத் தாக்குதலாலோ கிளைகள் உடைந்து வீழ்ந்தோ, முற்றிலுமாக உடைந்து வீழ்ந்தோ காணப்பட்டன. அவை தெருவில் பீரங்கி வண்டிகளுக்கும், இராணுவ வாகனங்களுக்கும் வீதித் தடைகளாக தெருவுக்குக் குறுக்கே கிடந்தன.

இறுதியில் ஒருவாறு நான் கிளிநொச்சி புகையிரத நிலையத்தை வந்தடைந்திருந்தேன். நாற்பது மைல் தொலைவுக்கு, கிட்டத்தட்ட நான்கு மணித்தியாலங்கள் எடுத்திருந்தது. மோசமில்லை! ஆண்களும், பெண்களும் பைகளும், பண்டங்களுமாக யாழ்தேவி புகையிரதத்துக்குள் காணப்பட்டார்கள். ஒரு நிமிடம் கூட தாமதிக்க

நேரமில்லை. நான் பயணச் சீட்டு விற்பனை செய்யும் இடத்தை பணத்தோடு அணுகினேன். விற்பனையாளர் என்னைப் பார்த்தார்.

'ரயில் நிரம்பிப் போச்சுது. அடுத்த கிழமை வாங்கோவன்' என்று தெரிவித்தார்.

நான் திகைத்துப் போனேன். ஊரிலிருந்து முழுதாக இன்னும் நான் வெளியேறவில்லை. பெரியதொரு இடையூறை இப்போதுதான் கடந்திருந்தேன். நடைபாதைக்குச் சென்று பார்த்தபோது புகையிரதம் இன்னும் நிரம்பியிருக்காததைக் கண்ணுற்றேன். எனில் அவர் ஏன் என்னிடம் அவ்வாறு கூறினார்?

எவ்வாறாயினும் நான் எனது ஊருக்குத் திரும்பிப் போக மாட்டேன் என எனக்கு நானே கூறிக் கொண்டேன். ஆனால் ஒருவேளை நான் இந்தப் புகையிரதத்தைத் தவற விட்டேனெனில், ஒரு வாரம் எங்கே போய்த் தங்குவேன்? எனது கடவுச் சீட்டுக்கும், விமானப் பயணச் சீட்டுக்கும் என்ன நடக்கும்?

எனக்கு வேண்டுமென்றால், பயணச் சீட்டே இல்லாது, புகையிரதத்தின் கூரை மீதேறி உட்கார்ந்து பயணிக்கலாம்.

நான் திரும்பவும் பயணச் சீட்டு விற்குமிடத்துக்குவந்தேன்.

'எனக்கு இந்த ரயிலுக்கே ஒரு டிக்கட் வேணும்' என்று கூறி பயணச் சீட்டின் பெறுமதியை விட, கூடுதலாகப் பத்து ரூபாயையும் சேர்த்துக் கொடுத்தேன். உடனடியாக எனக்கொரு பயணச் சீட்டு வழங்கப்பட்டது.

பெரும் நிம்மதியாக உணர்ந்தேன் எனினும் பயணத்துக்கு வைத்திருந்த காசில் லஞ்சம் கொடுக்க வேண்டியிருந்ததால் அது கவலையையும் தந்தது. நான் புகையிரத்தில் ஏறிக் கொண்டேன். எனது இருதயம் வேகமாகத் துடிக்கத் தொடங்கியதோடு சுவாசிக்கவும் சிரமப்பட்டேன். படைச் சிப்பாயின் ஈரக் கசிவான உஷ்ணப்

பெருமூச்சை எனது கழுத்தில் உணரத் தொடங்கியதோடு, அவன் எனக்குச் செய்ததைச் சுட்டிக் காட்டி சக படையினரோடு சேர்ந்து சிரிப்பதையும் என்னால் உணரக் கூடியதாக இருந்தது. அந்த ஞாபகங்கள் என்னைத் தெளிவாக உறுத்திக் கொண்டிருந்ததால், கிட்டத்தட்ட நோயாளி போல ஆகியிருந்தேன்.

புகையிரதத்தினுள்ளே அவ்வளவாகக் கூட்டமிருக்கவில்லை. சில கணங்களுக்குப் பின்னர் எனது பயம் தெளிந்திருந்ததோடு, நான் உள்ளே சென்று அங்கிருந்த வயதான தம்பதியருகே அமர்ந்து கொண்டேன். அவர்களருகே அமர்ந்திருந்தால் யாரும் என்னைத் தொந்தரவு செய்ய மாட்டார்கள் என நான் நினைத்தேன். நான் ஏன் அன்று அவ்வாறு முடிவெடுத்தேன் என்று இப்போது யோசித்துப் பார்க்கும்போது, எனக்கு ஏதேனும் பிரச்சினைகள் வந்தால் அவர்கள் உதவுவார்கள் என்ற எண்ணத்தில் இருந்திருப்பேன் என்று தோன்றுகிறது.

சில நிமிடங்களுக்குப் பிறகு புகையிரதமானது அசைந்தசைந்து முன்னோக்கி நகர்ந்து நிலையத்தைத் தாண்டி நகரத் தொடங்கியது. வவுனியா புகையிரத நிலையத்தை அடைய அதற்கு ஒன்றரை மணித்தியாலங்கள் எடுத்திருந்தது. அப்பாதை நெடுகிலும் பல இராணுவ சோதனை முகாம்கள் இருந்தன. இயந்திரத் துப்பாக்கிகளோடு புகையிரதத்தில் ஏறும் படையினர்கள் ஆங்காங்கே ஒவ்வொருவரிடமும் ஆளடையாளத்தைக் கோரியவாறு இருந்தார்கள். அவர்கள், சிலரை மேலதிக விசாரணைக்கு வேண்டி புகையிரதத்தை விட்டுக் கீழேயிறங்குமாறு கட்டளையிட்டார்கள். அவர்கள் திரும்பவும் புகையிரதத்தில் ஏறியதை நான் காணவேயில்லை.

நான் இரண்டு இருக்கைகள் தாண்டி அமர்ந்திருந்த ஒரு இளம்பெண்ணைக் கண்டேன். அவள் கொழும்பைச் சேர்ந்தவளாக

இருக்கக் கூடுமெனக் கருதினேன். அவள் கிளிநொச்சியில் வைத்து ஏறியிருந்ததால், அவள் ஒரு தமிழச்சி என்றும் அனுமானித்தேன். ஆனால் அவள் தமிழச்சி எனும் அடையாளத்தைக் காட்டும் விதமாக பொட்டோ, குங்குமமோ நெற்றியில் இட்டிருக்கவில்லை. அவள் என்னை அணுகி தன்னை அறிமுகப்படுத்திக் கொண்டாள். அவளது பெயர் தேவி. நான் எங்கே செல்வதாகக் கேட்டாள்.

அவள் எவ்வளவு துணிச்சலுடனிருக்கிறாள் என்பதைக் குறித்து எனக்கு வியப்பாக இருந்த போதிலும், மகிழ்ச்சியாகவும் உணர்ந்தேன். வழமையாக உள்ளூர்ப் பெண் பிள்ளைகள் பேசக் கூச்சப்படுபவர்களாகவும், அமைதியாகவும் இருப்பார்கள். மரியாதை காரணமாக அவர்களை விட மூத்தவர்களுடனோ, உறவினர்களுடனோ கூட பொதுவில் பேசத் தயங்குவார்கள்.

'கொழும்புக்கு' என்றேன்.

'நான் கொழும்புல படிச்சவள். அங்கதான் என்ர வாழ்க்கைல கனக்க காலம் இருந்திருக்குறன்' என்று புன்னகைத்தவாறே கூறியவள் பிறகு தனது இருக்கை நோக்கி நடந்து சென்றாள்.

கிட்டத்தட்ட ஒரு மணித்தியாலத்திற்குப் பிறகு, அவள் திரும்பவும் வந்தாள். தேவி நன்றாகக் கதைக்கக் கூடியவளாகக் காணப்பட்டாள். அவளது துணிச்சல் எனக்குக் குழப்பத்தையும் வியப்பையும், அளித்தது. அவள் என்னை விடவும் சிறிது கூடுதல் வயதுடையவளாக இருக்கலாம். அவள் தனது அப்பா, அம்மா, தம்பியுடன் பயணித்துக் கொண்டிருப்பதாகத் தெரிவித்தாள். எனது பயணத்தைக் குறித்தும் கேட்டாள்.

நான் எனது பயணத் திட்டங்களை விபரமாகக் கூறினேன்.

அவள் புன்னகைத்து விட்டு தானும் ஐரோப்பாவுக்குப் போகவிருப்பதாகக் கூறினாள்.

'நானும் ஃபிரான்ஸில இருக்குற என்ர மாமாக்கிட்ட போகப் போறன்' என்றாள். கருப்பு ஜூலைக் கலவரத்துக்குப் பிறகு, அதிகளவான தமிழர்கள் இலங்கையை விட்டு வேறு நாடுகளுக்குப் புலம்பெயர்ந்து கொண்டிருந்தார்கள்.

'நான் பிரான்ஸுக்குப் போய் படிக்கப் போறன். அங்க நல்ல எதிர்காலம் இருக்கு' என்றாள்.

என்னுடன் சற்று நேரம் உரையாடிக் கொண்டிருந்து விட்டு அவள் தனது இருக்கைக்கு, குடும்பத்தாரருகே போய் அமர்ந்து கொண்டாள்.

புகையிரதம் தலைநகரத்தை நெருங்கியபோது, இயற்கையான நிலக்காட்சியில் மாற்றங்கள் தென்படத் தொடங்கியிருந்தன. அடிவானம் வரைக்கும் பரந்து விரிந்திருந்த வெற்றுவெளிகளுக்கும், பச்சைப் பயிர் நிலங்களுக்கும் பதிலாக வாகனங்களும், கொங்க்ரீட் நெடுஞ்சாலைகளும், வீதிகளும், உயர்ந்த கட்டடங்களும் அணிவகுத்து நின்றன. சனம் நிறைந்த கடைகளும், வீடுகளும் நெருக்கமாக, அடர்ந்த காடுகளைப் போலக் காட்சியளித்தன.

நான் அருகிலிருந்து பார்த்த முதல் நகரமான கொழும்பு, எனது சிறிய கிராமத்துடன் ஒப்பிட்டுப் பார்க்கும்போது, பிரமாண்டமானதாக இருந்தது. எனது கண்களையே என்னால் நம்ப முடியவில்லை. களிமண்ணால் கட்டப்பட்டு, தென்னோலைகளால் வேயப்பட்ட பல குடிசைகளையும், சீமெந்துச் சுவர்களோடு, ஓட்டுக் கூரை இடப்பட்டிருந்த சில வீடுகளையும், பெரும்பாலான வயல் நிலங்களையும் கொண்டிருந்த சங்கத்தானையுடன் ஒப்பிட்டுப் பார்க்கும் போது கொழும்பு நகரம் மிகவும் நவீனமாகவும் காணப்பட்டது.

அந்தி சாயும் வேளையில் புகையிரதம் நிலையத்தை வந்தடைந்திருந்தது. எறும்புப் படைகளைப் போல மக்கள் சாரை சாரையாக நடமாடிக் கொண்டிருந்த ஓய்வற்ற நகரமாக அது இருந்தது.

நான் பசியுடனும், களைப்புடனும் இருந்த போதிலும், ஆகக் குறைந்தளவு சிக்கல்களோடு கொழும்பை வந்தடைய முடிந்ததையிட்டு ஆசுவாசமாகவும் உணர்ந்தேன். எனது அடுத்த கட்ட நடவடிக்கை கடவுச்சீட்டையும், விமானப் பயணச் சீட்டையும் பெற்றுக் கொள்வதுதான். அதன் பிறகு நான் ஜேர்மனிக்குப் பயணமாவேன்.

நான் நிலையத்தை விட்டு வெளியேறிய கணம் தொட்டு, அன்றிரவு தங்கிக் கொள்ள ஓரிடத்தைத் தேடத் தொடங்கியிருந்தேன். தமிழர்களுக்கும், சிங்களவர்களுக்குமிடையேயான பதற்றம் உச்சத்திலிருந்த அந்த 1985 ஆம் ஆண்டு காலப் பகுதியில், கொழும்பில் பெரும்பான்மையான சிங்களவர்களே வசித்து வந்தார்கள். தமிழர்களுக்கு அங்கு பாதுகாப்பிருக்கவில்லை. கொழும்பில் தமிழர்கள் காடையர்களாலோ, கொள்ளையர்களாலோ தாக்கப்படுவது சாதாரணமாக நடைபெற்றது. எனக்கு சிங்கள மொழியும் தெரியாத காரணத்தால், நான் தமிழனாக அடையாளம் காணப்படக் கூடிய மலிவு விடுதிகளையோ, கட்டண அறைகளையோ தவிர்த்தேன். பள்ளிவாசலொன்றில் தங்கிக் கொள்வதே எனக்குப் பாதுகாப்பானதென்று தோன்றியது. அக் காலகட்டத்தில், மொத்த சனத் தொகையில் குறைந்த சதவீதமாகக் காணப்பட்ட முஸ்லிம்கள், இந்துத் தமிழர்களாலும், பௌத்த சிங்களவர்களாலும் நடுநிலையானவர்களாக தனித்து விடப்பட்டிருந்தார்கள்.

கிட்டத்தட்ட முப்பது நிமிடங்களுக்கும் மேலாக அலைந்து திரிந்து ஒரு பள்ளிவாசலைக் கண்டடைந்து அதன் கதவைத் தட்டினேன். ஒரு இளைஞர் ஜன்னலால் எட்டிப் பார்த்து விட்டுக் கதவைத் திறந்தார். அவரிடம் நான் வடக்கிலிருந்து வருவதாகவும், அன்றிரவு பள்ளிவாசலினுள்ளே தங்கிக் கொள்ள முடியுமா என்றும் கேட்டேன். நாங்கள் தமிழில்தான் உரையாடினோம். அவர் என்னைத் தாராளமாக உள்ளே அனுமதித்ததோடு, விடிகாலை சூர்யோதயத்துக்கு முன்னர்

அங்கிருந்து வெளியேறுமாறும் கேட்டுக் கொண்டார். தமிழனொருவன் அங்கு தங்கியிருப்பதை சிங்களவர்கள் கேள்விப்பட்டால், பழி வாங்கும் விதமாக பள்ளிவாசலை எரிப்பார்கள் என்பதைத் தெரிவித்தார். அவர் எனக்குத் தேநீர் தந்து உபசரித்து விட்டு, படுத்துக் கொள்ளுமாறு பள்ளிவாசலின் ஒரு மூலையைக் காட்டினார். நான் கடும்பசியிலிருந்தேன். அன்று முழுவதும் நான் சாப்பிட்டிருந்ததெல்லாம் கொஞ்சம் வேர்க்கடலைகளும், நெக்டோ சோடாவும் மாத்திரமே. எனினும், பசியை மறந்து உறங்கக் கூடிய ஒரு பாதுகாப்பான இடம் கிடைத்தமைக்காக நான் மிகவும் நன்றியுணர்வுடனிருந்தேன்.

அவருக்கு நன்றி தெரிவித்து விட்டு, எனது பையைத் தலையணையாக வைத்துக் கொண்டு அன்றிரவு அச் சீமெந்துத் தரையில் படுத்துக் கொண்டேன். அங்கு மிகவும் அமைதியாக இருந்ததால், படுத்தவுடனேயே நான் உறங்கிப் போனேன். இடையிடையே உறக்கத்திலிருந்து விழித்து, எனது இரகசியப் பையில் பணம் பத்திரமாக இருக்கிறதா என்றும் பார்த்துக் கொண்டேன். நான் எனது அம்மாவையும், தம்பியையும், தங்கைகளையும் நினைத்துப் பார்த்தேன். இந் நேரம், நான் வீட்டுக்கு வரும் வரையில் எனது உடன்பிறப்புக்கள் எனக்காகக் காத்துக் கொண்டிருப்பார்களா? அல்லது நான் எங்கே போயிருக்கிறேன் என்பதை அவர்களிடம் அம்மா தெரிவித்திருப்பாளா?

எவ்வாறாயினும் நான் ஜேர்மனியைப் பற்றித்தான் அதிகமாக யோசித்துக் கொண்டிருந்தேன். அது எனது புதிய வீடு. நான் போதுமான அளவு பணம் சம்பாதித்து அம்மாவையும், குடும்பத்தையும் என்னுடன் ஜேர்மனிக்கு அழைத்துக் கொள்ள முடிந்தால் எவ்வளவு நன்றாக இருக்கும்.

அதன் பிறகு அது எமது வீடாக இருக்கும்.

அத்தியாயம் 15

விடிகாலையிலேயே வெளியே சந்தடிமிக்க தெருவில் கேட்கத் தொடங்கியிருந்த வாகனங்களின் ஹோர்ன் ஒலிகளும், பேரூந்துகள் நிற்கும் சப்தங்களும், பாதசாரிகள் கதைத்துக் கொண்டே நடந்து செல்லும் ஓசைகளும் என்னை எழுப்பி விட்டிருந்தன. நான் அந்த இளம் மத குருவை அணுகி, தனக்கு ஏற்படக் கூடிய ஆபத்தையும் பொருட்படுத்தாமல், எனக்கு அங்கு உறங்கிக் கொள்ள இடமளித்ததற்காக நன்றி தெரிவித்தேன்.

நான் பள்ளிவாசலிலிருந்து வெளியேறி, எனது நண்பனின் மாமா எனது கடவுச்சீட்டையும், ஜேர்மனிக்கான பயணச் சீட்டையும் வைத்திருப்பதாகக் கூறிய அலுவலகத்துக்கு ஒரு தொலைபேசி அழைப்பினை மேற்கொள்ள வேண்டி ஒரு தொலைபேசிக் கூண்டை அணுகினேன். அவற்றைப் பெற்றுக் கொண்டதுமே விமான நிலையத்துக்குச் செல்ல வேண்டியிருக்கும். நான் அந்த இலக்கங்களை அழுத்தினேன்.

'நீங்கள் அழைத்த இந்த இலக்கம் பாவனையில் இல்லை' என்று பதில் வந்தது.

அதனை அதிகம் பொருட்படுத்தாது, இது என்ன விந்தையாக விருக்கிறது என்று எனக்கு நானே கூறிக் கொண்டேன். நான் எண்களைத்

தவறாக அழுத்தியிருக்கக் கூடும். நான் திரும்பவும் எண்களை ஒவ்வொன்றாகப் பார்த்து, கவனமாக அழுத்தி, அழைப்பை மேற்கொண்டேன்.

'நீங்கள் அழைத்த இந்த இலக்கம் பாவனையில் இல்லை' என்றே பதில் வந்தது.

கலவரமடைந்த நான், சற்று நேரம் தொலைபேசியையே பார்த்துக் கொண்டிருந்தேன். தொடர்ந்தும் சில தடவைகள் அழைப்பினை மேற்கொண்ட போதும், ஒலிப்பதிவு செய்யப்பட்ட அதே குரலைத்தான் மீண்டும் மீண்டும் செவிமடுக்கக் கிடைத்தது. என்ன நடந்து கொண்டிருக்கிறது? ஏன் ஜெயாவின் மாமா தொலைபேசிக்கு பதிலளிக்காதிருக்கிறார்? காத்திருப்பதில் அர்த்தமில்லை.

இனி நான் என்ன செய்வது? சரி. இதற்கும் ஏதாவது தகுந்த காரணம் இருக்கத்தானே வேண்டும். பரவாயில்லை. கவலைப்படத் தேவையில்லை என்று எண்ணினேன்.

நான் மேலும் சிந்தித்துப் பார்த்தேன். முதலாவது, உடனடியாக ஜெயாவைத் தொடர்பு கொண்டு மாமாவின் தொலைபேசி இலக்கத்தை உறுதிப்படுத்திக் கொள்ள முடியாது. காரணம் சங்கத்தானையில் தொலைபேசி வசதி கிடையாது. இரண்டாவது, என்னிடம் மாமாவின் தொலைபேசி இலக்கம் மாத்திரமே இருக்கிறது, முகவரி இல்லை. மூன்றாவது, எனக்கு சிங்கள மொழி தெரியாது. உள்நாட்டுப் போரினிடையே ஒரு புதிய நகரத்தில், அதற்கு எதிரியான நான் தனித்திருக்கிறேன். நான் தமிழன் என்பதை சிங்களவர்கள் கண்டுபிடித்தால் நான் கொள்ளையடிக்கப்படுவேன், தாக்கப்படுவேன் அல்லது கொல்லப்படுவேன். இவ்வாறான பல சிந்தனைகள் ஒரு மணித்தியாலத்திற்கு பல கோடி மைல்கள் வேகத்தில் மூளையில் ஓடிக் கொண்டிருந்தன.

நான் எனது நண்பன் நிஷானைத் தேடிப் பார்க்கத் தீர்மானித்தேன். அவன் கொழும்பில் பெரும்பாலான மத்திய தர தமிழ்க் குடும்பங்கள் வசித்து வந்த அன்டர்சன் தொடர்மாடியில் வசித்து வருவதை அறிந்திருந்தேன். நான் அங்கு சென்றடைந்த வேளையில், அது ஒரு பிசாசுகளின் நகரமாக மாறிப் போயிருந்தது. எரிந்து போயிருந்த வாகனங்கள் தெருவோரத்தில் கிடந்தன. கருப்பு ஜூலைக் கலவரத்தின் போது தப்பித்துச் சென்றிருந்த தமிழர்கள் எவரும் மீண்டும் தமது வீடுகளுக்கு வந்திருப்பதாகத் தென்படவில்லை. அயல் வீடுகளும் வெறிச்சோடிப் போயிருந்தன.

நான் இலக்கற்று அந்த நகரத்தில் அலைந்து கொண்டிருந்தேன். இந்த இக்கட்டான நிலைமையில் பயண முகவர் ஒருவரால் மாத்திரமே எனக்கு உதவ முடியும். நான் பல மணித்தியாலங்களாக நடந்து களைத்துப் போயிருந்ததால் எதிரே வந்த பேருந்தொன்றைக் கை காட்டி நிறுத்தி அதில் ஏறிக் கொண்டேன்.

‘ஒப கொஹேத யன்னே? (நீங்கள் எங்கே போக வேண்டும்?)’ என்று நடத்துனர் கேட்டார்.

அவர் என்ன கேட்கிறார் என்பது எனக்குப் புரியாத போதும், பயணச் சீட்டு தருவதற்காக நான் செல்ல வேண்டிய இடத்தைத்தான் கேட்கிறார் என்பதை ஊகித்தேன். நான் தமிழில் பேச அஞ்சி, வாய் பேச இயலாதவன் போலக் காட்டிக் கொண்டு அடுத்த பேருந்து நிலையத்தில் இறங்கி விட்டேன்.

வெகுநேரமாக நான் கொழும்பின் தெருக்களிலும், சந்துகளிலும் அலைந்து திரிந்து கொண்டிருந்தேன். நகரமானது பரபரப்பாகவும், ஆட்கள் நிறைந்தும் காணப்பட்டது. நான் பட்டியினிலிருந்தேன். உணவகங்களிலிருந்து வெளியேறிக் கொண்டிருந்த உணவுப் பதார்த்தங்களின் வாசனை வாயூறச் செய்தது எனினும்,

கடவுச்சீட்டையும், விமானப் பயணச் சீட்டையும் பெற்றுக் கொள்ளும்வரை கையிலிருக்கும் பணத்தைக் கொஞ்சமேனும் செலவழிக்காதிருக்க முடிவு செய்திருந்தேன். சுய கட்டுப்பாடு பற்றி பாடசாலை விடுதியில் கற்றுக் கொண்ட பாடங்களைக் கொண்டு என்னையே நான் கட்டுப்படுத்தி மீள்பரிசோதனை செய்து கொண்டிருந்தேன்.

சூரியன் அஸ்தமிக்கும் நேரத்தில் மக்கள் கூட்டமொன்று எதையோ சுற்றி வளைத்து நின்று கை தட்டிக் கொண்டிருப்பதைக் கண்டேன். அங்கு என்ன நடந்து கொண்டிருக்கிறதெனப் போய்ப் பார்த்தேன். கொழும்பின் காலி முகத்திடல் கடற்கரையானது தெருக் கலைஞர்களின் கலை நிகழ்ச்சிகளுக்குப் பிரசித்தமாகியிருந்தது. ஒரு கலைஞர் பின்புறமாக வளைந்து இரண்டு அடிகள் நீளமான மெல்லிய வாளை தனது தொண்டையிலிறக்கி எந்த ஆபத்துமில்லாமல் வெளியே எடுத்தார். மற்றொருவர் பெற்றோலை விழுங்கி வாயில் தீ மூட்டி தீச் சுவாலைகளைக் கக்கினார். அந் நிகழ்ச்சிகளால் கவரப்பட்ட பார்வையாளர்கள், அக் கலைஞர்கள் தம்மருகே வரும்போது அவர்களுக்கு நன்கொடையாக ஏதும் வழங்கினார்கள்.

அங்கிருந்த ஏனையவர்கள் யாசகர்கள். கை கால்களை இழந்து முடமானவர்களோ, உடலுறுப்புக்களை இழந்து உருக்குலைந்த வர்களாகவோ, பார்வையற்றவர்களாகவோ, பிறரிடம் யாசிப்பதல்லாது தனியாக உழைத்து வாழ வழியற்றவர்களாகவோ இருந்தார்கள். கால்களிரண்டும் இல்லாத ஒரு நபர் தரையில் தன்னை இழுத்தவாறே நகர்ந்து சென்று யாசித்துக் கொண்டிருந்தார். எவரும் அதற்குக் கை தட்டாதிருந்ததோடு, அநேகமானவர்கள் சங்கடப்பட்டவர்களாக அவரை விட்டும் ஒதுங்கிக் கொண்டார்கள்.

அந்தி வானம் பிரகாசமான செம்மஞ்சளும் சிவப்பும் கலந்து ஆகாயம் தீப்பிடித்ததைப் போல அற்புதமான அழகுடனிருந்தது.

அச்சமயம் நான் மிகவும் களைத்துப் போயிருந்ததால், அக் கடற்கரையில் அன்றிரவு உறங்குவதற்கு ஒரு ஒதுக்குப்புறமான இடத்தைத் தேடத் தீர்மானித்தேன். முந்தைய இரவைப் போல எனது பையைத் தலையணையாகப் பாவித்து, இதமான வெப்பத்துடனிருந்த மென்மையான மணலில் சுருண்டு கொள்ளலாம். எனது பணம் பத்திரமாக இருப்பதை உறுதிப்படுத்திக் கொண்ட பின்னர், மணலில் சாய்ந்திருந்து வானத்தைப் பார்த்து நட்சத்திரங்களை எண்ணத் தொடங்கினேன். எதையும் சாப்பிட்டிருக்காத போதும், உண்மையில் பயமும், கவலையும் எனது பசியை மறக்கடிக்கச் செய்திருந்தது. நான் மிகவும் சோர்ந்து போயிருந்ததால், உடனடியாக உறங்கிப் போனேன்.

மீண்டும், நெருக்கடி மிக்க காலை நேர போக்குவரத்தின் ஓசைகள் என்னை எழுப்பி விட்டது.

வீட்டை விட்டு வந்து மூன்று நாட்கள் ஆகியிருந்ததோடு, அதுவரையில் புகையிரதத்தில் வைத்துச் சாப்பிட்ட வேர்க்கடலைகளல்லாது, வேறெதையும் சாப்பிட்டிருக்கவில்லை. வயிற்றில் உணவில்லாததால் வயிறு வலிக்கத் தொடங்கியது. தெருவில் காணப்பட்ட நீர்க் குழாய்களிலிருந்து தண்ணீரை மாத்திரம் அவ்வப்போது குடித்திருந்தேன். மயக்கமாகவும், பலவீனமாகவும் என்னை உணர்ந்தேன்.

நான் நம்பிக்கையிழந்து போயிருந்தேன். மனம் தளர்ந்து போய் சோர்ந்து விட்டிருந்தேன். மனது ஏற்றுக் கொள்ள மறுத்த போதிலும், ஜெயாவின் மாமாவால் உண்மையில் நான் ஏமாற்றப்பட்டிருப்பதைப் புரிந்து கொண்டேன். தமிழனுக்கு சக தமிழனே துரோகமிழைப்பது என்பது ஏற்றுக் கொள்ளச் சிரமமான ஒன்று. என்னால் நம்பிக்கை வைக்க முடியுமான ஒரு நபர்தான் அப்போது எனக்குத் தேவைப்பட்டார். ஆனால் யார் அவர்? எனக்கு கொழும்பில் எந்தவொரு உறவினரும் இல்லை. அந்நியவர் ஒருவரை நம்பவும்

வழியில்லை. கொழும்பு, கருப்பு ஜூலைக் கலவரத்தின் மையப் புள்ளியாக வேறு இருந்தது. இனி நான் என்னதான் செய்வது?

குறிப்பிட்ட திட்டம் ஏதுமில்லாமல் நான் தெருக்களில் அலைந்து திரிந்தேன். முதலில் ஒரு திசையில், பிறகு வேறொன்றில் என எங்கே செல்வதெனத் தெரியாமல், எதற்காகப் போகிறேன் என்று தெரியாமல் அலைந்து கொண்டிருந்தேன். காலிமுகத் திடலுக்கு அருகாமையிலிருந்த கங்காராம பூங்காவுக்குப் போய், சூரியன் சுட்டெரிக்கும் பகல் நேரத்தில், குளிர்ச்சியான மரங்களிடையே ஓய்ந்து கிடந்தேன்.

அந்தி சாய்ந்த வேளையில், முற்றிலுமாக நம்பிக்கை இழந்து விட்டிருந்தேன். மீண்டும் கடற்கரையில் பழைய இடத்துக்கே போய் நிம்மதியற்ற உறக்கத்தில் விழுந்தேன். பிரகாசமாக மின்னிக் கொண்டிருந்த நட்சத்திரங்கள் எனது குழப்பமான மனநிலையைக் கிண்டல் செய்வது போலிருந்தது. நான் பாடசாலையை, சங்கத்தானையிலிருந்த எனது வீட்டை, எனது மச்சினர்களை, நண்பர்களை, தம்பியை, தங்கைகளை மற்றும் அம்மாவை நினைத்துப் பார்த்தேன். அவர்கள் அனைவரும் வெகுதொலைவில் இருக்கிறார்கள் என்று நட்சத்திரங்கள் என்னிடம் கூறுவதைப் போலிருந்தது.

நான், புகையிரதத்தில் வைத்து என்னிடம் தவறாக நடந்து கொண்ட படைச் சிப்பாயையும் நினைத்துப் பார்த்தேன். ஜேர்மனி எனும் இடத்தில் வாழப் போகும் புதிய வாழ்க்கை குறித்த கனவையும் நினைத்துப் பார்த்தேன். எனக்கும், எனது குடும்பத்துக்குமான புதிய ஜீவிதம்.

வெகு தொலைவிலிருக்கிறது.

உறங்கப் போகும்போது இருந்ததை விட முற்றிலும் சோர்வடைந்த நிலையிலேயே விழித்துக் கொண்டேன். விறைப்பான கட்டையைப்

போலவும், வயிற்றுக்குள் முடிச்சிடப்பட்டிருப்பது போலவும் என்னை நானே உணர்ந்தேன். நான் கடும் பசியிலிருந்தேன். நான்கு நாட்களாகக் குளிக்காததால், உடலிலிருந்து வாடை கிளம்பியது. தலைமயிர் சிக்குண்டிருந்தது. எனது ஆடைகள் கசங்கிப் போய் அழுக்காக இருந்தன. கடலில் என்னால் இயன்றளவு என்னைக் கழுவிக் கொண்டதோடு, இளங்காலை வெயிலில் உடல் காய்ந்து கொண்டிருந்த வேளையில் அன்றைக்கு என்ன செய்ய வேண்டும் என யோசித்தேன்.

வரும்போது அம்மா தந்து விட்ட படத்தை பையிலிருந்து எடுத்தேன்.

'கடவுளே சிவா, பார்வதி. எனக்கு உங்கள் உதவி தேவை' எனப் பிரார்த்தித்தேன்.

மீண்டும் எந்தவொரு இலக்கோ, தேவையோ இல்லாமல் தெருக்களில் அலைந்து திரிந்தேன். பூங்காவில் எனக்கு உதவக் கூடிய தமிழர்கள் யாராவது தென்படுகிறார்களா எனச் சுற்றித் திரிந்து பார்த்தேன். நான் அதுவரை அனுபவித்திருந்தவற்றுக்கு முற்றிலும் மாற்றமாக கொழும்பு இருந்தது. தண்ணீரிலிருந்து மீனைத் தூக்கித் தரையில் விட்டதைப் போல என்ற கூற்றின் அர்த்தத்தை முழுமையாகப் புரிந்து கொண்டேன்.

எனது ஊரில் தமிழர்கள், ஆண்களாயின் நெற்றியில் திருநீறும், பெண்களாயின் பொட்டு வைத்து புதிய பூக்களைத் தமது கூந்தலில் சூடியுமிருப்பார்கள். காலை நேரத் தென்றல் மல்லிகைப் பூக்களின் சுகந்தத்தைத் தினமும் அள்ளி வரும். அமைதியினதும், சமாதானத்தினதும் ஓசையாக கோயில் மணியொலிக்கும். குடும்பங்கள் கூட்டம் கூட்டமாக கோயில்களுக்கோ, திரையரங்குகளுக்கோ போய்க் கொண்டிருப்பார்கள்.

ஆனால் நான் கொழும்புக்கு வந்த நாளிலிருந்து கண்ட ஆண்களும், பெண்களும் வித்தியாசமானவர்களாக இருந்தார்கள். அவர்கள் எப்போதும் அவசர கதியிலேயே நடந்து சென்று கொண்டிருந்தார்கள். ஆண்களில் எவரும் திருநீறோ, பெண்களில் எவரும் பொட்டோ இட்டிருக்கவில்லை. நிச்சயமாக இவர்களில் சிலர் தமிழர்கள்தான். அச்சத்தின் காரணமாக எதையும் பூசிக் கொள்ளாமல் திரிகிறார்கள் என்று நான் நினைத்துக் கொண்டேன். நான் கண்டவர்கள், தமிழரின் பண்பாட்டு உடைகளான வேட்டியோ சேலையோ அணியாமல் சட்டையும், காற்சட்டையும் அணிந்திருந்தார்கள்.

யாராவது அல்லது எதுவாவது உதவக் கூடும் என்ற எதிர்பார்ப்பில் முந்தைய தினத்தைப் போலவே தெருக்களில் அலைந்து திரிந்தேன். கொழும்பின் சிறந்த பகுதிகளிலொன்றான பல்பொருள் அங்காடித் தொகுதியொன்றினருகே வந்து சேர்ந்ததும் அதனுள்ளே போய்ப் பார்க்கத் தீர்மானித்தேன். அவ்வாறான இடமொன்றுக்குள் பயண முகவர் நிலையமொன்றிருக்கச் சாத்தியமிருக்கிறது.

வருந்தத்தக்க விதத்தில், அதுவரையில் நான் சமயோசித புத்தியோடு செயற்பட்டிருக்கவில்லை என்பது தெளிவானது. எனது திட்டங்கள் ஏடாகூடமானவையாகவே இருந்திருந்தன. எனது வாழ்நாள் முழுவதும் நான் செயல் முதலில், சிந்திப்பது அடுத்ததாகத் தான் என்றே வாழ்ந்து வந்திருந்தேன். ஆனால் இப்போது எனது நிலைமையானது, உண்மையிலேயே ஆற்றொணா துயரத்துக் குள்ளாகியிருந்தது.

அங்காடித் தொகுதிக்குள் நடந்து சென்று கொண்டிருந்தபோது யார் மீதோ மோதி விழப் பார்த்ததும் சடுதியாக மன்னிப்புக் கேட்டேன். நான் தமிழில் கதைத்து விட்டதை மிகத் தாமதமாகவே உணர்ந்தேன். நான் அச்சத்தால் பீடிக்கப்பட்டேன். தன்னிலை மறந்து விட்டேனோ?

'லோகதாசன்? இது நீரோ?'

உடனடியாக எனது அச்சம் குழப்பமாக மாறியது. என் முன்னால் நின்று கொண்டிருந்த இளம்பெண்ணையே பார்த்துக் கொண்டிருந்தேன். அவள் புன்னகைத்துக் கொண்டிருந்தாள்.

'தேவி?' என்னால் எனது கண்களையே நம்ப முடியவில்லை. நான் புகையிரதத்தில் வைத்துச் சந்தித்த இளம்பெண்தான் அவள்.

அவள் ஆமோதித்துத் தலையசைத்தவாறு சத்தமாகச் சிரித்தாள்.

'இஞ்ச என்ன செய்றனீங்கள்?' என்று அவள் கேட்டதும், நான் என் உதடுகளில் விரல் வைத்து சத்தம் போடாதிருக்குமாறு செய்கை செய்து விட்டு, மெல்லிய குரலில், சத்தமாக தமிழில் கதைத்தால், தமிழனாக இனங்காணப்பட்டு தாக்கப்படுவேன் என்றோ கொல்லப்படுவேன் என்றோ நான் பயந்து போயிருப்பதை விளக்கினேன். அது அவளையும் ஆபத்தில் தள்ளக் கூடும்.

அவள் அதை ஏற்றுக் கொண்டு, அவளைத் தொடர்ந்து வருமாறு எனக்கு சைகை செய்தாள். நாங்கள் பிரதான சாலையிலிருந்து ஓரமாக விலகி ஒரு அமைதியான இடத்துக்குச் சென்று, கேட்கும் தூரத்தில் அருகே வேறு யாருமில்லை என்பதையும் உறுதிப்படுத்திக் கொண்டோம்.

'உங்களுக்கு என்ன நடந்துச்சு? நீங்கள் நல்லா இருப்பது போலத் தெரியேல்ல' என்றாள்.

நான் எவ்வாறெல்லாம் ஏமாற்றப்பட்டிருக்கிறேன் என்ற எனது கதையை அவளிடம் கூறினேன்.

'அதனால இப்ப என்கிட்ட ஜேர்மனிக்குப் போக பாஸ்போர்ட்டுமில்ல, டிக்கட்டுமில்ல' என்றேன்.

மற்றொரு தமிழன் என்னை ஏமாற்றியதைக் கேட்டு அவள் கோபப்பட்டாள்.

'சக தமிழனொருத்தன் உங்களை ஏமாத்தியிருக்கிறான். வெட்கக் கேடு. என்னோடு வாங்கோ' என்று திடீரெனக் கூறினாள்.

தேவி கொழும்பிலேயே வளர்ந்தவள் என்பதனால், சிங்கள மொழியைக் கதைக்க நன்கு அறிந்திருந்தாள். அத்தோடு சிங்களவர்களைக் கையாள்வதில் நன்கு அனுபவம் வாய்ந்தவளாகத் தெரிந்தாள். நான் பதற்றத்தில் மூழ்கியிருந்த போது அவள் நம்பிக்கையோடு காணப்பட்டாள். அவள் எனது கையைப் பிடித்து இழுத்துக் கொண்டு ஐந்து நிமிட நடை தூரத்திலிருந்த அலுவலகமொன்றுக்கு தவளைப் பாய்ச்சலில் அழைத்துச் சென்றாள். செல்லும் வழியில் அவள் என்ன நடந்ததென விபரமாகக் கேட்டறிந்தாள்.

'யாரது அன்ட்ரூ?'

அவர் ஜெயாவின் மாமா என்று விளக்கினேன்.

நான் கடவுச் சீட்டையும், பணத்தையும் யாரிடம் ஒப்படைத்தேன் என்று கேட்டாள்.

'நான் ரெண்டையும் ஜெயாக்கிட்ட கொடுத்தன். அவன் காசையும், பாஸ்போர்ட்டையும் மாமாக்கிட்ட அனுப்பினவன்'

'உங்களுக்கு எப்ப டிக்கட் கிடைச்சிருக்க வேணும்?'

'இந்தக் கிழமைதான். ஆனா அந்த நம்பர் வேலை செய்யேல்ல' என்றேன்.

அவள் முகம் சுளித்துத் தலையசைத்தாள்.

'அந்த நம்பரைத் தாங்கோ'

நான் அவளைக் குழப்பத்தோடு பார்த்தேன். அவள் விளக்கினாள்.

'கொழும்புல பெரும்பாலான வியாபாரங்கள் ஒரு அட்டவணைக்குக் கீழேதான் நடக்கும். உங்களுக்குப் புரியுதா?'

'இல்ல'

'பரவாயில்ல. அது ஒரு பிரச்சினையில்ல. என்னால என்ன செய்ய முடியுமென்டு பார்க்குறன்' என்று புன்னகைத்தவாறே கூறினாள்.

அவள் சில தொலைபேசி அழைப்புக்களை மேற்கொள்ளும்போது நான் பொறுமையாக அமர்ந்திருந்தேன். அதற்கு சில நிமிடங்களே எடுத்தன.

'நாளைக்கு பத்து மணிக்கு என்னை இதே இடத்தில சந்தியுங்கோ. நான் இப்ப போக வேணும்' என்றாள்.

நான் திரும்ப கடற்கரைக்கு நடந்து சென்றேன். யாசகர்களிடையேயும், தெருக் கலைஞர்களிடையேயும், பார்வையாளர்களிடையேயும் கலந்திருப்பது பாதுகாப்பான உணர்வை எனக்கு அளித்திருந்தது. வழமை போல நான் எவரிடமும் கதைக்காது ஊமை போலவே நடந்து கொண்டேன். பட்டினியையும், பலவீனத்தையும் உணர்ந்தபோதும், இனிமேலும் நம்பிக்கை இழந்தவனாக இருக்கத் தேவையில்லை. தேவி எனக்கு உதவுவாள் என நம்பினேன். இனி, ஜேர்மனிக்குப் போவதற்கு என்னை வலுவூட்டிக் கொள்வதற்குத்தான் நான் முதலிடம் கொடுக்க வேண்டும். மலிவான தெருவோர வியாபாரியொருவரைக் கண்டறிந்த நான் அவரிடம் பத்து ரூபாய்க்கு, சோறும், இரண்டு வகைக் கறிகளும் வைக்கப்பட்டிருந்த பொதியொன்றை வாங்கினேன். வாழையிலையில் இடப்பட்டு, பத்திரிகைத் தாளொன்றால் பொதியப்பட்டிருந்த சோற்றுப் பார்சல் அது. வாழையிலையில் இடப்பட்டிருந்ததால், சோறும் கறியும் மனம்

மயக்கும் இனிமையான சுகந்தத்துடனிருந்தது. நான் கடும் பசியிலிருந்ததால், தாளை தனியாக எடுத்து வாழையிலைப் பொதியை அதற்கு மேல் வைத்து விரித்தேன்.

எவ்வளவு மெதுவாக சாப்பிட முடியுமோ அவ்வளவு மெதுவாக, ஒவ்வொரு கவளத்தையும் மென்று சுவைக்க முயற்சித்தபோதிலும், அதில் பயனிருக்கவில்லை. அதிலிருந்த உணவில் பாதியை மிக விரைவாக சாப்பிட்டு முடித்திருந்தேன். மீதியை அப்படியே இன்னுமொரு வேளை பசி போக்கவென எடுத்து வைக்கத் தீர்மானித்திருந்ததால் என்னைக் கட்டுப்படுத்திக் கொள்ள என்னால் முடிந்தது. ஏற்கெனவே என்னுள்ளே ஆன்மா பலம் பெற்றிருப்பதை என்னால் உணர முடிந்திருந்தது. உடல் வெப்பமாவதையும், சக்தி பெறுவதையும் உணர்ந்தேன்.

உறங்கச் செல்லும் வரைக்கும் எதையும் சாப்பிடாதிருக்கத் தீர்மானித்திருந்த நான் மீதமிருந்த உணவை பையில் வைத்தேன். அந் நாளில் மீதமிருந்த பொழுதை ஒரு உல்லாசப் பிரயாணி போல சுற்றித் திரிந்து கழித்தேன். நாளை இந்நேரம் நான் ஒரு புதிய வாழ்க்கையைத் தேடி ஜேர்மனிக்குப் பயணித்துக் கொண்டிருப்பேன் என்று எனக்கு நானே கூறிக் கொண்டேன். ஜேர்மனியைப் போலவே கொழும்பும் எனக்கு கவர்ச்சியானதாகவும், அந்நியமானதாகவும் இருந்த போதிலும், அது எனது பழைய ஜீவிதத்தைப் பிரதிநிதித்துவப் படுத்துவதால் நான் அங்கிருந்து கிளம்பும் முன்பு அதை முடிந்தளவுக்கு அனுபவிக்க விரும்பினேன்.

அன்றிரவு மீண்டும் கடற்கரைக்குச் சென்ற நான், மீதமிருந்த சோற்றையும், கறியையும் சாப்பிட்டு முடித்து, சந்தோஷத்தோடும், உற்சாகமாகத்தோடும் உறங்கிப் போனேன்.

மறுநாள் விடிகாலையிலேயே, வாகனங்களின் போக்குவரத்து ஆரம்பிக்கும் முன்பே எழுந்து, இந்து சமுத்திரத்தில் நீராடி விட்டு,

உடம்பு வெயிலில் காயக் காத்திருந்தேன். பொறுமையற்றும், ஆவலுடனும் இருந்தேன். நேரம் வந்ததும், நாங்கள் சந்தித்துக் கொண்ட இடத்துக்கு நடந்து சென்று தேவிக்காகக் காத்துக் கொண்டிருந்தேன். ஒரு கார் என்னருகே வந்து நின்றதும், அதன் சாரதி என்னை உள்ளே ஏறி உட்கார்ந்து கொள்ளுமாறு கூறினார். தேவி பின்னிருக்கையிலிருந்து கையசைத்தாள். காரினுள்ளே இருந்த மற்றுமொரு நபரும் என்னை வரவேற்று கையசைத்தார். நான் காரில் தாவி ஏறிக் கொண்டதும் கார் நகர்ந்தது.

தேவி காரினுள்ளேயிருந்த நபரை அறிமுகம் செய்து வைக்காததால், நான் வாயை மூடிக் கொண்டு அமைதியாக அமர்ந்திருக்கத் தீர்மானித்தேன். உயர்ந்தும், கருத்துப் போயும் காணப்பட்ட அவர் குட்டைக் கையுள்ள சட்டையும், இருண்ட நிறத்தில் காற்சட்டையும் அணிந்து முரட்டுத்தனமான தோற்றத்தில் இருந்தார். தேவியும், அவரும் சிங்களத்தில் கதைத்துக் கொண்டதால் அவர் ஒரு சிங்களவர் என்று கருதினேன். அக் கணத்தில் தேவியை நம்புவதைத் தவிர எனக்கு வேறு வழியிருக்கவில்லை.

கார் புதியதாகவும், ஆடம்பரமானதாகவும் காணப்பட்டதால் தேவியின் குடும்பம் மிகவும் வசதியானது என எண்ணினேன். அவள் மேல்மட்டத்தில் நிறையத் தொடர்புகளையும் வைத்திருப்பதைக் காணக் கூடியதாக இருந்தது.

தேவியும், அவளது சிநேகிதரும் உத்வேகத்துடன் எதையோ கதைத்துக் கொண்டிருந்தார்கள். எதைக் குறித்தோ அவள் கோபத்துடன் காணப்பட்டாள். இனம்புரியாத பயம் எனது வயிற்றைக் கலக்கிக் கொண்டிருந்தது.

கிட்டத்தட்ட அரை மணித்தியாலப் பிரயாணத்திற்குப் பிறகு, கார் ஒரு சிறிய ஹோட்டலுக்கு முன்னால் நின்றது. கார் சாரதியும், தேவியின் நண்பரும் காரிலிருந்து வேகமாக இறங்கி உள்ளே ஓடினார்கள்.

‘என்ன நடக்கிறது?’ என்று கேட்டேன்.

தேவி பதிலளிக்கவில்லை. ஓரிரு நிமிடங்களுக்குப் பிறகு கதவைத் திறந்து கொண்டு அவளும் வெளியே இறங்கினாள்.

‘என்னோடு வாங்கோ’ என்று கட்டளையிட்டாள்.

நான் காரிலிருந்து இறங்கி அவளைத் தொடர்ந்து சென்றேன்.

கூடத்தில் தேவியின் நண்பரும், சாரதியும் ஒரு அறையின் கதவைத் தட்டிக் கொண்டிருந்தார்கள். ஒருவர் கதவைத் திறந்தார். முகச் சவரம் செய்து, நேர்த்தியாக உடையும், கழுத்துப் பட்டையும் அணிந்து உயரமாக இருந்தார் அவர்.

‘கமன் பலபத்ர சஹ முதல் கொஹேத?’ என தேவியின் நண்பர் சிங்களத்தில் கேட்டதும் அந்த நபர் குழம்பிப் போய் பார்த்துக் கொண்டிருந்தார்.

‘பாஸ்போர்ட்டும் காசும் எங்கே?’ என்று தேவியும் தமிழில் கத்தினாள்.

சடுதியாக அந்த நபர் பயந்து போனார். கதவைத் தட்டுவது அவரது வாகன சாரதி என்ற எண்ணத்தில் கதவைத் திறந்திருப்பார் என்று நினைக்கிறேன். அவரருகே ஒரு சிறிய பையும் இருந்தது. இருவரும் அவரை நோக்கி சிங்களத்தில் கத்திக் கொண்டிருந்தார்கள். அவர்கள் என்ன சொல்கிறார்கள் என எனக்கு எதுவும் புரியாத போதிலும், அந்த நபர் கைகளை உயர்த்தியவாறு கட்டிலில் அமர்ந்து கொண்டதைக் காண முடிந்தது. அவர்கள் தொடர்ச்சியாக, கிட்டத்தட்ட ஐந்து நிமிட நேரமாக வாக்குவாதப்பட்டார்கள்.

கட்டிலில் அமர்ந்திருக்கும் அந்த நபர்தான் ஜெயாவின் மாமா அன்ட்ரூ என்றும், அவர் எனது கடவுச்சீட்டை எவருக்கோ விற்று விட்டதாகவும் தேவி விளக்கினாள். எவ்வாறாயினும், அவர் எனது

பணத்தைத் திருப்பித் தருவதாக தேவியின் நண்பரிடமும், சாரதியிடமும் தெரிவித்திருக்கிறார்.

நான் கலங்கிப் போனேன். கடவுச்சீட்டு இல்லாமல் நான் எப்படி ஜேர்மனிக்குப் போவது?'

ஒரு தமிழனை மற்றொரு தமிழனே கொள்ளையடித்தது தேவியைக் கோபமடையச் செய்திருந்தது. 'நீர் அறுவெறுக்கத்தவர்! ஒரு கள்ளனை விடக் கேவலமானவர்!' என்று அவரிடம் கூறினாள்.

இறுதியில் அன்ட்ரூ சில தொலைபேசி அழைப்புக்களை மேற்கொள்ளச் சம்மதித்தார். தொலைபேசியில் அவர் கடுமையாகப் பேசிக் கொண்டிருந்ததோடு, அவரது தொனி கோபத்திலிருந்து அக்கறையாக மாறியது. கடைசியில், கிட்டடத்தட்ட பதினைந்து நிமிடங்களுக்குப் பிறகு, அவரிடம் ஒரு நல்ல செய்தியிருப்பதாகக் கூறினார். அவர் எனது கடவுச்சீட்டைக் கண்டுபிடித்திருந்தார்.

'எங்க அது?' என்று தேவி கேட்டாள்.

அவர் முகவரியைக் கூறியதும், தேவி சாரதியிடம் உடனடியாகப் போய் அதை எடுத்துக் கொண்டு வருமாறு அறிவுறுத்தினாள். அதே நேரம், அன்ட்ரூ இருபதாயிரத்துக்கு ஒரு காசோலையை எழுதி தேவியிடம் ஒப்படைத்தார்.

'நன்றி' என்று தேவி கூறினாள்.

அன்ட்ரூ மகிழ்ச்சியாகக் காணப்படவில்லை.

தேவி அவளது நண்பரிடம், என்னுடனும் அன்ட்ரூவுடனும் இருக்குமாறு கூறிவிட்டு காசோலையை மாற்றி பணம் எடுத்து வர வங்கிக்குச் சென்றாள். அன்ட்ரூ என்னிடம் மன்னிப்புக் கோரவுமிலை, என்னை ஏறெடுத்துப் பார்க்கவுமில்லை. அவர் கட்டிலிலேயே அமர்ந்திருந்து கூரை முகட்டைப் பார்த்துக் கொண்டிருந்தார். தனது

திருட்டினைக் குறித்து அவர் ஏதேனும் குற்றவுணர்ச்சியில் அவதிப்படுகிறார் என்பது போலவும் காட்டிக் கொள்ளவில்லை. சிலருடைய ஜீவிதமே இப்படித்தான் இருக்கும் போலும் என நான் ஊகித்தேன். நான் எவ்வளவு அப்பாவியாக இருந்திருக்கிறேன் என்பதைப் புரிந்து கொண்டேன்.

தேவி எனது இருபதாயிரம் ரூபாய் பணத்தோடு திரும்பி வந்தபோது நான் மிகுந்த மகிழ்ச்சியடைந்தேன். நான் அவளுக்கு மீண்டும் மீண்டும் நன்றி தெரிவித்தேன். இன்னும் ஒரு கவலை மீதமிருந்தது. சாரதி திரும்பி வரவில்லையாயின், என்ன செய்வது?

எவ்வாறாயினும், சில மணித்தியாலங்களுக்குப் பிறகு சாரதி திரும்பி வந்து எனது கடவுச்சீட்டை என்னிடம் ஒப்படைத்தார். என்னால் நம்பவே இயலவில்லை.

நான் தேவியிடம் நன்றி தெரிவித்த போது அவள் கவலைப்படாதிருக்குமாறு கூறினாள். மறு தினம் அவள் ஃபிரான்ஸுக்குப் பயணமாக இருப்பதால், தேவையான சாமான்களைப் பொதி செய்ய வேண்டியிருப்பதாகக் கூறி என்னிடமிருந்து விடைபெற்றுச் சென்றாள். என்னிடம் எதையுமே எதிர்பார்க்காமல் அவள் போய் விட்டிருந்தாள்.

எனது வாழ்நாள் முழுவதும் நான் வருந்திக் கொண்டிருக்கும் விடயம் என்னவென்றால், நடைபெற்ற அனைத்தையும் கண்டு நான் திகைத்துப் போயிருந்ததால் தேவியிடம் அவளது தொடர்பு விபரங்களைக் கேட்க மறந்து விட்டதுதான். அவளது தன்னலமற்ற சேவைக்கு என்னால் இன்று வரை, முறையாக நன்றி கூடத் தெரிவிக்க முடியவில்லை. அவள் என்னை புகையிரதத்தில் வைத்து ஒரு தடவைதான் சந்தித்திருந்தாள் எனினும், உண்மையில் அவள் எனது உயிரையே காப்பாற்றியிருக்கிறாள் என்பதுதான் சரியானது. என்றாவது ஒரு நாள் அவள் இதைப் படித்தாளானால், அவளுக்கு நான்

நிலவியலின் துயரம்

எந்தளவு நன்றிக்கடன் பட்டிருக்கிறேன் என்பதைப் புரிந்துகொள்வாள் என்பதே எனது எதிர்பார்ப்பாகும்.

அன்றிரவு கடற்கரையில் மட்டுமட்டாகவே தூங்கினேன். ஒவ்வொரு பதினைந்து நிமிடங்களுக்கொரு தடவையும் விழித்து, எனது கடவுச் சீட்டும், பணமும் பத்திரமாக இருக்கின்றனவா என்று பார்த்துக் கொண்டேன். அன்றிரவு, எனது கடவுச்சீட்டை வைத்திருந்த பையில் கையை விட்டுக் கொண்டே நேராகப் படுத்தவாறு அநேகமாக நான் தூங்கிப் போயிருந்தேன்.

மறுநாள், எனது விமானப் பயணச் சீட்டினைப் பெற்றுக் கொள்வதற்காக ஒரு பயண முகவர் நிலையத்தை அணுகிய வேளையில், எனது கடவுச்சீட்டினைப் பிணைத்து உத்தரவாதமளிக்கக் கூடிய ஒருவர் தேவை என்பதை ஒரு முகவர் தெரிவித்தார். அவருக்கு தமிழ் தெரியும் என்பதோடு என்னென்ன தேவைப்படுகின்றன என்பதைத் தெளிவாக விளக்கிக் கூறவும் முடிந்தது. என்றாலும், அது மிகவும் சிக்கலானதாகத் தோன்றியது. அத்தோடு, இந்த உலகில் எனக்கு உத்தரவாதமளிக்கக் கூடிய ஒருவரை நான் எங்கே போய்த் தேடுவது என்றும் எனக்குத் தெரியவில்லை. நான் கையறு நிலைக்கு ஆளாகியிருந்தேன். இனி நான் என்ன செய்வது? எனக்கு கொழும்பில் தேவியைத் தவிர ஒருவரையும் தெரியாது. அவள் எங்கே வசிக்கிறாள் என்றும் தெரியாது. எவ்வாறாயினும் அவள் இப்போது ஃபிரான்ஸுக்குப் பயணித்துக் கொண்டிருப்பாள்.

மீண்டும் எனது திட்டங்கள் தவிடுபொடியாவதை உணர்ந்தேன். தமிழன் என்பதால் உயிருக்குப் பாதுகாப்பில்லாத ஒரு அந்நிய நகரத்தில் நான் எங்கே போய் உத்தரவாதமளிக்கக் கூடிய ஒருவரைக் கண்டுபிடிப்பேன்? அதிர்ஷ்டவசமாக, எனது கடவுச்சீட்டைப் பிணைக்க ஒருவரைக் கண்டுபிடிக்க முடிந்தால் கூட, அதற்குச் செலவழிக்க வேண்டிய தொகை என்னிடமிருப்பதை விடக் கூடுதலாக

இருக்கலாம். எனது வானளவு உயர்ந்த நம்பிக்கைகள் சரிந்து, விரக்தியில் தலைகுனிந்திருந்தன.

யோசித்துப் பார்த்தபோது, கொழும்பிலிருக்கும் இலங்கை வங்கியில் ஜெயாவின் சகோதரி பணி புரிவதாக ஜெயா ஒரு தடவை என்னிடம் கூறியிருந்தது நினைவுக்கு வந்தது. ஒருவேளை அவர் எனக்கு உதவக் கூடும். எனக்குப் பதினான்கு வயதாக இருந்த போது, நானும், ஜெயாவும், அவனது குடும்பத்தினரும் ஒரு கோடை விடுமுறைக்கு அவரது வீட்டுக்கு வந்திருந்தோம். எனக்கு முகவரி நினைவிருக்கவில்லை எனினும், கொழும்புக்கு அருகாமையிலிருந்த சிறு நகரமான மட்டக்குளியில் அவர் வசித்து வந்தது நினைவிருந்தது.

நான் நடக்கத் தொடங்கினேன். காலிமுகத்திடலிலிருந்து அந்த இடத்துக்குப் போய்ச் சேர இரண்டு மணித்தியாலங்கள் எடுத்தன.

எனது முதல் வருகையின் போது ஞாபகத்திலிருந்ததைப் போல செழிப்பாக, மட்டக்குளி இருக்கவில்லை. அருமையான கட்டடங்கள் பலவும் கைவிடப்பட்டதாகவோ, இடித்துத் தகர்க்கப்பட்ட வையாகவோ காணப்பட்டதோடு, சில எரிக்கப்பட்டிருந்தன. அது முன்பு மிகவும் ஜனநடமாட்டம் மிக்க நெருக்கடியான பிரதேசம். ஆனால் இப்போது ஜனநடமாட்டம் குறைந்து பெரும்பாலான பகுதிகள் காலியாகவே கிடந்தன. எல்லா இடங்களிலும் குப்பை கூளங்கள் பரவியிருந்தன.

என்னால் ஜெயாவின் சகோதரியுடைய வீட்டைக் கண்டுபிடிக்க முடிந்தது. முன்புறக் கூரை எரிந்து, அதன் சில பாகங்கள் தரையில் விழுந்து கிடந்தன. எவ்வாறாயினும், வீடு முன்பு போல அப்படியே இருந்தது. ஆரம்பத்தில் நான் தயங்கிய போதிலும், பின்னர் கதவைத் தட்டிப் பார்க்கத் தீர்மானித்தேன். ஒரு இளம்பெண் கதவைத் திறந்ததும், நான் ஜெயாவின் சகோதரியைத் தேடி வந்ததாக அவரிடம் கூறினேன்.

''நான்தான் அவளோட அக்கா, நளினி'' என்றார்.

ஆரம்பத்தில் என்னால் அவளை அடையாளம் கண்டுகொள்ள முடியவில்லை எனினும் அவள் என்னை அடையாளம் கண்டுகொண்டு புன்னகைத்தள். யாரும் காணும் முன்பு உள்ளே வருமாறு என்னை அழைத்தாள்.

ஒன்றரை வருடங்களுக்கு முன்னர் நடைபெற்ற கருப்பு ஜூலைக் கலவரங்களைக் குறித்து நளினி விவரமாகக் கூறினாள். காடையர் குழுக்கள் தமிழர்களது வீடுகளையும், கடைகளையும் எரித்து, கண்ணில் கண்ட அனைத்துத் தமிழர்களையும் தாக்கியதைக் கூறினாள்.

'கனக்கப் பேரை மிருகங்களைப் போல வெட்டுக் கத்தியால வெட்டிக் கொன்று போட்டினம்' என்றாள். அவள் அங்கு பீதியிலேயே வாழ்ந்து வருவதாகக் கூறினாள்.

ஏன் இன்னும் இங்கிருக்கிறீர்கள் என்று அவளிடம் கேட்டேன்.

அவர் தூரத்தை வெறித்துப் பார்த்தவாறே கூறினாள்.

'இதுதான் என்ர வீடு.'

'நானென்டால் இப்படி வெட்டுக்கத்தியால் வெட்டுப்பட்டுச் சாக இஞ்ச இருக்க மாட்டன்' என்றேன்.

'இல்ல. அவங்களோட இலக்கு பொடியன்களும், பெரிய ஆம்பளைகளும்தான். உனக்குப் பாதுகாப்பில்ல. எண்டாலும், குமருகளுக்கும், பெரிய பொம்பளைகளுக்கும் கூடப் பாதுகாப்பில்லை தான்' என்று ஆமோதித்தாள்.

காடையர்கள் பெண்களை வேட்டையாடி பாலியல் வல்லுறவு செய்த கதைகளை நான் கேள்விப்பட்டிருந்தேன். நான் அவசரமாகப்

பேச்சை மாற்றி அவளிடம் எனது நிலைமையை எடுத்துக் கூறினேன்.

'நான் பேங்குலதான் வேலை செய்றனான். எனக்கு அங்க மரியாதையிருக்கு' என்றவள் எனக்கு உத்தரவாதமளிக்க இசைந்தாள்.

நான் மிகவும் மகிழ்ச்சியடைந்தேன்.

உத்தரவாதமளிப்பவர்களுக்கு தமது வாழ்நாளில் இரண்டு நபர்களுத்தான் உத்தரவாதம் அளிக்க அனுமதிக்கப்படுவார்கள் என்று அவள் கூறினாள். அவள் ஏற்கெனவே ஒரு அனுமதியைப் பாவித்திருந்தார். மற்றதை ஜெயாவிற்காக வைத்திருந்தாள்.

'ஆனால் அவன் இருப்பானென்டு நினைக்கிறன். உனக்குத்தான் அதைத் தர விரும்புறன்' என்றாள்.

நான் அவருக்கு மனப்பூர்வமாக நன்றி தெரிவித்ததோடு, ஆயிரம் ரூபாயையும் சந்தோஷமாகக் கொடுத்தேன். அவள் வாங்க மறுத்தாள்.

கடவுச்சீட்டைப் பிணைக்க குறைந்தது ஒரு கிழமையாவது எடுக்கும் என்றும் அவர் விளக்கிக் கூறினாள்.

'பிறகு பாஸ்போர்ட் அலுவலகத்துக்குப் போய் நல்லாப் பார்த்து அதைப் பெற்றுக் கொள்ள வேணும்' என்றாள்.

நான் அவரது காருண்யத்துக்கு மீண்டும் நன்றி தெரிவித்து விட்டு, எனது கடவுச்சீட்டை அவளிடம் ஒப்படைத்தேன். நான் அவளை நம்பினேன். நான் இன்னும் ஜெயாவையும் நம்பினேன். அவன் எனது உற்ற நண்பன் என்பதோடு, அவனது மாமாவின் நம்பிக்கைத் துரோகம் பற்றி அவன் அறிந்திருப்பான் என்று நான் நினைக்கவில்லை. பல போராட்டங்களுக்குப் பிறகு கடவுச்சீட்டு எனது கைக்குக் கிடைத்திருந்ததால், அதை ஒப்படைத்ததன் பிறகு சட்டென எனக்கொரு சிறு சந்தேகம் தோன்றியது. மீண்டும் நான் நாதியற்றவாகியிருந்தேன்.

'நான் இஞ்சதான் உன்னைத் தங்க வைக்க வேணும். ஆனால் அது ஆபத்தானது' என்று அவள் மன்னிப்புக் கோரும் தொனியில் கூறினாள். ஒரு பெண் தனியாக வாழ்வது உகந்ததல்ல எனினும் போராளி வயதிலுள்ள இளைஞனொருவனை வீட்டில் தங்க வைப்பதை விட தனியாக இருப்பதே பாதுகாப்பானது.

மீண்டும் ஒரு கிழமை கடற்கரையில் படுத்துறங்குவதை நான் விரும்பவில்லை. அவள் எனது நம்பிக்கையைச் சிதைப்பதாகத் தோன்றியது.

'உன்னைத் தங்க வைக்க எனக்கொரு வீட்டாரைத் தெரியும். கனக்க தூரமில்ல. மட்டக்குளியிலேதான். அவ முஸ்லிம். நல்ல பாசமாப் பழகுவா. நான் அவவிட்டக் கதைக்குறன். கவலைப்படாதே. நீ அங்க பத்திரமா இருப்பாய். இதுதான் அவவோட முகவரி. ராத்திரியானதும் அங்கே போ' என்றாள்.

நான் நளினிக்கு மிகவும் நன்றியுள்ளவனாக இருந்தேன். அத்தோடு அவளை நம்புவதற்குக் குறுக்கே நின்ற சிறு சந்தேகமும் கூட காணாமல் போயிருந்தது.

அந்த முஸ்லிம் அவள் குடும்பத்தாரின் வீடு, நடந்து செல்ல மாத்திரம் முடியுமான சிறிய சந்துக்குள் இருந்தது. தெரு விளக்குகள் ஏதுமில்லையாதலால் இரவில் ஆட்கள் மண்ணெண்ணெய் விளக்குகளை ஏந்தியவாறு நடந்து சென்றார்கள். கலவரத்துக்கு முன்பு, அங்கு தமிழர்களும் வசித்து வந்திருந்தார்கள். ஆனால் அதன் பிறகு அவர்கள் எல்லோரும் போய் விட்டிருந்தார்கள். முஸ்லிம்கள் மாத்திரமே அங்கு எஞ்சியிருந்தார்கள்.

கதவைத் தட்டியதும் ஒரு பெண் கதவைத் திறந்து என்னை வரவேற்றாள்.

நான் எனது பெயரைக் கூறி 'நளினி அனுப்பினார்' என்றேன்.

அவள் தெளிவானாள். 'வணக்கம். உள்ளே வாங்க' என்றவள் என்னை அந்த வீட்டின் பின் பகுதியிலிருந்த சேமிப்பறையில் தங்க அனுமதித்தாள்.

'இடம் காணாது என்றாலும் மழைத் தண்ணி இங்க வராது' என்றாள்.

அந்தப் பெண் முப்பது வயதுகளின் தொடத்திலிருந்ததோடு ஐந்தடியை விடவும் குறைவான உயரத்திலிருந்தாள். பாவாடை, தாவணியணிந்து தலையை மறைத்திருந்தாள். நான் அவளுக்கு மனப்பூர்வமாக நன்றி தெரிவித்தேன்.

'நான் தங்கியிருந்த இடத்தோட ஒப்பிடேக்க இது ஒரு அரண்மனை' என்றேன். எனது கதையை அவளிடம் கூறினேன்.

அவள் தலையசைத்து எனது நிலைமையைப் புரிந்து கொண்டதாகத் தெரிவித்தாள். அவளின் வீட்டில் தங்க மிகுந்த அன்போடு வரவேற்கப்பட்டேன் எனினும் சில விதிமுறைகள் இருப்பதாக அவள் தெரிவித்தாள். முதலாவது, நான் சூரியோதயத்துக்கு முன்பே வீட்டை விட்டு வெளியேறி விட வேண்டும். இரண்டாவது, சூரியன் மறைந்ததற்குப் பிறகே நான் அந்த வீட்டுக்குத் திரும்ப வர வேண்டும். அதற்கு முன்பு வரக் கூடாது.

'அது ரொம்ப ஆபத்தானது' என்றார் அவள்.

எனக்குப் புரிந்ததாகத் தெரிவிக்க வேண்டியிருந்தது.

பத்து வயதில் ஒரு மகனும், பன்னிரண்டு வயதில் ஒரு மகளும் அவளுக்கிருந்தார்கள்.

'இவங்க உங்களைத் தொந்தரவு பண்ண மாட்டாங்க' என்றாள்.

நான் புன்னகைத்து எனது சகோதர, சகோதரிகளைப் பற்றி அவளிடம் கூறினேன்.

* * *

மிகுந்த கூச்ச சுபாவத்தையும், நெருக்கத்தையும் கொண்டிருந்த அச்சிறுவர்களில் ஒருவர், மட்டக்குளியில் தங்கியிருந்த காலப் பகுதியில் ஒவ்வொரு நாள் விடிகாலையிலும் என்னை வந்து எழுப்புவார். காலையுணவாக தேநீரும், சூடான பாணும் தந்து உபசரிப்பார்கள். சூரியன் உதிக்கும் முன்பு நான் அங்கிருந்து வெளியேறி, தெருக்களில் அலைந்து கொண்டிருந்தேன். அவ்வாறான ஒரு பெரிய நகரத்தில் எதுவும் செய்யாமல் எவ்வளவு உல்லாசமாகச் சுற்றித் திரியலாம் என்பதை விரைவிலேயே கற்றுத் தேர்ந்திருந்தேன். நான் நடந்து திரிந்து, கடைகளின் காட்சிப் பொருட்களைக் கண்ணாடி வழியே பார்த்து ரசித்தவாறும், பூங்காக்களில் அமர்ந்து ஆட்களைக் கவனித்துக் கொண்டும், கடற்கரையில் ஓய்ந்திருந்தும் ஒரு ஓய்வான வாழ்க்கையை வாழ்ந்து கொண்டிருந்தேன். வழமை போலவே, மத்தியான வேளைகளில் உணவு உட்கொள்வதைத் தவிர்த்தேன். அவ்வாறு இருப்பதுதான் இலாபகரமானது. அத்தோடு சிங்களவர்களோடு, நடைபாதை வியாபாரிகளோடாவது ஏதேனும் தொடர்பினை வைத்துக் கொள்வது ஆபத்தைக் கொண்டு வரும் எனக் கருதினேன்.

ஒவ்வொரு நாளும் சூரியன் மறைந்ததுமே, நான் மட்டக்குளியிலிருந்த வீட்டை நோக்கி நடக்க ஆரம்பிப்பேன். இரவுணவை ஒன்றாக அமர்ந்துண்ண நான் பழகியிருக்கவில்லை எனினும் அந்தக் குடும்பத்துடன் சேர்ந்துண்பதை நான் விரும்பினேன். அந்தத் தாய் உணவுகளைத் தயாரித்து முடித்ததும், நாங்கள் அனைவரும் தரையில் ஒன்றாக அமர்ந்திருந்து உணவு உட்கொள்வோம். அவள் தேங்காய்ப் பாலில் சமைத்த இறால் கறியும், சூடான சோறும் மிகவும் சுவையாகவிருந்தது. நான் அவர்களிடம் எனது குடும்பத்தைப் பற்றியும், எனது பாடசாலை விடுதி வாழ்க்கை பற்றியும் கூறினேன். ஜேர்மனிக்குப் போகவிருக்கும் திட்டம் குறித்தும் நிறையக் கதைத்தேன்.

'அங்க நான் சுதந்திரமா இருக்கப் போறன். எனக்கு அங்க நல்லதொரு வேலை கிடைச்சதும், நான் காசு செலவழிச்சு என்ர அம்மாவையும், சகோதரங்களையும் ஜேர்மனிக்கு எடுப்பன். அங்க நல்ல வாழ்க்கை அமையும்' என்றேன்.

நாங்கள், கலவரங்கள் குறித்தும் தமிழர்களுக்கும், சிங்களவர்களுக்கு மிடையிலான இன வெறுப்பைக் குறித்தும் கதைத்தோம். குர்ஆன் வெறுப்பைத் தடை செய்திருக்கிறது என அவள் விளக்கிக் கூறினார். 'நாங்கள் ஒருவரையொருவர் கவனித்துக் கொள்ள வேணும். ஆனா அப்படி யாரும் நடந்து கொள்றது குறைவு' என்று கூறிப் பெருமூச்சு விட்டாள்.

நான் அதை ஆமோதித்தேன். நான் குர்ஆனை ஒருபோதும் வாசித்திருக்கவில்லையாதலால், அதில் கூறப்பட்டிருக்கும் விடயங்கள் பற்றி எனக்குத் தெரியவில்லை. எனினும், அது உண்மையாக இருக்கும் என்று நான் நம்பினேன். காரணம் அவள் அதன்படிதான் நடந்து கொண்டாள். எல்லாவற்றிற்கும் மேலாக, அவள் ஒரு தமிழனுக்கு தனது வீட்டில் தங்கிக் கொள்ள இடம் கொடுத்திருக்கிறாள்.

அவளின் கணவரைக் குறித்த எந்தத் தடயமும் வீட்டில் இல்லாதிருப்பதையும், அவளும் எதையும் கூறாதிருப்பதையும் நான் அவதானித்தேன். அவளின் பாசத்திலும், விருந்தோம்பலிலும் வாழ்ந்து வரும் நான் அதைப் பற்றி விசாரிப்பது சரியில்லை என்று நினைத்தேன். ஒருவேளை அவர் இறந்து போயிருக்கலாம். எனக்கு அவரைப் பற்றித் தெரியாது. அக் கால கட்டத்தில் இலங்கையில் பெரும்பாலும் சிறுபான்மையின முஸ்லிம்கள் சகித்துக் கொள்ளப்பட்டார்கள். பிற்காலத்தில்தான் அது மாறியிருக்கிறது.

அவளின் மகனும், மகளும் அடிக்கடி சேமிப்பறைப் பக்கம் வருவதால், நாங்கள் ஒன்றாக ஏதேனும் விளையாடிக்

கொண்டிருப்போம். அவர்கள் எனது தம்பியையும், தங்கைகளையும் ஞாபகப்படுத்தினார்கள்.

கடைசியில் நான் காத்திருந்த நாள் வந்து விட்டது. இரண்டு மணித்தியாலங்கள் நடக்க வேண்டிய தொலைவிலிருந்த கடவுச்சீட்டு காரியாலயத்திற்கு நான் நடந்தே போய்ச் சேர்ந்தேன். அங்கிருந்த அலுவலரிடம் எனது அடையாள அட்டையைக் காட்டி எனது கடவுச்சீட்டைப் பெற்றுக் கொள்ள வந்திருப்பதாகக் கூறினேன். அவர் எனது அடையாள அட்டையைப் பார்த்து முகம் சுளித்தார். அவர் எனது பெயரைக் கொண்டு நான் தமிழன் என்பதை அடையாளம் கண்டு கொண்டிருப்பார் என நினைக்கிறேன். அவர் ஒரு ஏட்டைத் திறந்து பார்த்து என்னிடம் 'அடுத்த கிழமை' வருமாறு கூறினார்.

'திரும்பவும் சரி பார்க்க முடியுமா?' என்று கேட்ட நான் நூறு ரூபாய் நோட்டை அவர் முன்னால் வைத்தேன்.

அவர் ஏட்டை நோட்டோடு சேர்த்து மூடி வைத்தார். 'நாளை மீண்டும் வாருங்கள்' என்றார்.

மறுநாளும், அதே நேரம் நான் அங்கேயிருந்தேன். எனது அடையாள அட்டையை நீட்டியதும், அலுவலர் எனது கடவுச்சீட்டை ஒப்படைத்தார். அதில் அனைத்து நாடுகளுக்குமான பிணைப்பு செய்யப்பட்டிருக்கிறதா என்பதை உறுதிப்படுத்திக்கொள்ள உடனடியாகத் திறந்து பார்த்தேன். இரண்டு தினங்களுக்கு முன்னரே அதிகாரபூர்வமாக அதில் அனைத்தும் நிறைவேற்றப்பட்டிருப்பதைக் கண்டு வாய் விட்டுச் சிரிக்கத் தோன்றியது. அலுவலர் என்னிடம் லஞ்சம் வாங்கிக் கொள்ளத்தான் பிறகு வருமாறு கூறியிருக்கிறார். ஆனால் அதைக் குறித்து நான் கவலைப்படவேயில்லை. என்னிடம் கடவுச்சீட்டு இருக்கிறது. நிஜமாகவே நான் ஜேர்மனிக்குப் போகப் போகிறேன்!

நான் மிகுந்த உற்சாகத்தோடு இருந்ததோடு, மறுநாள் கிழக்கு பெர்லின் விமானத்துக்கான பயணச் சீட்டைப் பதிவு செய்து கொள்ள, பயண முகவர் நிலையத்துக்கு கிட்டத்தட்ட ஓடியே போனேன்.

அன்றிரவுதான் மட்டக்குளிக்கு நான் கடைசியாகப் போன தினம்.

மறுநாள் காலை நான் விழித்தெழுந்து குளித்து முடித்து நேர்த்தியாக ஆடையணிந்து கொண்டேன். எனது முஸ்லிம் தாய் மிகுந்த கருணையுணர்வோடு, எனது ஆடைகளைக் கழுவி அழுத்தித் தந்திருந்தாள். நான் அவற்றைப் பையில் அடுக்கி முடித்து போகத் தயாராகி அவர்களிடமிருந்து விடைபெற்றேன். மிகவும் கஷ்டமான தருணம் அது. அவள், யாரென்றே அறியாத எனக்கு தங்க இடம் கொடுத்திருக்கிறார். அந்தக் குடும்பத்தோடு பத்து நாட்களே தங்கியிருப்பேன் எனினும் நெடுங்காலம் அவர்களுடன் இருந்ததைப் போன்ற நெருக்கமான உணர்வைத் தந்திருந்தது.

நான் வெளியே வந்ததும், ஒழுங்கையின் முடிவில் தனக்காகக் காத்திருக்குமாறு கூறினாள். எவரும், என்னுடன் சேர்த்து அவளையும், அவளின் பிள்ளைகளையும் காண நேர்ந்தால் அது ஆபத்தில் முடியும்.

எனக்குப் புரியவில்லை. எனினும் அவர் புன்னகைத்தவாறே கூறியதால் அவள் கூறியவாறே செய்தேன். அவளும் அவரது பிள்ளைகளிருவரும் நடந்து வரும்வரை பார்த்துக் கொண்டிருந்தேன். சில நிமிடங்களுக்குப் பிறகு அவள் தனது பிள்ளைகளோடு வந்து சேர்ந்தாள். என்னைக் கையசைத்து அருகே வரச் சொன்னாள். என்னை விமான நிலையத்துக்குக் கூட்டிச் செல்ல அவள் ஒரு வாடகை ரிக்ஷாவை ஏற்பாடு செய்திருந்தார்.

'நானும் உங்களோடு வாறேன். எனக்கு சிங்களம் தெரியும். அப்படிப் போறதுதான் பாதுகாப்பானது. தனியாப் போனால் சந்தேகம்

வரும். வாங்க' என்றாள்.

நான் மகளிடம் விடைபெற்றுக் கொண்டு அந்தத் தாயுடனும், அவளின் மகனுடனும் ரிக்ஷாவில் ஏறினேன். குதூகலத்தில், அதில் என்னால் நேராக உட்கார்ந்திருக்க முடியாமல் விமான நிலையத்துக்குப் போகும் வழியெங்கும் வலமும், இடமுமாகத் திரும்பித் திரும்பிப் பார்த்துக் கொண்டே வந்தேன். வாகன சாரதி சில தடவைகள் குழப்பத்தோடு என்னைத் திரும்பிப் பார்த்துக் கொண்டே வந்தார். அவரது முகத்தில் கலவரம் தோன்றியிருந்தது. எனினும் நான் கவலைப்பட்டது வீணாகி, விமான நிலையத்துக்குப் பத்திரமாக வந்து சேர்ந்தோம். நான் அந்தத் தாயின் பேருதவிக்கு பணம் வழங்க எத்தனித்த போதும், அவள் அதைப் பெற்றுக் கொள்ள மறுத்து விட்டாள். ஆகவே நான் எனது கைக் கடிகாரத்தை அவளின் மகனுக்கு பரிசளிக்கத் தீர்மானித்தேன். 'ஒரு ஞாபகத்துக்கு. என்ர கொழும்பு குடும்பத்துக்கு' என்று எனது நெஞ்சில் கை வைத்துக் கூறியதும் தாயும், மகனும் புன்னகைத்தார்கள்.

கலவையான உணர்ச்சிகளுடன் அவர்கள் போவதையே பார்த்துக் கொண்டிருந்தேன். அந்த முஸ்லிம் தாய் தனது பிள்ளைகளைப் போற்றிப் பாதுகாத்து வந்தாள். அந்தச் சிறிய வீட்டின் அனைத்து இடங்களிலும் அவர்களது புகைப்படங்கள் இருந்தன. வீட்டை விட்டு வெளியேறும் முன்பு, எனக்கு அந்தப் பிள்ளைகளுடைய புகைப்படமொன்றை வைத்துக் கொள்ளத் தர முடியுமா என்று கேட்டது நினைவிருக்கிறது. இப்போது அவர்களுடன் தொடர்பேதுமில்லை எனினும் ஞாபகத்தில் அவர்கள் என்றும் நிலைத்திருப்பார்கள்.

ஜேர்மனியில் எனது புதிய வாழ்க்கையைத் தொடங்க நான் ஆவலுடன் காத்துக் கொண்டிருந்தேன். எனினும், விமான நிலையத்தின் நுழைவாயிலை நெருங்கியதும் எனது குடும்பத்தையும்,

தாயகத்தையும் விட்டு, சில வேளை நிரந்தரமாகவே வெளியேறுவதையிட்டு மனம் மிகுந்த கவலையில் நிரம்பியிருந்தது.

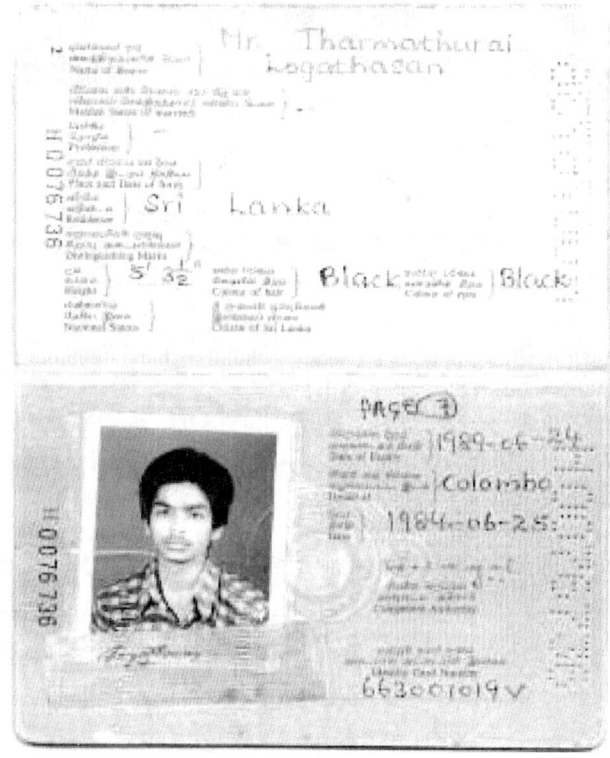

(இலங்கையை விட்டு வெளியேறிய நாளில், கடவுச்சீட்டுப் புகைப்படத்தில் காணப்படும் இதே மேற்சட்டையைத்தான் அணிந்திருந்தேன்.)

கொழும்பு சர்வதேச விமான நிலையமானது பயணிகள் நிரம்பிக் காணப்பட்டதோடு, இராணுவத்தினரது நடமாட்டத்தையும்

தெளிவாகக் காண முடிந்தது. எவ்விடத்தில் பார்த்தாலும், இயந்திரத் துப்பாக்கியை ஏந்தியவாறு, நாய்களையும் அருகில் வைத்துக் கொண்டிருந்த படையினரே எனக்குத் தென்பட்டார்கள். எனது இருதயம் பலமாகத் துடிக்கத் தொடங்கியது.

அச் சமயம், தமிழர்களுக்கு நிகழ்ந்த குரூரமான கருப்பு ஜூலைக் கலவரங்களுக்கு பதிலடியாக, விடுதலைப் புலிகள் இயக்கம் விமான நிலையத்தைத் தாக்கத் திட்டமிட்டிருப்பதாக, வதந்தி பரவியிருந்தது. அதற்கு ஒரு கிழமைக்கு முன்னர்தான், விடுதலைப் புலிகள் இயக்கம் வடக்கின் புகையிரத சேவையான யாழ்தேவிக்கு முறிகண்டியில் வைத்து குண்டு வைத்ததில் முப்பத்து நான்கு பேர் கொல்லப்பட்டிருந்தார்கள். அவர்களுள் இருபத்திரண்டு பேர் படையினர்கள். அக் குண்டுவெடிப்பில் தண்டவாளங்களும் சிதைந்து போயிருந்தன. அதனால் பதற்றங்கள் உச்ச நிலையில் காணப்பட்டன.

எதற்கும் என்று நான் கடவுச்சீட்டு புகைப்படத்தில் காணப்பட்ட மேற்சட்டையையே அணிந்திருந்தேன். நேராக கடவுச்சீட்டினை ஒப்படைக்கும் இடத்துக்குப் போய் அங்கிருந்த அலுவலரிடம் எனது கடவுச்சீட்டையும், விமானப் பயணச் சீட்டையும் ஒப்படைத்தேன். எனது கடவுச்சீட்டினைப் பரிசீலித்தவர் எனக்கு தரித்திருக்கும் அனுமதியட்டையைக் கையளித்தார். அவர்களிடம் ஒப்படைக்க என்னிடம் எவ்விதப் பொதியும் இருக்கவில்லையாதலால், நான் நேரடியாக பாதுகாப்புப் பிரிவுக்குச் சென்றேன். நான் மிகுந்த பதற்றத்துடன் காணப்பட்ட போதிலும், எளிதாகத் தடைகளைத் தாண்டியிருந்தேன். முரண்பாடாக, அரசாங்கமானது தமிழர்களை வெளிநாடுகளுக்குச் சென்று குடியேற ஊக்குவித்துக் கொண்டிருந்தது. தமிழர்களின் எண்ணிக்கை குறைவதுதான் நல்லதென அது எண்ணியிருக்கும் என நான் நினைக்கிறேன். ஆகவே தமிழர்கள் நாட்டை விட்டு வெளியேறுகையில், இராணுவமும் எந்தவொரு தடையையும் ஏற்படுத்தவில்லை.

எனது இருக்கையில் சென்று அமர்ந்ததையும், விமானம் உயரும்வரைக்கும் ஆவலுடன் காத்திருந்ததையும் என்னால் ஒருபோதும் மறக்க முடியாது. விமானத்தில் பயணிப்பது அதுதான் எனக்கு முதல் தடவை. ஆகவே அந்த அனுபவம் திகிலூட்டுவதாகவும், மாயாஜாலம் போன்றிருப்பதையும் உணர்ந்தேன்.

மரணத்தின் கைப்பிடியிலிருந்து விலக்கிக் கொண்டு வந்தது போல, இருக்கையில் என்னை நிதானப்படுத்திக் கொள்ள சற்று நேரம் எடுத்தது. இறுதியில், நான் புன்னகைத்தேன். நான் சாதித்து விட்டேன். இனி நான் சுதந்திரமானவன். நான் ஜேர்மனிக்குப் போகப் போகிறேன்! நான் சிரிக்கத் தொடங்கினேன். சடுதியாக ஒன்று என்னைத் தாக்கியது. நான் ஜேர்மனிக்குப் போனதும் அங்கு என்ன செய்வது என்ற எந்தத் திட்டமும் என்னிடம் இருக்கவில்லை. ஜேர்மன் மொழியில் ஒரு வார்த்தை கூட எனக்குத் தெரியாது. அங்கு என்னை அறிந்தவர்களும் யாரும் இல்லை. நான் தனித்திருக்கிறேன். எனது வாய் உலர்ந்து விட்டிருந்தது. என்ன செய்யப் போகிறேன்?

எனது ஜீவிதத்தில் அன்று போல நான் என்றும் பயந்ததில்லை.

அத்தியாயம் 16

நான் சிறுவனாக இருந்தபோது அதிவேக விமானங்கள் வானத்தில் உயரே பறப்பதைக் கண்டு அவற்றுள் ஒன்றாக என்னைக் கற்பனை செய்து கொண்டு அவற்றின் பின்னால் வயல்வெளியில் ஓடுவேன். சங்கத்தானையில் விமானங்கள் அடிக்கடி பறக்காது. எனவே ஒன்றைக் காண பல நாட்கள் காத்திருப்பேன்.

ஆனால் இன்று நானே எனது முதல் விமானத்தினுள்ளே அமர்ந்திருக்கிறேன். இது எவ்வாறிருக்கிறதென எனது நண்பன் பிரபுவிடம் விவரிக்க முடிந்தால் எவ்வளவு நன்றாக இருக்கும்.

எனது பயணத்தில் முதல் நிறுத்தம் மொஸ்கோவில் ஒரு குறுந் தரிப்பிடம். அங்கிருந்து நான் ஜேர்மனியின் கிழக்கு பெர்லினுக்குச் செல்லும் ஒரு பெரிய விமானத்துக்கு இடம் மாற்றப்படுவேன். அக்கால கட்டத்தில் கொழும்புக்கும், ஐரோப்பாவுக்கும் இடையிலான வணிக விமானங்கள் ரஷ்ய விமான சேவையாலே இயக்கப்பட்டன. விமானப் பயணம் எனக்கு முதல் அனுபவம் என்பதால் குறுந் தரிப்பிடம் என்றால் என்னவென்று நான் அறிந்திருக்கவில்லை. நேரடி விமானத்துக்கும், பயணிகள் விமானத்துக்குமிடையிலான வித்தியாசம் கூட எனக்குத் தெரிந்திருக்கவில்லை. மிகவும் முக்கியமாக கிழக்கு பெர்லின், மேற்கு பெர்லின் ஆகிய இரண்டும் முற்றிலும் வெவ்வேறான இடங்கள்

என்பதைக் குறித்த எந்தவொரு அறிவும் என்னிடமிருக்கவில்லை. இது பனிப்போர் அரசியலுக்கான மூர்க்கமான அறிமுகமாக இருக்கக் கூடும்.

விமானத்திலிருந்த சில மணித்தியாலங்களுக்குள், ஏனைய பயணிகள் அனைவரும் என்னையே பார்த்துக் கொண்டிருப்பதை அவதானித்தேன். நான் அவர்களைப் பார்த்ததும் அவர்கள் பார்வையை வேறு புறம் திருப்பிக் கொண்டார்கள் அல்லது கைகளிலிருந்த சஞ்சிகைகளில் ஆழ்ந்தார்கள். அவர்கள் என்னை ஏன்பார்க்கிறார்கள் என நான் ஆச்சரியப்பட்டேன். மேலும், கீழுமாக சுற்றி வரப் பார்த்ததும்தான் அந்த முழு விமானத்திலுமே நான் மாத்திரம்தான் வேறு நிறத்தவனாக இருக்கிறேன் என்பதைப் புரிந்து கொண்டேன். ஏனைய அனைவரும் வெள்ளையர்கள். அந்த அனுபவம் கூடப் புதியதுதான். அதற்கு முன்பு நான் அவ்வளவு வெள்ளையர்களை மொத்தமாக ஒரே இடத்தில் கண்டதேயில்லை.

கிழக்கு பெர்லினின், ஷன்ஃபெல்ட் விமான நிலையத்தில் விமானம் தரையிறங்கியதும் நான் ஜன்னலால் வெளியே பார்த்து குழம்பிப் போனேன். வெள்ளைப் பொடி போன்ற ஏதோவொன்று தரையைப் போர்த்தி மூடியிருந்தது. அதுதான் பனியாக இருக்கக் கூடும் என நான் நினைத்தேன். விமான நிலையத்திலிருந்து நாங்கள் தொலைவிலிருக்கிறோம் என்பது புரிந்தது.

கடுமையாக பனி பெய்து கொண்டிருப்பதால், விமானமானது, விமான நிலையத்திலிருந்து சற்றுத் தொலைவில் தரையிறக்கப் பட்டிருப்பதாகவும், எம்மை வெளியேறும் பிரிவுக்கு அழைத்துச் செல்ல வெளியே காத்துக் கொண்டிருக்கும் பேரூந்துக்கு நாங்கள் நடந்து செல்ல வேண்டும் எனவும் எமக்கு அறிவிக்கப்பட்டது. சக்கரங்களைக் கொண்ட படிகள் விமானத்தின் ஒரு பக்கமாகப் பொருத்தப்பட்டதும் கதவு திறந்து கொண்டது. கனத்த மேலுறைகளாலான சட்டைகளையும்,

விலங்குகளின் மயிர்களாலான கழுத்துப் பட்டைகளையும் அணிந்திருந்த பெரும்பாலான பயணிகள் அப் படிகளில் ஏறிச் செல்லத் தொடங்கினார்கள்.

என்னிடம் கனத்த மேலுறையாலான சட்டை இருக்கவில்லை. இருந்தது ஒரேயொரு மெல்லிய கம்பளிச் சட்டை மாத்திரமே. உறைய வைக்கும் கடும் பனிக் காற்றிடையே நான் வெளியே வந்ததும் தாக்குப் பிடிக்க முடியாமல், கலவரமடைந்த வேட்டை நாயைப் போல மீண்டும் விமானத்துக்குள் குதித்தேன். எனக்குப் பின்னாலிருந்த பயணிகள் சிரிக்கத் தொடங்கினார்கள். வெளியே எனது தோள்களை ஊடறுத்துக் குத்திக் கொண்டிருந்த கடும் குளிருக்கு மத்தியில் நான் பயணிகளைப் பின் தொடர்ந்து சென்று பேரூந்தில் ஏறிக் கொண்டேன்.

விமான நிலைய நடைமுறைகள், ஒழுங்குகள் எதிலும் எனக்கு முழுமையாகப் பரிச்சயமில்லாத காரணத்தால் நான் கூட்டத்தோடு கூட்டமாக ஒரு காட்டேறியைப் போல பயணிகளைப் பின் தொடர்ந்து நடந்து சென்று குடிவரவு இடத்தை அடைந்தேன். அங்கு எனது கடவுச் சீட்டில் முத்திரையிட்டுத் தரப்பட்டது. மீண்டும், வரிசையாகச் சென்ற மக்கள் கூட்டத்தின் பின்னாலேயே போய் எங்கே போகிறதெனத் தெரியாமலேயே ஒரு ரயிலில் ஏறிக் கொண்டேன். அடுத்த ரயில் நிலையத்தில் ரயில் நின்றதுமே காவல்துறையைச் சேர்ந்த இரண்டு அதிகாரிகள் உள்ளே ஏறினார்கள். அவர்கள் நீல நிறச் சீருடைகளையும், தொப்பிகளையும் அணிந்திருந்தார்கள். அவர்கள் தமது இடுப்பின் ஒரு பகுதியில் ஒரு தடியையும், மற்றப் பகுதியில் ஒரு துப்பாக்கியையும் வைத்திருந்தார்கள். ஒரு அதிகாரி ஒரு நாயின் சங்கிலியைப் பிடித்துக் கொண்டிருந்தார். ரயிலிலிருந்த வேற்று நிறத்தவன் நான் மாத்திரம்தான். அது துருத்திக் கொண்டு தெரிந்திருக்க வேண்டும். காரணம் அவர்கள் என்னை நோக்கித்தான் நேராக வந்தார்கள்.

‘ரெய்ஸெபாஸ்’ என ஒரு அதிகாரி ஜேர்மன் பாஷையில் உறுமினார்.

பயணிகள் தமது கடவுச்சீட்டுக்களை அவரிடம் ஒப்படைப்பதைக் கண்டு நானும் அவ்வாறே செய்தேன். அதிகாரிகள் அதை முன்னும் பின்னுமாக கூர்ந்து கவனமாக, இடைக்கிடையே என்னையும் நோட்டமிட்டவாறு, பார்த்தார்கள்.

‘கொம்மென் சீ மிட் அன்ஸ்! ஒபென்! ஜெட்ஸ்ட்!’

அவருக்கு என்ன வேண்டும் என்பது எனக்குப் புரியவில்லை. எனினும் ரயிலிலிருந்த ஏனைய பயணிகளும் திடுக்கிட்டுப் போன உணர்ச்சியை வெளிக்காட்டியவாறு என்னையே பார்த்துக் கொண்டிருந்தார்கள்.

‘எனக்கு இந்த பாஷை கதைக்க வராது’ என நான் தமிழில் விளக்கிக் கூற முயற்சித்தேன்.

‘ஒபென்! ஜெட்ஸ்ட்’.

எனது குழப்பம் அதிகாரியை பொறுமையற்றவராகவும், கோபமுறவும் செய்திருந்தது. நாய் கோபமாக சங்கிலியை இழுத்துக் கொண்டிருந்தது.

நான் எழுந்து நின்று கைகளை அசைத்து, சைகைகளால் எடுத்துக் கூற முயற்சித்தேன். ரயிலிலிருந்து இறங்க நான் உத்தரவிடப்படுவதாக அந்தக் காவல் அதிகாரி தனது தலையைப் பக்கவாட்டில் அசைத்து சைகை செய்தார். எனது முன்னாலும், பின்னாலும் காவல் அதிகாரிகள் வர, நான் நடைபாதை வழியே, பயத்தில் நடுங்கியவாறே நடந்து சென்று ரயிலிலிருந்து இறங்கினேன். ரயில் நிலைய நடைமேடையில் நான் அவர்களைப் பின் தொடர்ந்து செல்லவும், அங்கு நிறுத்தப்பட்டிருந்த வேனொன்றில் ஏறிக் கொள்ளவும் உத்தரவிடப்பட்டேன்.

‘இன்னெர்ஹால்ப்!’

நான் அவர்களிடம் ‘ஜேர்மனி! ஜேர்மனி!’ என்று கூறிக் கொண்டே வந்தேன் எனினும் அது பலனளிக்கவில்லை.

அவர்கள் எமது தோள்களை அமத்தி வாகனத்தில் தள்ளி, கதவை அடைத்தார்கள். அது தாழிடப்படும் ஓசையை நான் கேட்டேன். வாகனத்தின் நீள் வாக்கில் எதிரும் புதிருமாக நீண்ட பலகை வாங்குகள் இடப்பட்டிருந்தன. நான் அதில் அமர்ந்து கொண்டேன். அதனுள்ளே நான் மட்டும்தான் இருந்தேன். வேனுக்குள் கடும் குளிராக இருந்ததால் உடல் நடுங்குவதைத் தடுக்க முடியவில்லை. எனது நடுக்கம் தீவிரமாக இருந்ததோடு, மூட்டுக்களும் வலியெடுத்துக் கொண்டிருந்தன.

அரை மணித்தியாலத்திற்குப் பிறகு, நாங்கள் நிலத்துக்குக் கீழே அமைக்கப்பட்டிருந்த காவல் நிலையத்தை வந்தடைந்தோம். ஒரு அதிகாரி வாகனத்திலிருந்து இறங்கி என்னையும் வெளியே வருமாறு சைகை செய்தார். மற்ற அதிகாரி எனது பையை எடுத்துக் கொண்டு, அவரைத் தொடர்ந்து வருமாறு குறிப்பால் உணர்த்தினார். திரும்பவும் நான் அந்த அதிகாரிகள் இருவருக்குமிடையே நடந்து சென்றேன். அவர்கள் எனக்கு கை விலங்கிட்டிருக்கவில்லை எனினும் எனது கடவுச்சீட்டைத் தம் வசம் வைத்துக் கொண்டிருந்தார்கள். எனவே நான் கையை வீசிக் கொண்டே நடந்தேன்.

நான் கட்டடமொன்றுக்குள் அழைத்துச் செல்லப்பட்டேன். இன்னவென்று எளிதில் வகைப்படுத்த முடியாத தாழ்வாரத்தையும், இரு புறங்களிலும் சீமெந்து சுவர்களையும், இரும்புக் கம்பிகளாலான கதவுகளையும் அக் கட்டடம் கொண்டிருந்தது. அனுபவமேதுமற்ற பிரயாணியாக இருந்த போதிலும், எதுவோ சரியில்லை என்று நான் அறிந்திருந்ததால், என்ன நடக்கிறதென அந்த அதிகாரிகளிடம் கேட்கவும் பயந்தேன். அவர்களுள் ஒரு அதிகாரி ஒரு கதவின் தாழ் நீக்கியதும், என்னை உள்ளே தள்ளி கதவைத் தாழிட்டார்கள்.

எனது கடவுச்சீட்டைத் திருப்பித் தரவில்லை.

அந்தச் சிறைக் கூடமானது, ஒரு தண்ணீர்த் தொட்டியையும், ஒரு கழிவறையையும், சுவரோடு பிணைக்கப்பட்ட சீமெந்து இருக்கையையும் கொண்டிருந்தது. அந்த சீமெந்து இருக்கையை ஆசனமாகவோ, படுக்கையாகவோ உபயோகிக்கலாம். ஜன்னல்கள் ஏதும் இருக்கவில்லை. சுவரிலிருந்த சிறிய கண்ணாடிக் கூண்டிலிருந்து மங்கிய வெளிச்சம் கசிந்து கொண்டிருந்தது. அறைக்கு வெளிச்சம் கிடைத்துக் கொண்டிருந்தது அதிலிருந்து மாத்திரம்தான்.

நான் அந்த இருக்கையில் அமர்ந்திருந்தேன். இந்த எதிர்பாராத் திருப்பங்கள் நல்லதா, கெட்டதா என எனக்கே விளங்கவில்லை. ஜேர்மனியானது, உலகத்திலேயே சிறந்த நாடுகளிலொன்று என என்னிடம் கூறப்பட்டிருந்தது. ஆகவே எனக்கு இங்கு ஏதும் தீங்கு நிகழக் கூடாது. போரினால் பாதிக்கப்பட்டுக் கொண்டிருக்கும் இலங்கையில் வாழ்வதை விடவும் இது நல்லதுதான். ஜேர்மனியைப் பற்றிய எனது ஆரம்ப கட்ட அனுமானங்கள் தவறாகிப் போயிருந்தன. விமான நிலையத்தில் வைத்து எவருமே என்னை இரு கரம் விரித்து வரவேற்கவில்லை. இந்தக் காவலதிகாரிகளும் என்னைக் கைது செய்திருக்காவிடின், எங்கே போயிருப்பேன் நான்?

சில நிமிடங்களுக்குப் பிறகு மற்ற அதிகாரி அறைக்குள் வந்தார்.

'ஸ்டெஹென் சீ ஔஃப்! ஸீஹென் சீ சிக் ஔஸ்!' என்றார்.

மீண்டும், எனக்கெதுவும் புரியவில்லை என அபிநயித்துக் காட்டினேன். அவர் ஆடைகளைக் களையுமாறு சைகை செய்தார்.

தயக்கத்தோடு நான் எழுந்து நின்று எனது ஆடைகளைக் களைந்தேன். ஒரு பெண் அதிகாரி அறைக்குள் வந்தார். என்னால் இயன்றளவு எனது கைகளால் நிர்வாணத்தை மறைக்கப் பாடுபட்டேன். அவர் றப்பர் கையுறைகளை அணிந்து கொண்டார்.

‘கெசிச் ஸுர் வன்ட் ரிச்டன். ஹெபென் சீ இஹ்ரெ பெய்டென் அர்மெ ஹொச்!‘ என்றவர், எனக்கு கைகளை உயர்த்தியவாறு சுவரைப் பார்த்துத் திரும்பி நிற்குமாறு குறிப்பால் உணர்த்தினார்.

அந்தப் பெண் அதிகாரி எனக்குப் பின்புறத்தில் நின்றுகொண்டு, எனது முழங்கால் மூட்டுக்களில் உதைத்து கால்களை விரித்து வைக்கச் செய்து, அவளது இடது கையால் என்னை சுவரோடு சேர்த்து அழுத்திப் பிடித்து, வலது கையின் நடு விரலையும், சுட்டு விரலையும் ஒன்றாக எனது பின் துவாரத்தில் செலுத்தினார். நான் வலியில் கதறித் தடுமாறியபோதும் அவள் என்னைக் கடுமையாக சுவரோடு சேர்த்து அழுத்திக் கொண்டு, மேலும் ஆழமாக உள்ளே செலுத்தினார். கடுமையான வலியிருந்த போதிலும், அவமான உணர்ச்சியே தீவிரமாக என்னை உறுத்தியது. என்னை புகையிரதத்தில் வைத்துத் துஷ்பிரயோகம் செய்த படைச் சிப்பாயே அக் கணம் நினைவுக்கு வந்தான்.

நல்லதொரு வாழ்க்கையைத் தேடியே வீட்டை விட்டு வந்தேன். ஆனால், இங்கு என்னவெல்லாம் நடக்கிறது?

அவர் தனது பரிசோதனையை முடித்து விட்டு என்னை விடுவித்தார். அவர் கையுறைகளைக் கழற்றும் ஓசையை நான் செவிமடுத்தேன்.

‘ஸீஹென் சீ இஹ்ரெ க்லெய்டெர் வீடெர் அன்’ என்ற அவரின் சைகையைக் கொண்டுநான் மீண்டும் எனது ஆடைகளை அணிந்து கொள்ளலாம் என்பதைப் புரிந்து கொண்டேன். அதிகாரிகள் அச் சிறையறையிலிருந்து வெளியேறி கதவை மூடித் தாழிட்டார்கள்.

சில மணித்தியாலங்களுக்குப் பிறகு, சிறையிலிருந்து வெளியே வருமாறு கட்டளையிடப்பட்டேன். ஒரு அதிகாரி எனது கைரேகை அடையாளங்களை எடுத்தார். பல மணித்தியாலங்களாக எனக்கு

உண்பதற்கோ, குடிப்பதற்கோ எதுவும் தரப்படவில்லை. எனது பையும், கடவுச்சீட்டும் எங்கே என்பது கூட எனக்குத் தெரியவில்லை. புதியதொரு ஜீவிதத்தைத் தொடங்குவதென்பது நான் நினைத்திருந்ததைப் போல இலகுவானதாகவோ, அண்மையிலோ இருக்காது. நான் ஏனைய அதிகாரிகள் குழுவொன்றோடு வேறொரு வேனில் ஏறும்படி பணிக்கப்பட்டேன். ஏனென்று கேட்காமலேயே அதில் ஏறிக் கொண்டேன். அவர்கள் முன்னால் ஏறியதும், வாகனம் புறப்பட்டது.

அந்த வாகனத்துக்குள் மேலும் இரண்டு நபர்கள் இருந்தார்கள். ஒருவர் ஈரானியரைப் போலவும், மற்றவர் ஆபிரிக்கரைப் போலவும் தென்பட்டார்கள். நாங்கள் ஒருவரையொருவர் நேரடியாகப் பார்க்கவோ, கதைத்துக் கொள்ளவோ இல்லை. நாங்கள் கீழேயே பார்த்தவாறிருந்தோம். வாகனம் ஒரு சோதனைச் சாவடியைக் கடந்தது. அங்கேதான் எமது கடவுச்சீட்டுக்களில் டச்சு ஜனநாயக குடியரசு எனக் முத்திரையிடப்பட்டிருந்தது.

மேற்கு பெர்லினுக்கு வரவேற்கப்படுகிறீர்கள்.

நிச்சயமாக அதற்கு முன்னர் மேற்கு பெர்லினைக் குறித்து நானெதுவும் அறிந்திருக்கவில்லை.

சுற்றிலும் மதில்களால் அடைக்கப்பட்டு, ஏராளமான காவல்வீரர்கள் காவல் காத்துக் கொண்டிருந்த சிறிய இடமொன்றுக்கு வேன் வந்து சேர்ந்திருந்தது. காவலரணில், வாகன சாரதி சில காகிதங்களைக் காட்டியதும் எமக்கு உள்ளே நுழைய அனுமதி கிடைத்தது. அது மேற்கு ஜேர்மனியினதும், அதன் நேச நாடுகளான அமெரிக்கா, பிரித்தானியா, ஃபிரான்ஸ் போன்ற நாடுகளினதும் கட்டுப்பாட்டின் கீழுள்ள அகதிகள் முகாம் என்பதை பின்னர் அறிந்து கொண்டேன்.

இரும்பினாலான நுழைவாயில்களையும், உயர்ந்த மதில் சுவர்களையும் அந்த முகாம் கொண்டிருந்தது. நுழைவாயில் முழுமையாகத் திறந்து கொள்ளும் முன்பு, நுழைவாயிலில் காவல் காத்துக் கொண்டிருந்த காவலதிகாரியும், எமது வாகன சாரதியும் கலந்துரையாடினார்கள்.

பின்னர் சாரதி, வேனை உள்ளே கொண்டு வந்து நிறுத்தினார். பிறகு ஒரு காவலதிகாரி கட்டடத்தினுள்ளே இருந்து வந்து, வாகனத்திலிருந்த அதிகாரியுடன் கதைத்ததும் அவரிடம் எனது கடவுச்சீட்டு ஒப்படைக்கப்பட்டது.

அந்தக் காவலதிகாரி, முகாமிலிருந்த நிர்வாக அதிகாரியிடம் எனது கடவுச்சீட்டைக் கொடுப்பதைக் கண்டேன். நிர்வாக அதிகாரி என்னைக் கூர்ந்து பார்த்து விட்டு திரும்பிக் கொண்டார். 'கொம்மென் சீ மித் மிர்' என்றார்.

அகதிகள் முகாமானது மிகவும் சிறியதாகவும், ஆட்கள் நிறைந்ததாகவும், சுற்றிவர முற்றிலுமாக அடைக்கப்பட்டதாகவும் இருந்தது. அச் சமயத்தில் அங்கு, கிட்டத்தட்ட நூறு பேர் தடுத்து வைக்கப்பட்டிருந்தார்கள். அந்த இடமானது பல பிரிவுகளாகவும், தொகுதிகளாகவும் பிரிக்கப்பட்டிருந்ததோடு ஒவ்வொன்றும் வரிசையாக ஒன்றன் பின் ஒன்றாக சுவரோடு பிணைக்கப்பட்ட இருபது படுக்கைத் தொகுதிகளையும் கொண்டிருந்தது. நாங்கள் நடந்தவாறு அவ்விடத்தைக் கடந்து சென்று கொண்டிருந்த போது நிறையப் பேர் அங்கு நின்று கொண்டு என்னை சாந்தமான அல்லது விரோதமான உணர்வுகளை வெளிக்காட்டிய முகங்களோடு பார்த்துக் கொண்டிருந்தார்கள். அதிகாரி எனக்கு ஒரு படுக்கையைச் சுட்டிக் காட்டி விட்டுப் போய் விட்டார்.

நான் அதில் அமர்ந்தேன். யதார்த்தத்தில், அந்தப் படுக்கையானது சௌகரியமாகவே இருந்தது. ஆனால் அதில் எவ்வாறு உறங்க முடியும்

எனத் தோன்றியது. அந்தளவு, பல தேசங்களைச் சேர்ந்தவர்களை நான் அதற்கு முன்னர் கண்டிருக்கவில்லை என்பதோடு அவர்கள் அனைவருமே எனக்கு விசித்திரமாகத் தென்பட்டார்கள். கோபமானவர்களாகவும், நட்புணர்வு இல்லாதவர்களாகவும் காணப்பட்டார்கள்.

சில நிமிடங்களுக்குப் பிறகு ஒரு மணியடித்ததும் அகதிகள் அனைவரும், நான் பின்னர் அறிந்து கொள்ளப் போகும், உணவு விடுதிக்குச் சென்றார்கள். வழமை போலவே எங்கே போகிறேன் எனத் தெரியாத போதும், அக் கூட்டத்தைப் பின் தொடர்ந்து செல்வதே நல்லதெனத் தோன்றி பின் தொடர்ந்து சென்றேன்.

உணவு சமைக்கும் சூடான வாசனை என்னை உந்தித் தள்ளியது. நான் கடும் பசியிலிருந்தேன். ஜேர்மனிக்கான எனது வருகை சிறப்பாக அமையாது, நான் எதிர்பார்த்திருந்ததை விட சற்றுக் குறைவானது என்பது முக்கியமல்ல. நான் எனது உணவைப் பெற்றுக் கொள்ள வரிசையிலிருந்தேன். உணவானது முன்பே அடுக்கப்பட்டு தாம்பாளங்களில் பரிமாறப்பட்டது. தட்டுக்கள் இருக்கவில்லை.

அறையில் வரிசையாக மேசைகளும், நீண்ட இருக்கைகளும் போடப்பட்டிருந்தன. ஆண்கள் தமக்குப் பிடித்தமானவர்களுடன் குழுக்களாக அமர்ந்து உணவருந்திக் கொண்டிருந்தார்கள். நான் எனது உணவைப் பெற்றுக் கொண்டு, ஓர் இருக்கையில் அமர்ந்தேன். அது எனது யாழ்ப்பாணப் பாடசாலை விடுதியின் உணவறையை எனக்கு ஞாபகப்படுத்தியது.

எனது புதிய வீட்டில், எனது முதல் உணவு முற்றிலும் அந்நியமானதாகவே இருந்தது. வறுத்த இறைச்சியும், பட்டாணியும், மசிக்கப்பட்ட உருளைக் கிழங்கும், குழம்பும். அது வாத்து இறைச்சி என்பதை அறிந்து கொண்டேன். அதற்கு முன்னர் நான் வாத்து இறைச்சி சாப்பிட்டிருக்கவில்லை. அது கோழியின் சுவையை ஒத்திருந்தது. அன்று

எனது முதல் உணவின் போதே தவறுதலாக ஒன்றைச் செய்திருந்தேன். அதற்கு முன்னர் எனது வீட்டில் அனைவரும் கைகளாலேயே உணவுண்டு வந்திருந்தோம். அந்தப் பழக்கத்தைத்தான் நான் இங்கும் தொடர்ந்திருந்தேன். இறைச்சியைக் கையாளக் கூடியதாக இருந்த போதிலும், மசித்த உருளைக் கிழங்கும், குழம்பும் சவாலுக்குரியவையாக இருந்தன.

என்னைத் தாண்டிப் போன ஒரு முதியவர் என்னை வேடிக்கையாகவும், நம்ப முடியாதவர் போலவும் பார்த்தார். நெருங்கி வந்த அவர் ஒரு சாதனத்தை அருகில் போட்டார். ஏனையவர்களும் அதைப் போன்ற சாதனத்தையே பயன்படுத்திக் கொண்டிருப்பதை அவதானித்திருந்தேன். வழுவழுப்பான நீண்ட தண்டின் ஓரத்தில் கூரிய நான்கு முனைகளைக் கொண்ட சாதனம். நான் அதைக் கையிலெடுத்தேன்.

'தி காபெல்!' என அவர் வாய் நிறைய உருளைக் கிழங்கு மசியலோடு கத்தினார்.

'காபெல்?' என நான் திருப்பிக் கூறியதும் முதியவர் தலையசைத்தார்.

காபெல் என்று கூறப்பட்ட அதைக் கொண்டு அவர் செய்வதைக் கவனித்து அதைப் போலவே செய்தேன். அச் செய்கை ஆரம்பத்தில், உணவானது அதிலிருந்து கீழே விழுந்து கொண்டிருந்த காரணத்தால், அலங்கோலமானதாக இருந்த போதிலும், சற்று நேரத்திற்குப் பிறகு என்னால் கையாள முடியுமாக இருந்தது.

அச் சாதனம் ஒரு முட்கரண்டி என்று தோன்றியது. இனி அடுத்தது என்ன?

✦ ✦ ✦

யாழ்ப்பாணத்தில் பாடசாலையில் கல்வி கற்ற காலத்திலிருந்தே எனக்கு ஏற்கெனவே அவ்வாறானதொரு தங்குமிடத்தில் வாழ்ந்த அனுபவமிருந்தது. நான் செய்ய வேண்டியிருந்ததெல்லாம் விதிமுறைகளைக் கடைப்பிடிப்பதுவும், அனைவருடனும் சகஜமாகப் பழகுவதும்தான்.

என்னால் இயன்றவரையில் எப்போதும் தனியாக இருக்கவே முயற்சித்தேன். பொதுவாகவே, என்னுடன் அழைத்து வரப்பட்ட சக அகதிகள் உட்பட, அனைவரையும் நான் தவிர்த்து வந்தேன். அந்த முகாமில் வைத்து நான் இன்னொரு தமிழரைச் சந்தித்தேன். எப்போதாவது அவருடன் கதைத்தேன். அவர் எனக்கும் முன்பே முகாமுக்கு வந்தவர். உணவு விடுதியிலிருந்து திருடிய கத்திகளாலும், முட்கரண்டிகளாலும் ஆட்கள் ஒருவரையொருவர் குத்திக் கொண்டு சண்டை பிடிப்பார்கள் என்று அவர் என்னிடம் கூறினார். ஒரு நாளிரவு இரண்டு நபர்களிடையே வாக்குவாதம் ஏற்பட்டபோது ஒருவர் தன்னிலை மறந்து மற்றவரைத் தனது தட்டால் தாக்கியிருந்தார். அவர்கள் ஈரானியரும், ஈராக்கியரும் என்று நினைக்கிறேன். 1980 களில் ஈராக் படைகள் ஈரானை ஆக்கிரமித்ததால் சுன்னி முஸ்லிம்களுக்கும், ஷியா முஸ்லிம்களுக்குமிடையே நிறைய வெறுப்புக்கள் நிலவி வந்தன. அது சிங்கள, தமிழ் இன வெறுப்பை ஒத்திருந்ததாக எனக்குத் தோன்றியது. பாதுகாவலகர்கள் ஓடி வந்து அவர்கள் இருவரையும் விலக்கிக் கொண்டு சென்றார்கள். அதன் பிறகு அவர்களை மீண்டும் நான் அங்கு காணவேயில்லை.

இரவில் குறிப்பாக செய்ய எதுவும் இருக்கவில்லை. இரவு ஒன்பது மணிக்கு விளக்குகள் அணைக்கப்படும் வரைக்கும், நாங்கள் எங்கு அமர்ந்திருப்போமோ அங்கிருந்து, படுக்கைக்குச் செல்லுமாறு பெரும்பாலும் கட்டளையிடப்பட்டோம். அது மந்தமான பகுதியாக இருந்த போதிலும், எனக்குப் பிடித்ததாகத்தான் இருந்தது.

எவ்வாறாயினும், ஏனையவர்களுடன் கலந்துறவாடிப் பழகுவதில் எனக்கு ஆர்வமிருக்கவுமில்லை.

எப்போதாவது, குறிப்பாக இரவுகளில் பயங்கரமான அலறல்கள் எனக்குக் கேட்கும். தொடர்ந்து ஒளிரும் விளக்குகளுடன் ஆம்புலன்ஸ் வண்டியும், காவல்துறை வாகனங்களும் வரிசையாக வருவதை, படுக்கையிலிருந்து கொண்டே ஜன்னலினூடாக எனக்குக் காணக் கிடைக்கும். வாகனங்கள் முகாமைச் சுற்றி அணி வகுத்திருக்கும். மறு நாள் காலை நடைபாதையெங்கும் குருதி படிந்திருக்கும்.

சீரான கால இடைவெளியில், இரவில் பிரகாசமான மின்விளக்குகளை ஏந்தி வரும் பாதுகாவலர்கள் ஒவ்வொரு படுக்கையாகப் பரிசோதிப்பார்கள். அவர்கள் என்ன தேடுகிறார்கள் என்று எனக்குத் தெரியவேயில்லை. எம்மால் எங்கு தப்பிச் செல்ல முடியுமென்று நினைக்கிறார்கள்? எவனாவது அகதியொருவன் தற்கொலை செய்து கொள்வான் என அவர்கள் பயந்திருக்கக் கூடும். இரவுகளில் கழிவறைக்குச் செல்லக் கூட நான் பயந்தேன். சிறுநீர் கழிக்க வேண்டிய உந்துதல் ஏற்பட்டாலும் கூட விடியும் வரை, விளக்குகள் எரிய வைக்கப்படும் வரைக்கும் அடக்கிக் கொண்டு காத்திருந்தேன்.

முகாமில் வாழ்க்கையானது குரூரமானதாகவும், வன்முறை நிறைந்ததாகவும் காணப்பட்டது. அனேகமான சண்டைகள் முஸ்லிம்களிடையே, குறிப்பாக ஈரானியர்களின் இடதுசாரி மற்றும் வலதுசாரி பிரிவுகளிடையே நடைபெற்றன. அந்த அகதி முகாமின் கால்வாசி, ஈரானியர்களாலேயே நிரம்பியிருந்தது. எமக்கு பத்திரிகைகளோ, வானொலியோ, தொலைக்காட்சி வசதிகளோ வழங்கப்பட்டிருக்கவில்லை. ஆதலால், முகாமுக்கு வெளியே உலகத்தில் என்ன நடந்து கொன்டிருக்கிறது என்பதைக் குறித்து எதுவும் எனக்குத் தெரிந்திருக்கவில்லை. அங்கிருந்த ஒரேயொரு தமிழனைத்

தவிர ஏனைய எவரிடமும் எனக்குப் பழக்கம் இருக்கவுமில்லை. அது நண்பர்களை உருவாக்கிக் கொள்ளும் இடமுமில்லை.

முகாமில் நிறையக் குற்றங்கள் நடந்து கொண்டிருந்தன. அகதிகள் தமது கைகளுக்கு எட்டிய எதையும் திருடி விடுவதோடு, சண்டைகள் அங்கு வழமையான அம்சமாக மாறி விட்டிருந்தன. தமது கோபத்தையும், ஏமாற்றத்தையும் வெளிப்படுத்த அது ஒரு வழியாக இருந்திருக்கும் என நான் நினைக்கிறேன்.

நான் உள்வாங்கப்பட்ட சிறிது நேரத்திற்குப் பிறகு, புகலிடம் கோருபவர்களுக்கான, காகித ஆவண வேலைகள் பூர்த்தியாக ஒரு மாதமாவது எடுக்கும் என என்னிடம் கூறப்பட்டது. அவர்கள் என்ன கூறுகிறார்கள் என்பது புரியாமல், நான் பயந்தும் குழம்பியும் போயிருந்தேன். அதன் அர்த்தம், எனக்கு புகலிடம் வழங்கப்படும் என்பதா?

ஒவ்வொரு நாளும் நான் அதை எதிர்பார்த்துக் காத்திருந்தேன். எந்தப் பிரச்சினையிலும் சிக்கிக் கொள்ள விரும்பாததால், அதைப் பற்றி நான் எவரிடமும் விசாரிக்காமலிருந்தேன். என்னிடம் கூறப்பட்டிருந்த விதத்தில், பாதுகாவலரைக் காண நேரும் போதெல்லாம் அவருடன் புன்னகைத்தேன்.

முகாமில் நான் மூன்று வாரங்களே தரித்திருந்தேன். அதைப் பற்றி இப்போது யோசித்துப் பார்க்கையில் விசித்திரமாக இருக்கிறது. வழமையான கால இடைவேளைகளில் மின்குமிழ்கள் எரியச் செய்யப்படுவதும், அணைக்கப்படுவதும் நடைபெறாமல் இருந்திருந்தால், எவ்வளவு நேரம் கடந்திருக்கும் என்பதை என்னால் அனுமானித்திருக்கவே முடியாது. அது அச் சமயத்தில் பெரிதாகப் பொருட்படுத்தப்படவுமில்லை. எதைக் குறித்தும் அக்கறையற்ற மந்தமான காலச் சூழலுக்குள் சிக்கிக் கொண்டிருந்ததைப் போலிருந்தது

அது. நான் சீமெந்துச் சுவர்களையே வெறித்துப் பார்த்தவாறு காலத்தைக் கடத்தினேன்.

கொழும்பின் கடற்கரையில் படுத்திருந்ததைக் காட்டிலும், பாதுகாப்பையும், இதத்தையும் அந்தச் சுவரில் இணைக்கப்பட்டிருந்த படுக்கை எனக்களித்தது. உண்ணத் தேவையான அளவு உணவும், குளித்துக் கொள்ள இடமும் வழங்கப்பட்டிருந்தன. எனவே எனக்கு உண்மையில் எந்த புகாரும் இருக்கவில்லை.

ஒரு நாள் காலை வேளை, ஒரு பாதுகாவலர் எனது படுக்கையருகே வந்து எனது உடைமைகளை உடனடியாக எடுத்துக் கொண்டு தன்னுடன் வருமாறு கூறினார். அவர் பிரதான மாடியிலிருந்த ஒரு அலுவலகத்துக்கு என்னை அழைத்துச் சென்றார். என்ன நடக்கிறது என நான் எனது கண்களாலேயே கெஞ்சிக் கேட்டேன். கடந்த சில வாரங்களாக நான் முகாமிலிருந்த போதும், ஜேர்மன் மொழியில் ஒரு சொல்லையாவது கற்றுக் கொண்டிருக்கவில்லை. பாதுகாவலர்கள் ஒருபோதும் எம்முடன் கதைக்க மாட்டார்கள் என்பதால் முகாமிலிருந்த அனைவரும் என்னைப் போலத்தான் இருந்தார்கள். நான் அலுவலகத்தை அடைந்தபோது, ஆவணங்களைப் புரட்டிப் பார்த்தவாறு அங்கு ஒரு அதிகாரி நின்றிருந்தார். அவர் என்னை ஏறெடுத்துப் பார்த்தார்.

‘லோகா... தார்ம்...’ என அவர் எனது பெயரை உச்சரிக்க முற்பட்ட போதிலும், அது வெற்றியளிக்கவில்லை.

நான் உடனடியாகத் தலையசைத்து ஆமோதித்தேன்.

அவர் ‘நியூரெம்பெர்க்’ போன்ற எதையோ கூறி எனது கடவுச்சீட்டை மற்றுமொரு அதிகாரியிடம் கையளித்ததும், அவர் தன்னைத் தொடர்ந்து வருமாறு எனக்கு சைகை செய்தார். அவர் என்னை ஒரு பேரூந்துக்கு அழைத்துச் சென்றார். பேரூந்தினுள்ளே சில

பெண்களையும் சேர்த்து கிட்டத்தட்ட இருபது பேர் இருந்தோம். முகாமிலிருந்த எவரையும் அங்கு காணக் கிடைக்காததால், அங்கிருந்த ஏனையவர்கள் வேறு முகாம்களிலிருந்து வந்திருப்பார்கள் என்று உத்தேசித்தேன். பேரூந்து புறப்பட்டுப் போய் சிறிது நேரம் கழித்து, படையினர் நிறைந்து காணப்பட்ட சோதனைச் சாவடியொன்றை நெருங்கியிருந்தோம். அதுதான் கிழக்கு ஜேர்மனிக்கும், மேற்கு ஜேர்மனிக்குமான எல்லை.

'ஹால்ட் சீ இஹ்ரெ பாஸ்ஸெ ஃபெஸ்ட்' என்று கடவுச் சீட்டுக்களைக் கையிலேயே வைத்திருக்குமாறு கூறி எமது கடவுச் சீட்டுக்களை எம்மிடம் ஒப்படைத்த சாரதி, பேரூந்து இருக்கையிலேயே அமர்ந்திருக்குமாறும் கேட்டுக் கொண்டார்.

எல்லைக் காவலர்களில் இருவர், ஒரு நாயுடன் பேரூந்திலேறினார்கள். ஒரு காவலர் பின்னாலும், மற்றவர் முன்னாலும் பரிசோதித்துக் கொண்டிருந்தார்கள். அவர்கள் எம்மிடம் கடவுச்சீட்டுக்களைக் கோரியதோடு, அவற்றை ஒவ்வொரு அகதியின் முகத்துக்கருகிலும் வைத்து முக அடையாளங்களை ஒப்பிட்டுப் பார்த்தார்கள். திடீரென ஒரு காவலர், ஒரு அகதியை பேரூந்தை விட்டும் இறங்குமாறு கட்டளையிட்டார். அவரது மனைவி,கணவரது கையை இறுக்கிப் பற்றிப் பிடித்துக் கொண்டு கடுமையாகப் போராடினாள். காவலர்கள் அவரை இழுத்த போதிலும், அவள் தனது பிடியை விடவேயில்லை. இறுதியில், ஒரு காவலர் அவளைத் தூரமாகத் தள்ளி விட்டு, அவரை பலவந்தமாக பேரூந்தை விட்டும் இறங்கச் செய்தார். அந்தப் பெண் கூச்சலிட்டுக் கதறிக் கொண்டிருந்தாள்.

அச்சம்பவம் என்னை வெகுவாக அச்சுறுத்தியிருந்தது. அந்த நபரை அவர்கள் ஒரு அலுவலகத்துக்குள் இழுத்துச் செல்வதை நான் ஜன்னலினூடாகக் கண்டேன். அந்த நபர் மீசையை வழித்திருப்பதைக் குறிப்பிட்டு அவரது மனைவி தமிழில் கத்தியழுது கொண்டிருந்தாள்.

அவர் கடவுச்சீட்டிலிருந்த புகைப்படத்துக்கு மாற்றமாகத் தென்பட்டதற்குக் காரணம் அதுதான் என நான் கருதினேன். அவர் அழைத்துச் செல்லப்பட்டதன் பிறகு, அவள் பேரூந்துக்குள் எம்முடனே இருக்க நேரிட்டது. அவள் சோர்ந்து போய் மெதுவாக அமர்ந்து, மிகவும் அமைதியாகக் காணப்பட்டாள். அவள் அழக் கூடப் பயந்திருந்தாள் என்பதாகத் தென்பட்டது. பிறகு அந்த நபருக்கு என்ன நடந்ததென்று எனக்குத் தெரியவில்லை.

இயந்திரத் துப்பாக்கிகளை ஏந்தியவாறு நிறைய படையினர்கள் அங்கு காணப்பட்டார்கள். அது எனக்கு இலங்கையை நினைவூட்டியது. உண்மையில், புலம்பெயர்வதற்கு நான் எடுத்த தீர்மானம், முட்டாள்தனமானதா என நான் எண்ணிய தருணங்களும் இருந்தன.

பேரூந்தானது, ஏறத்தாழ பன்னிரண்டு அடிகள் உயரமான கொங்க்றீட் சுவருடன் கூடிய மதிலொன்றின் அருகே நின்றிருந்தது. கண்ணுக்கெட்டிய தொலைவு வரை இரு திசைகளிலும் அந்த மதில்களே நீண்டிருந்தன. அது பிரபலமான பெர்லின் சுவர் என்பதை நான் பின்னர் அறிந்து கொண்டேன். சுவர் நெடுகவும், ஒவ்வொரு இருபது அடிகளுக்கும் ஒருவரென இயந்திரத் துப்பாக்கிகளை ஏந்தியவாறு படையினர்கள் வீற்றிருப்பதைக் கண்டேன்.

ஒரு காவலர் எனது கடவுச்சீட்டில் 'த்ருவிட்ஸ்' என்றும், 1985, பெப்ரவரி 14 என்ற திகதியையும் முத்திரையிட்டு என்னிடம் திருப்பித் தந்தார். ப்ராவோ சோதனைச் சாவடியென அறியப்பட்ட த்ருவிட்ஸ், ஜேர்மன் ஜனநாயகக் குடியரசுக்குச் சொந்தமானதாகும். பெர்லின் சுவர் வழியே உள்ளே நுழைவதற்கும், வெளியே வருவதற்குமான முக்கியமான சோதனைச் சாவடி அதுவாகும். காவலர்கள் பேரூந்திலிருந்து இறங்கிக் கொண்டதும், சாரதி எமது

கடவுச்சீட்டுக்களைக் கேட்டு வாங்கிக் கொண்டார். தொடர்ந்து நாங்கள் மேற்கு ஜேர்மனிக்குப் பயணமானோம்.

எல்லைக் காவலர்களுக்கு துப்பாக்கிகளை வைத்திருக்கவும், சட்டவிரோதமாகக் குடியேறுபவர்களை சுட்டு வீழ்த்தவும் அனுமதியளிக்கப்பட்டிருந்ததை நான் பின்னர் அறிந்து கொண்டேன். தப்பித்தவர்களைக் கொன்றதற்காக அவர்களுக்கு பதவி உயர்வுகளும், பதக்கங்களும் வழங்கப்பட்டன. காவலர்கள் சுடத் தவறினாலோ, இலக்குகளை வேண்டுமென்றே தவற விட்டார்களென்ற சந்தேகம் எழுந்தாலோ அவர்கள் தண்டிக்கப்பட்டார்கள்.

அத்தியாயம் 17

கிட்டத்தட்ட ஐந்து மணித்தியாலங்களை எடுத்த நீண்ட பிரயாணத்திற்குப் பிறகு, நியூரெம்பெர்க் நகரத்திலிருந்த ஒரு அகதி முகாமை பேரூந்து வந்தடைந்திருந்தது. மேற்கட்ட நடவடிக்கைகளுக்காக, அகதி முகாமிலிருந்த ஒரு அதிகாரி எம்மை பேரூந்திலிருந்து இறங்கி வரிசையாக நிற்குமாறு ஆணையிட்டார். நாங்கள் கிட்டத்தட்ட இருபது பேர் மாத்திரமே இருந்ததால் அந் நடவடிக்கைகளுக்கு ஒரு மணித்தியாலத்துக்கும் குறைவான நேரமே எடுத்தது. ஒருவர் பின் ஒருவராக முன்னால் வருமாறு பணிக்கப்பட்டோம். எனது முறை வந்ததும், இரண்டு, மூன்று பேர் காவலிருந்த அலுவலகத்துக்குள் நான் நடந்து சென்றேன்.

'வணக்கம்' என தமிழில் கூறி உள்ளே வரவேற்கப்பட்டேன். மொழிபெயர்ப்பாளர் தமிழர் பண்பாட்டு முறைப்படி இரு கரம் குவித்து வரவேற்றார்.

'வணக்கம்' என்று பதிலளித்தேன்.

'உங்களுடைய பெயரும், பிறப்பிடமும் எவை?' எனக் கேட்டார்.

'எனது பெயர் லோகதாசன் தர்மதுரை. நான் இலங்கையில் யாழ்ப்பாணத்தில் பிறந்தவன்' என்றேன்.

அவர் தலையசைத்து விட்டு என்னிடம் ஒரு ஆவணத்தைத் தந்தார்.

'இதை எப்போதும் உங்களுடனே வைத்திருக்க வேண்டும். மிகவும் முக்கியமானது! அத்தோடு நீங்கள் எக் காரணத்தைக் கொண்டும் நியூரெம்பெர்கை விட்டு வெளியேறக் கூடாது. உங்களுக்குப் புரிகிறதா?'

'ஆமாம்.'

'எதிர்வரும் காலத்தில் நீங்கள் கட்டாயம் கலந்து கொள்ள வேண்டிய, உங்களுடனான ஒரு சந்திப்பு ஏற்பாடு செய்யப்பட்டிருக்கிறது. அதைத் தவற விடாதீர்கள். உங்களுக்குப் புரிகிறதா? தவற விட்டீர்களானால் நீங்கள் சட்டத்தை மீறியவராகக் கருதப்பட்டு உடனடியாக நாடுகடத்தப் படுவீர்கள்.'

நான் எனக்குப் புரிந்ததாகக் கூறினேன்.

பேருந்துப் பயணங்களுக்கான அனுமதிச் சீட்டொன்றும், கைச் செலவுக்காக கிட்டத்தட்ட பத்து அமெரிக்க டொலர்கள் பெறுமதியான டச்சு மார்க்ஸ் பணத் தொகையும் என்னிடம் தரப்பட்டது.

ஒரு அதிகாரி தெளிவான பிளாஸ்டிக் கடதாசியால் சுற்றப்பட்ட ஒரு பொதியை என்னிடம் கையளித்தார். அது ஒரு சிறிய தலையணையையும், ஒரு கட்டில் விரிப்பையும், ஒரு கனத்த கம்பளிப் போர்வையையும் கொண்டிருந்தது. பின்னர் அவர் என்னை மூன்றாம் மாடியிலிருந்த எனது அறைக்கு அழைத்துச் சென்றார். அந்த அறையானது புதிதாக வர்ணம் பூசப்பட்டு, மிகவும் தூய்மையாக இருந்தது. அங்கு ஒரு பலகை மேசையருகே இரண்டு கதிரைகள் வைக்கப்பட்டிருந்ததோடு, எதிரெதிராக சுவர்களின் இரு புறத்திலும் இரு கட்டில்கள் இடப்பட்டிருந்தன. ஒரு கட்டிலில் துணிகள் சிதறிக் கிடந்தன. நான் எனது பையையும், பொதியையும் மேசையில் வைத்து விட்டு, காலியாக இருந்த கட்டிலில் தாவிப் படுத்துக் கொண்டேன்.

கட்டில் விரிப்பைச் சரி செய்யக் கூட எனக்குத் தோன்றவில்லை. என்னை மிகவும் களைப்படையச் செய்திருந்த நீண்ட நாள் அது. நான் கண்களை மூடிக் கொண்டேன்.

கடந்த சில கிழமைகளின் பிறகு முதற்தடவையாக, நான் தனித்திருந்தேன்.

'ராச் சாப்பாட்டு நேரம். சாப்பிடப் போவோம்' என ஒரு குரல் தமிழில் கேட்டதும் நான் கண்களைத் திறந்து பார்த்தேன்.

இருபதுகளின் கடைசியிலிருந்த ஒரு இளைஞனான எனது அறைத் தோழன் என்னை எழுப்பிக் கொண்டிருந்தார். முதலில் என்னை அவர் எழுப்பியதை நான் தொந்தரவாக நினைத்த போதிலும், அன்றைய நாள் முழுவதும் எதையும் சாப்பிடாததையும், பசியோடு இருப்பதையும் உணர்ந்தேன். உடனடியாக எழுந்து கொண்ட நான் அவரைத் தொடர்ந்து அறையிலிருந்து வெளியேறினேன்.

'என்ர பேர் செல்வன். இந்தக் கேம்பில இரண்டு வருஷமா இருக்குறன்' என்று என்னிடம் கூறினார்.

'நிஜமா? அவ்வளவு காலமாவா இஞ்ச இருக்குறியள்? என்ர பேர் லோகதாசன். ஊர் யாழ்ப்பாணம். இண்டைக்குத்தான் இஞ்ச வந்தனான்' என்றேன்.

அந்த உணவு விடுதியானது கிட்டத்தட்ட இருநூறு பேர் அமர்ந்து உணவருந்துமளவுக்கு விசாலமானதாக இருந்தது. நாங்கள் வரிசையில் காத்திருந்து எமது உணவுகளைப் பெற்றுக் கொண்டோம். குழம்புடன் சேர்த்து இரண்டு இறைச்சித் துண்டுகளும், அவித்த உருளைக்கிழங்கும், ஆவியில் வெந்த காய்கறிகளும் ஒரு தட்டில் நேர்த்தியாக வைக்கப்பட்டிருந்தன.

'இது குதிரையிறைச்சி' என செல்வன் கூறிய போதிலும், நான் அதைப் பொருட்படுத்தவில்லை.

அவ்வளவு பசியோடு இருந்தேன்.

இரவுணவிற்குப் பிறகு நான் எனதறைக்குத் திரும்பிச் சென்று கட்டிலில் படுத்துக் கொண்டேன். எனது இமைகள் கனத்து, கண்களைத் திறக்க முடியவில்லை. அப்படியே உறங்கிப் போனேன்.

ஒரு பெரிய ஓசை கேட்டு நான் விழித்துக் கொண்டேன். சூரியக் கதிர்கள் ஜன்னல் வழியே ஊடுருவிக் கொண்டிருந்தன. நான் நெடுநேரமாக உறங்கிக் கொண்டிருந்திருக்க வேண்டும். சிறுநீர் கழிக்க வேண்டிய உந்துதலை கடுமையாக உணர்ந்த போதிலும், அந்த அறையில் கழிவறை எதுவும் காணப்படவில்லை.

'கூடத்திலிருக்குற பாத்ரூமுக்குள்ள டொய்லெட் இருக்கு' என செல்வன் கூறினார்.

குளியலறைகள் பொதுவானதாகவும், ஏனைய அறையினரும் பயன்படுத்துவதாகவும் இருந்தன. அவை விசாலமானவையாகவும், குளியலுக்குத் தேவையான தண்ணீர்க் குழாய்கள், குளியல் தொட்டிகள், தொட்டிகள் மற்றும் கழிவறைகளைக் கொண்டவையாகவும் இருந்தன. ஒரு துளி கூட கறையற்று பரிசுத்தமாகவும், நவீனமாகவும் ஒரு நான்கு நட்சத்திர விடுதியின் தரத்தில் இருந்தன அவை.

நான் அறைக்குத் திரும்பியதும், செல்வன் எனக்கு முகாமை சுற்றிக் காட்ட இணங்கினார்.

'எங்கட தொகுதியில இருக்குற சமையலறையை நான்கு அறையைச் சேர்ந்தவங்கள் பகிர்ந்து கொள்ள வேணும். அதைச் சுத்தமாக வச்சுக் கொள்ளுங்கோ. திங்கட்கிழமைகள்லயும், வியாழக்கிழமைகள்லயும் உங்களுக்கு சமைக்கத் தேவையான சாப்பாட்டுப் பொருட்கள் பிரதான கூடத்தில் கிடைக்கும். முழுக் கோழி, அரிசி, பாண், பால் எல்லாம் தருவாங்கள். அதைக் கொண்டு நீங்கள் சமைத்துக் கொள்ள வேணும்' என்றார்.

நான் தலையசைத்தேன்.

'ஃப்ரிட்ஜில வைக்கிற உங்கட சாமான்கள் எல்லாத்துலையும் உங்கட பெயரை எழுதி வைங்கோ. இங்க யாரும் தீன்பண்டங்களைத் திருட மாட்டாங்க. எல்லாமே இலவசமாவே கிடைக்கிறதுதானே. ஃப்ரிட்ஜ் நிரம்பியிருந்தா கோழியை எங்கட ஜன்னலுக்கு வெளியே கட்டித் தொங்க விடுங்கோ. இது குளிர்காலம்தானே' என்றார். அவர் ஏதோ வேடிக்கையாகச் சொல்கிறாரென நான் நினைத்தேன். எனினும், பின்னர் சமையலறையிலிருந்த ஜன்னலுக்கு வெளியே எட்டிப் பார்த்த போது செத்த கோழிகள் ஏராளமானவை கயிறுகள் கட்டி வரிசையாகத் தொங்க விடப்பட்டிருப்பதைக் கண்டேன்.

'நாங்கள் மூணாம் மாடியிலிருக்கிறம். அதனால எந்த மிருகங்களும் கூட இவற்றைத் தீண்டாது' என்றார்.

நாங்கள் எமது அறைக்குத் திரும்பி வந்தோம்.

'நன்றி' என்று நான் அவருக்கு சொன்னேன். கடைசியில் நான் உண்மையான நிம்மதியை உணர்ந்தேன். எனது மனம் நிறைவு கண்டிருந்தது. நிச்சயமாக இனி நல்லதே நடக்கும்!

செல்வன் அந்த முகாமின் முகவரியை எனக்குத் தந்ததோடு, நான் இரண்டு மாதங்களுக்கு முன்னர் வெளியேறிய எனது வீட்டுக்கு எனது முதல் கடிதத்தை எழுதத் தொடங்கினேன்.

அன்பின் அம்மா, ஐயா, கண்ணா, டெய்சி, ஜான்சி, வாணி, கலா, சுமதி, ஷர்மிலி,

எல்லோரும் நலமா? நான் இங்கு நலமாக இருக்கிறேன். நான் ஜேர்மனியில் ஒரு முகாமில் தங்கியிருக்கிறேன். எனக்கு இங்கு படுத்துக் கொள்வதற்கு ஒரு அருமையான அறையும் தந்து, சாப்பிட

உணவும் தருகிறார்கள். நான் இங்கு பத்திரமாக இருக்கிறேன். ஸ்ரீலங்கா ஆர்மியால் பிடிக்கப் படுவேனோ, சித்திரவதை செய்யப்படுவேனே என்ற கவலை இனியும் இல்லை.

இத்துடன் நான் ஐம்பது டச்சு மார்க்ஸ் (பதினேழு அமெரிக்க டொலர்) பணத்தை கார்பன் தாளில் சுற்றி வைத்திருக்கிறேன். அப்போதுதான் தபாலகத்தில் காசைத் திருட மாட்டார்கள். இவ்வளவுதான் இப்போது என்னிடம் இருக்கிறது. தயவுசெய்து இதைக் கவனமாக செலவழிக்கவும். எனக்கொரு வேலை கிடைத்ததும் நான் இன்னும் பணம் அனுப்புவேன்.

ஐயாவால் மீண்டும் நகைக் கடையைத் திறக்க முடிந்ததா? கண்ணா பத்திரமாக இருக்கிறானா? ஊரடங்குச் சட்டம் போட்டிருக்கும்போது கண்ணனுக்கு வெளியே எங்கும் போக வேண்டாம் என்று சொல்லுங்கள். நீங்கள் இந்த முகவரிக்கு எனக்கு கடிதம் அனுப்பலாம்.

Logathasan Tharmathurai
BAMF,
3rd Floor
Frankenstraße 210
90461 Nürnberg
West Germany

அன்புடன், ராஜன்

நான் கடிதத்தை எழுதிக் கொண்டிருந்தபோது எனது இருதயம் தரையில் மண்டியிட்டிருந்தது. எனது குடும்பத்தை இலங்கையில் விட்டு வந்ததற்காக நான் மிகுந்த குற்றவுணர்ச்சியுடன் இருந்தேன். வீட்டைச்

சூழ்ந்திருந்த பயங்கரங்களிலிருந்து என்னால் தப்பித்து வர முடிந்ததோடு, இப்போது எனக்கு நிம்மதியாக உறங்கவும், மூன்று வேளையும் உணவுண்ணவும் வாய்த்திருக்கிறது. ஆனால் அவர்களுக்கு?

படையினர் திரும்பவும் எமது ஊரில் தேடுதல் வேட்டை நடத்தினார்களா? எனது தாயகத்துக்கு என்ன நடந்து கொண்டிருக்கிறது? எம் மீது ஏன் இந்தளவு வெறுப்பு பரவியிருக்கிறது? போர் மாத்திரம்தானா இதற்குரிய தீர்வு?

செய்வதற்கு எதுவுமில்லாமல் அநேகமான நேரங்கள் நான் எனது அறையில் உறங்கிக் கொண்டிருந்தேன். எனது சிறுபராயத்தில் எனது அம்மா எப்போதும் 'ராஜன், நீ நல்லாத் தூங்கினால்தான் சீக்கிரமாப் பெரியவனாவாய். உன்ர மூளைக்கும் அது நல்லது' என்பாள். ஆகவே அதிகம் உறங்குவதைக் குறித்து நான் வருத்தப்படவில்லை.

'ஐயோ... அம்மா...' என்று ஒரு இராணுவ ஹெலிகொப்டர் என்னைத் துரத்துவதாகக் கனவு கண்டு தூக்கத்தில் முனகிக் கொண்டிருந்தேன்.

'எழும்புங்க நண்பா, பத்து மணியாகிட்டது' என்று கூறியவாறு செல்வன் எனது கட்டிலருகே நின்று கொண்டிருந்தார். நான் பன்னிரண்டு மணித்தியாலங்களுக்கும் மேலாக உறங்கி விட்டிருந்தேன்.

'வெளியே போய் ஊரைச் சுற்றிப் பார்த்துட்டு வரலாம்' என்று வற்புறுத்தினார்.

நான் அந்த நான்கு நட்சத்திர விடுதியின் தரத்திலிருந்த குளியலறையில் குளித்து விட்டு, உணவு விடுதிக்குப் போய் ஜாமும், சாக்லெட்டும் தடவி வாட்டிய பாண் சாப்பிட்டு தேநீர் குடித்தேன்.

காலையுணவுக்குப் பின்னர் நானும் செல்வனும் அந்த முகாமை விட்டு வெளியே நடந்து வந்தோம்.

அத்தியாயம் 18

நியூரெம்பெர்க் நகரத்தில் 1934 ஆம் ஆண்டு நடத்தப்பட்ட நாஸி கட்சிப் பேரணிகள் பற்றிய விபரங்கள், எழுத்தாளரும், திரைப்பட இயக்குனருமான **Leni Riefenstahl** இன் படைப்பான **Triumph of the Will** (உறுதியின் வெற்றி) எனும் பிரபலமான வரலாற்று ஆவணமான, பரப்புரை விவரணத் திரைப்படத்தில் பதியப்பட்டிருக்கின்றன.நான் நியூரெம்பெர்க் முகாமில் இருந்த காலகட்டத்தில் நாஸிக்களைப் பற்றியும், ஹிட்லரைப் பற்றியும் அறிந்து கொண்டேன். செல்வனின் கூற்றுப் பிரகாரம், நாங்கள் வசித்து வந்த அந்த முகாமும் கூட, இரண்டாம் உலக யுத்தக் கால கட்டத்தில் இராணுவ வைத்தியசாலையாக இருந்ததுதான். போருக்குப் பிறகு ஜேர்மனி அரசாங்கம் அந்த மருத்துவமனையை அகதிகள் முகாமாக மாற்றியிருக்கிறது. நான் அறிந்து கொண்ட வரலாறு திகிலூட்டுவதாகவும், ஆனால் பரிச்சயமானதாகவும் தோன்றியது. நாஸிக்கள் ஆறு மில்லியன் யூதர்களைக் கொன்றிருந்தார்கள். அப்போது தமிழர்களுக்கெதிராக நிகழ்ந்து கொண்டிருந்த இனப் படுகொலை குறித்து உலகம் என்ன கருதியிருக்கும் என எண்ணி நான் வியந்தேன்.

செல்வனும் நானும் அன்றைய தினம் முழுதும் நகரத்தில் சுற்றித் திரிந்தோம். இலங்கையிலிருந்த எனது ஊரைப் போல அல்லாது, நியூரெம்பெர்க் நகரமானது மிகவும் சுத்தமாகவும், நவீனமாகவும் காணப்பட்டது. தெருக்கள் புதிதாக அமைக்கப்பட்டவை போலத் தோன்றியதோடு, பளபளப்பான புதிய வாகனங்களே எங்கும் தென்பட்டன. வாடகைக் கார்கள் கூட ஆடம்பரமானவையாக, மெர்சிடீஸ் பென்ஸ் கார்களாக இருந்தன. போக்குவரத்து சமிக்ஞை விளக்குகள் எனது மனதைக் கவர்ந்தன. மக்கள் எவ்வளவு கண்ணியமாகவும், கீழ்ப்படிதல் உள்ளவர்களாகவும் தெருவைக் கடக்கக் காத்துக் கொண்டிருக்கிறார்கள் என்று வியந்தேன். போக்குவரத்து சமிக்ஞை விளக்குகள் பச்சை நிறமானதும் வாகனங்கள் செல்ல ஆரம்பித்தன. விளக்குகள் சிவப்பு நிறத்துக்கு மாறியதும் அவை நின்றன!

அது குளிர்காலமாக இருந்ததால் தரையை பனி மூடியிருந்தது. அது மிகவும் அழகாக இருப்பதாக எனக்குத் தோன்றியது. சில முதிய பெண்கள் விலங்குகளின் மெல்லிய மயிர்களாலான மேலாடையை அணிந்து, தமது நாய்களின் கழுத்துப் பட்டைகளை ஒரு பக்கமாகப் பிடித்தவாறு நடந்து கொண்டிருந்தார்கள். வேறு சில பெண்கள் தமது நாய்களை, தமது கைப்பைகளிலிட்டு சுமந்து சென்றார்கள். இலங்கையில் நாய்கள் எவ்வித கழுத்துப் பட்டைகளும் இல்லாமல் தெருக்களில் சுற்றித் திரியும். எமது செல்லப் பிராணியான டோனி, எமது முற்றத்திலேயே சுற்றித் திரிந்ததோடு, தெருக்களுக்குச் செல்லவோ, வீட்டுக்குள் வரவோ ஒருபோதும் அனுமதிக்கப் படவில்லை. ஜேர்மனியில் நாய்கள் மிகுந்த கவனம் கொண்டு பராமரிக்கப்பட்டதோடு, அவை சிடுசிடுப்பான செல்வந்த முதியவர்கள் போல எனக்குத் தோன்றின.

நாங்கள் அங்கிருந்த Frauenkirche (Church of Our Lady) கிறிஸ்தவ

தேவாலயத்துக்குச் சென்றோம். அங்கே நடந்து செல்ல எமக்கு ஒரு மணித்தியாலத்துக்கும் குறைவான நேரமே எடுத்தது. அந்த தேவாலயமும், அருகாமையிலிருந்த கட்டடங்களும் போர்க் காலத்தில் பிரித்தானியர்களால் சேதமாக்கப்பட்டிருந்த போதிலும், அநேகமானவை முன்பிருந்தது போலவே செப்பனிடப்பட்டிருந்தன. தேவாலயத்தினுள்ளே, உயர்ந்த கூரைகளையும், வளைவுகளையும், சிற்பங்களையும், வர்ணங்கள் படிந்த கண்ணாடிகளையும் பார்த்து நான் பிரமித்துப் போனேன். அங்கிருந்த கோதிக் பாணிக் கட்டடங்கள் புனித ரோமன் பேரரசர் நான்காம் சார்ள்ஸினால் 1352 ஆண்டுக்கும் 1362 ஆண்டுக்கும் இடைப்பட்ட காலப்பகுதியில் கட்டப்பட்டதை பின்னர்தான் நான் அறிந்தேன்.

ஒவ்வோர் இரவும் நாம் உணவுக்காகவும், படுப்பதற்காகவும் முகாமுக்குத் திரும்ப வேண்டுமென கேட்கப்பட்டிருந்தோம். எனினும், பகல் நேரத்தில் நகரத்தைச் சுற்றித் திரிய எமக்கு அனுமதியிருந்தது. நான் தனியாகவும் வெளியே போய் வர ஆரம்பித்தேன். குறிப்பாக அங்கிருந்த பல்பொருள் அங்காடிகளால் நான் ஈர்க்கப்பட்டிருந்தேன். அவ்வளவு பண்டங்களை நான் அதற்கு முன்னர் கண்டிருக்க வேயில்லை. அவை வியப்பூட்டுபவையாக இருந்தன.

ஒரு நாள் ஒரு அங்காடியில் வைத்து, ஒரு ஜேர்மனியப் பெண் என்னைக் கையசைத்துக் கூப்பிட்டாள். அவள் ஒரு பெரிய காகிதப் பையை தன் வசம் வைத்திருந்ததோடு, என்னிடம் அதைத் தர விரும்புவதாகக் குறிப்பால் உணர்த்தினாள். அவள் புன்னகைத்தவாறே 'எஸ் இஸ்ட் எய்ன் கெஸ்சென்க். எஸ் இஸ்ட் கல்ட் ட்ரூபென்' என்றாள்.

அந்தப் பையைத் திறந்து பார்த்த போது, அது நிரம்பவும் ஆடைகளிருப்பதைக் கண்டேன். நான் புன்னகைத்தேன். அதனுள்ளே தடித்த கம்பளியினாலான குளிராடையும், கனத்த மேற்சட்டை

யொன்றும் கூட இருந்தது. நான் அவரது பெருந்தன்மையான பரிசுக்கு என்னால் முடிந்தளவு நன்றி தெரிவித்து விட்டு, அந்தக் குளிராடையையும், மேற்சட்டையையும் அணிந்து கொண்டேன்.

பெரும்பாலான நாட்கள் நான் பேரூந்துகளில் ஏறி அருகில் எங்காவது சவாரி போய் வருவேன். பேரூந்தில் பயணிக்க நான் செய்ய வேண்டியிருந்ததெல்லாம் அனுமதி அட்டையைக் காட்டுவது மட்டும்தான். ஒவ்வொரு பயணத்தின் போதும், நகர எல்லையைத் தாண்டாதிருக்குமாறு பார்த்துக் கொள்வதில் கவனமாக இருந்தேன். கிழக்கு பெர்லினின் சுரங்க அறையை நான் மறந்திருக்கவில்லை. மேற்கு ஜேர்மனியிலும் அவ்வாறான ஒன்று இருக்கும் என்பதை நம்பாதிருக்க வழியில்லை.

அங்கு வந்து சேர்ந்து ஒரு மாதத்தின் பின்னர் தடுப்புக் காவல் முகாமுக்கு, எனக்கு முன்பே ஒதுக்கப்பட்டிருந்த சந்திப்புக்காகப் போயிருந்தேன். அதற்குப் பொறுப்பாக இருந்த அதிகாரி என்னை புன்னகையோடு வரவேற்றதோடு, எனக்கு ஒரு தமிழ் மொழிபெயர்ப்பாளரை அறிமுகப்படுத்தி வைத்தார். அவர், நான் கூறுவதை தெளிவாக விவரித்து உதவுவார் என்று என்னிடம் கூறப்பட்டது.

'வணக்கம்' என்று அவர் தமிழர்களின் கலாசாரத்துக்கேற்ப கைகள் குவித்துச் சொன்னார்.

'வணக்கம்' என்று பதிலளித்தேன்.

மொழிபெயர்ப்பாளர் தன்னை அறிமுகப்படுத்திக் கொண்டார். பிறகு நாங்கள் அனைவரும் ஒன்றாக அமர்ந்திருந்தோம். ஜேர்மனியில் தஞ்சம் கோருவதற்கான காரணத்தை தெளிவாகவும், சுருக்கமாகவும் விவரிக்குமாறு மொழிபெயர்ப்பாளர் என்னைக் கேட்டுக் கொண்டார். நான் இலங்கைக்குத் திரும்பினால், உடனடியாகவும், நேரடியாகவும்

உயிராபத்தில் சிக்க வேண்டியிருக்கும் என்று அதிகாரிகளை நம்ப வைக்க வேண்டியிருந்தது. அதை எழுதினேன்.

நான் எழுதி முடித்து, அந்தக் குறிப்பை மொழிபெயர்ப்பாளரிடம் கொடுத்ததும் அவர் அதை மற்ற அதிகாரிக்கு சத்தமாக வாசித்துக் காட்டினார்.

எனது பெயர் லோகதாசன். நான் இலங்கையில், யாழ்ப்பாணத்தில் பிறந்தேன். நான் ஒரு மாணவன். எனது தாய்மொழி தமிழ். இலங்கையின் நிலைமையானது தமிழர்களுக்கு, அதிலும் குறிப்பாக சிறுவர்களுக்கும், இளைஞர்களுக்கும் பாதுகாப்பற்றதாகக் காணப்படுகிறது. நான் தொடர்ந்தும் இலங்கையில் இருந்தேனானால், இராணுவத்தால் கைது செய்யப்பட்டு கொல்லப்பட்டிருப்பேன். எனது உயிரைக் குறித்து நான் அஞ்சுகிறேன். ஆகவே நான் புகலிடம் கோரி விண்ணப்பிக்க விரும்புகிறேன்.

மொழிபெயர்ப்பாளர் அந்தக் குறிப்பை அதிகாரியிடம் ஒப்படைத்ததும், அவர் அதில் முத்திரையிட்டு ஆவணப்படுத்திக் கொண்டார். எனது கடவுச் சீட்டிலும் அவர் '12 மார்ச் 1985, அகதிக்கான தற்காலிக நுழைவுச் சான்று, நியூரெம்பெர்க், மேற்கு ஜேர்மனி' என்று முத்திரையிட்டு என்னிடம் தந்தார். பெர்லினுக்கு வந்ததிலிருந்து கடவுச்சீட்டை என்னுடன் வைத்திருக்க அனுமதிக்கப்பட்டது அதுதான் முதல் தடவை.

'இப்போதைக்கு அவ்வளவுதான்' என என்னிடம் கூறப்பட்டது.

இன்னும் ஒரு கிழமையில் நான் மீண்டும் ஒரு சந்திப்புக்காக வர

வேண்டியிருக்கும் என மொழிபெயர்ப்பாளர் என்னிடம் கூறினார். '19 மார்ச் 1985, நியூரெம்பெர்கில் விசாரணைக்கான நியமனம், மேற்கு ஜேர்மனி' என்று எனது கடவுச்சீட்டில் இரண்டாவது முத்திரையிடப்பட்டது. நான் எக் காரணத்தைக் கொண்டும் நியூரெம்பெர்கை விட்டு வெளியேறக் கூடாது என மீண்டும் நினைவுறுத்தப்பட்டேன். எனக்குப் புரிந்ததெனக் கூறினேன்.

நியூரெம்பெர்கில் இருந்த போது எனக்கு நிறைய நேரம் கிடைத்தது. சில காரணங்களுக்காக, நகரத்திலிருந்த மூத்த குடியிருப்பாளர்கள், குறிப்பாக அகதிகள் மீது கருணை காட்டினார்கள். ஆகவே நான் பல்பொருள் அங்காடிகளுக்குப் போய் முதிய பெண்களுக்கு அவர்களது பொருட்களை சுமந்து சென்று கொடுத்து உதவுவேன். அதற்குப் பதிலாக அவர்கள் எனக்கு கொஞ்சம் பணம் கொடுத்தார்கள். அவ்வாறு கிடைக்கும் பணத்தையும், எனக்குக் கிடைக்கும் கொடுப்பனவையும் சேமித்து வைத்திருந்து நான் வீட்டிலிருக்கும் எனது அம்மாவுக்கு அனுப்பி வந்தேன்.

அக் கால கட்டத்தில் நான் மேற்கத்தேய கலாசாரம் குறித்து அவ்வளவாக அறிந்திருக்கவில்லை. பப் எனப்படும் மதுபான சாலையைக் குறித்து எவ்வித அறிவும் எனக்கிருக்கவில்லை. நான் ஒரு பீர் கூட சுவைத்திருக்கவில்லை. வீட்டில், எப்போதாவது அப்பா யாழ்ப்பாணத்திலிருக்கும் ஒரு ஓய்வில்லத்துக்கு அவரது நண்பர்களுடன் குடிக்கப் போவார். அச் சமயங்களில், நான் காரிலேயே உட்கார்ந்திருக்குமாறு பணிக்கப்பட்டேன். சிப்பந்தி எனக்கு சோடாவும், சாக்லெட்களும் எடுத்துக் கொண்டு வந்து தருவார். ஆனால் நியூரெம்பெர்கில் மதுபானசாலைகளையும், உணவகங்களையும் நான் கடந்து செல்லும்போது பணக்காரர்கள் பீர் நிறைந்த பெரிய குவளைகளைக் கைகளில் ஏந்தியவாறு, ஆடிக் கொண்டும், பாடிக் கொண்டுமிருப்பதைக் கண்ணுற்றிருந்தேன். எனக்கு

உள்ளே சென்று பார்க்க ஆர்வமாக இருந்த போதிலும், அச்சமாகவும் உணர்ந்தேன். ஜேர்மனியர்கள் என்னை விடவும் அளவில் பெரியவர்களாகவும், உயரமானவர்களாகவும் இருந்தார்கள். ஏதேனும் சச்சரவுகள் நிகழுமானால் என்னால் அந்தப் போக்கிரிகளோடு மல்லுக்கட்ட முடியுமென நான் நினைக்கவில்லை. எப்போதாவது நான் திரைப்படங்களைப் பார்க்கப் போய்க் கொண்டிருந்தேன். அதில் பேசப்படும் வசனங்கள் புரியாத போதிலும், வெறுமனே பார்த்துக் கொண்டிருப்பேன். சிறிது காலத்துக்குப் பிறகு நான், ஜேர்மன் மொழியில் சில வார்த்தைகளைக் கையாளத் தெரிந்திருந்தேன். 'டன்கே' நன்றி, 'பித்தே' தயவு செய்து, 'ஜெ' ஆமாம், 'னெஇன்' இல்லை, 'டுட் மிர் லெஇட்' என்னை மன்னியுங்கள், 'குடென் மொர்கன்' காலை வணக்கம் போன்ற வார்த்தைகள். எனினும் அநேகமாக நான் 'எனக்கு ஜேர்மன் மொழி தெரியாது' என்றே கூறிக் கொண்டிருந்தேன். முகாமில் வைத்து நான் ஜேர்மன் மொழியில் சில கெட்ட வார்த்தைகளையும் கற்றுக் கொண்டிருந்தேன். அவற்றை அடிக்கடி பிரயோகிக்க வேண்டிய தேவை ஏற்படவேயில்லை. எவ்வாறாயினும், ஜேர்மன் மொழியை உச்சரிப்பது மிகுந்த சிரமமாக இருந்ததால், எவருக்கும் நான் பேசியது புரிந்திருக்குமென நான் நம்பவில்லை.

எனது ஜேர்மன் புரவலர்களுக்கு நான் எப்போதும் நன்றியுடையவனாக இருப்பேன். அவர்கள் உலகெங்குமிருந்து வந்திருந்த ஆயிரக்கணக்கான அகதிகளுக்கு உதவுவதில் தாராளமாக இருந்தார்கள். அவர்கள் எமக்கு உணவும், தங்குமிட வசதியுமளித்து எம்மை கண்ணியத்தோடு நடத்தினார்கள். முகாமிலிருந்த சக தமிழர்களிடமிருந்து நான் அறிந்து கொண்ட ஒரு விடயம்தான் என்னை ஆச்சரியப்படுத்தியது. அதாவது, ஜேர்மனியில் அகதிகளுக்கு வேலை செய்ய அனுமதியில்லை. அத்தோடு நிரந்தர வதிவிடத்தைப் பெற்றுக் கொள்வதுவும் அவ்வளவு இலகுவானதல்ல. அதற்கு பல

வருடங்கள் எடுக்கலாம். செல்வனுக்கு மேலதிகமாக, ஒரு வருடத்துக்கும் மேலாக அந்த முகாமில் வசித்து வந்த தமிழர்கள் சிலரையும் நான் அங்கு சந்தித்திருந்தேன்.

ஜேர்மனியில் நான் சந்தோஷமாகவே காலம் தள்ளி வந்தேன். இலங்கையை விட அங்கு எனக்கு அனைத்தும் நன்றாக அமைந்திருந்தது. இலங்கையில் போரானது போராளிகளுக்குச் சாதகமாக இல்லை என்பதை நான் சக தமிழர்களிடமிருந்து அறிந்து கொண்டேன். நான் அங்கு இருந்திருந்திருந்தால் அப்போது நானும் கைது செய்யப்பட்டிருப்பேன் அல்லது கொல்லப்பட்டிருப்பேன்.

ஆனால் நான் ஜேர்மனியில் எதையும் சாதிக்கவில்லை. மாதக் கணக்கில் எனது ஜீவிதம் பேரூந்தில் நியூரெம்பெர்கைச் சுற்றி வருவதிலும், சிறிய சன்மானங்களுக்காக மூதாட்டிகளின் பைகளைச் சுமப்பதிலும் கழிந்து கொண்டிருந்ததில் நான் மகிழ்ச்சியடையவில்லை. உண்மையில் எனக்கொரு தொழில் தேவையாகவிருந்தது. எனது குடும்பத்தை இலங்கையிலிருந்து எடுப்பிப்பதற்காக நான் பணம் சேமிக்க வேண்டும். தொழிலொன்று இல்லாமல் அதைச் சாதிக்க முடியாது. நான் மிகவும் விரக்தியுற்றவனாக ஆகிக் கொண்டிருந்தேன்.

எனது அம்மா எனக்கு பதில் கடிதம் அனுப்பியிருந்தாள். அவளது கடிதத்தில் ஃபிரான்ஸில் வசித்து வரும் எனது அண்ணன் லதியின் தொலைபேசி இலக்கமும், முகவரியும் குறிப்பிடப்பட்டிருந்தது. ஒரு வருடத்திற்கு முன்னர் காணாமல் போயிருந்த லதியைக் குறித்து ஒரு தகவலை நான் கேள்விப்படுவது அதுதான் முதல் தடவை.

ஃபிரான்ஸ்! அவர் அங்கு நன்றாக இருக்கக் கூடும் என எனக்குத் தோன்றியது. அவர் அங்குதான் இன்னும் இருக்கிறார் என்ற தகவல் உற்சாகத்தைத் தந்தது. நான் அவரைத் தொடர்பு கொள்ள வேண்டும். அடுத்து என்ன செய்வது என்றொரு திட்டம் எனக்குத்

தேவையாகவிருந்தது. நான் ஃபிரான்ஸிலிருந்தால், என்ன செய்ய வேண்டுமென்று அவருக்குத் தெரிந்திருக்கும். துரதிஷ்டவசமாக தொலைதூர தொலைபேசி அழைப்புக் கட்டணங்கள் விலை மதிப்பாக இருந்த காலகட்டம் அது. அத்தோடு என்னிடம் பணமும் இருக்கவில்லை.

முகாமிலிருந்த ஒரு தமிழர் தூர தேசங்களுக்கு ஐந்து டச்சு மார்க்ஸ் (1.70 அமெரிக்க டொலர்கள்) எனும் மிகவும் மலிவான, குறைந்த கட்டணத்தில் தொலைபேசி அழைப்புக்களை மேற்கொள்ள முடியும் என்று என்னிடம் கூறினார். நான் அதற்கிணங்கி, அவருடன் ஒரு தொலைபேசி சாவடிக்குச் சென்றேன். முதலில் அவர், தான் மனனமிட்டிருந்த நீண்ட தொடர் இலக்கங்களை அழுத்தினார். அது ஏற்றுக் கொள்ளப்பட்டதும் நான் அழைக்க வேண்டிய தொலைபேசி இலக்கங்களை அழுத்த அனுமதித்தார். ‘இது சரி வருமென்டு நம்புறீரோ?’ என்று நான் கேட்டேன். எனது அந்தஸ்தைத் தரம் தாழ்த்தும், அது சிறியதாக இருப்பினும் கூட, எதையும் செய்ய நான் தயங்கினேன்.

அது சரியாக வரும் என அவர் உறுதியளித்தார். நான் அவரிடம் பணத்தைக் கொடுத்தேன்.

அந்தத் தமிழர் அவ்வாறான தொலைபேசி அழைப்புக்களை மேற்கொள்ள, திருடப்பட்ட தொலைபேசி அட்டைகளைப் பயன்படுத்துவதை நான் பின்னர் அறிந்தேன். முகாமில் அது ஒரு வெளிப்படையான வியாபாரமாகவே இருந்து வந்தது. அவர் தொடரிலக்கங்களை உடனடியாக மனனம் செய்து விடுவதால், தொலைபேசி அட்டைகளோடு கைதாகவும் வாய்ப்பிருக்கவில்லை. அது எதையும் அறியாது அப்பாவியாக இருந்ததில் எனக்கு மகிழ்ச்சிதான்.

லதியுடன் தொடர்பினை ஏற்படுத்திக் கொள்ள முடிந்தது. நான் ஜேர்மனியில் இருப்பதைக் கேட்டு அவர் சிலிர்த்துப் போனார். யாரையாவது அனுப்பி என்னை ஃபிரான்ஸுக்கு எடுப்பிப்பதாகவும், அதன் பிறகு எனக்கு அவருடனேயே தங்கிக் கொள்ள முடியுமெனவும் அவர் என்னிடம் கூறினார். அது ஏற்கெனவே திட்டமிடப்பட்டிருந்தது.

உண்மையில் நான் வருந்தியிருக்க வேண்டும். எந்தச் சூழ்நிலையிலும், எக் காரணத்தை முன்னிட்டும் நான் நியூரெம்பெர்க் நகரத்தின் எல்லைகளை விட்டு வெளியேறக் கூடாதென ஒரு தடவைக்கும் மேலாக நான் அறிவுறுத்தப்பட்டிருந்தேன். நான் அதை மீறினால், என்னிடம் கூறப்பட்டது போலவே, இலங்கைக்கு உடனடியாக நாடுகடத்தப்படுவேன். ஆனால் இங்கே நான் ஜேர்மனியை விட்டு ஃபிரான்ஸுக்கு வர உடனடியாக ஒப்புக் கொண்டு விட்டிருந்தேன்.

ஒரு கிழமைக்குப் பின்னர், முகாமிலிருந்த அந்நியர் ஒருவரிடமிருந்து எனக்கொரு துண்டுச் சீட்டு கிடைத்தது. அச் சீட்டில் எனக்கு மறுநாள் மாலை ஐந்து மணிக்கு, முகாமுக்கு முன்னாலிருந்த பேரூந்து நிலையத்தில் காத்திருக்குமாறு குறிப்பிடப்பட்டிருந்தது.

இந்தத் திட்டத்தைக் குறித்து நான் செல்வனிடம் கூட தெரிவிக்கவில்லை.

மறு நாள், வெறுமனே நடக்கச் செல்வது போலக் காட்டிக் கொண்டு நான் பேரூந்து நிலையத்துக்குச் சென்று காத்திருந்தேன். எவருக்கும் சந்தேகம் தோன்றாதிருக்க, நான் எனது கடவுச்சீட்டையும், அம்மா தந்த கடவுள் படத்தையும், இன்னும் சில புகைப்படங்களையும் மாத்திரமே என்னுடன் எடுத்து வந்திருந்தேன். மாற்று ஆடைகள் கூட இல்லை. எதையுமே எடுத்து வரவில்லை. அனைத்தையும் வைத்து விட்டு வந்தேன்.

குறிப்பிட்ட நேரத்துக்கே துல்லியமாக, ஒரு மேர்ஸிடீஸ் பென்ஸ் வாடகைக் கார் முன்னால் வந்து நின்றதும், அதன் சாரதி என்னை ஏறிக் கொள்ளுமாறு அறிவுறுத்தினார். அவர் ஜேர்மனியர் போலத் தென்பட்டதோடு, அரட்டை அடிக்க விரும்பாதவராகவும் காணப்பட்டார். ஆகவே நான் பின் ஆசனத்தில் அமர்ந்து அமைதியாக எனது வாயை மூடிக் கொண்டு வந்தேன்.

நகரத்தைக் கடந்ததும் எம்மைத் தாண்டிச் சென்று கொண்டிருந்த காட்சிகள் பெரும்பாலும் காடுகளாகவும், விளைநிலங்களாகவுமே இருந்தன. எந்தப் பிரதேசமும், நகரமும் கூடத் தென்படவில்லை. கிட்டத்தட்ட மூன்று மணித்தியாலப் பிரயாணத்திற்குப் பிறகு, நகரங்களை விட்டும், ஊர்களை விட்டும் வெகுவாகத் தள்ளியிருந்த காட்டுப் பகுதியொன்றுக்குள்ளிருந்த ஒரு வீட்டின் முன்னால் கார் நிறுத்தப்பட்டது. சாரதி தலையைத் திருப்பிப் பார்த்து எனக்கு அந்த வீட்டைச் சுட்டிக் காட்டினார்.

'கிஹென் சீஹினெய்ன்' என்றார். என்னை அந்த வீட்டுக்குச் செல்லக் கட்டளையிடுகிறார் என்பதைப் புரிந்து கொண்டேன்.

சாரதிக்குக் கொடுக்க என்னிடம் பணமிருக்கவில்லை. எனது தயக்கத்தைப் புரிந்து கொண்டவர் போல, அதைப் பிறகு பார்த்துக் கொள்ளலாம் என்று கூறுவதைப் போல இரண்டு கைகளாலும் சைகை செய்தார். நான் காரிலிருந்து இறங்கிக் கொண்டதும், எனக்குக் கையசைத்து விட்டு விடைபெற்றுச் சென்றார். இரவு எட்டு மணியாவது இருக்கும் எனும்படியாக எங்கும் இருளாக இருந்தது. நான் அந்த வீட்டை நோக்கி நடந்து சென்று கதவைத் தட்டினேன்.

கதவு திறந்ததும், இலங்கையர் எனத் தெளிவாகப் புரிந்து கொள்ளக் கூடிய தோற்றத்தில் ஒரு நபர் வெளிப்பட்டார். அவர் புன்னகையோடு தலையசைத்து 'வணக்கம். உள்ளே வாங்கோ!' என்றார்.

என்னைப் பார்த்துப் புன்னகைத்த, குழந்தையொன்றைச் சுமந்து கொண்டிருந்த பெண்மணி அவரது மனைவியாக இருக்கக் கூடும். நானும் புன்னகைத்தேன்.

'இங்க உட்காருங்கோ' என்று அந்த நபர் கூறினார்.

அது ஒரு வசதியான, அருமையான வீடாக இருந்தது. சில நிமிடங்களுக்குப் பிறகு அந்த நபரின் மனைவி எனக்குத் தேநீரும், பிஸ்கட்டுகளும் தந்து உபசரித்தார். அதுவரையில், நான் எந்தளவு பசியாக இருந்தேன் என்பதை உணராதிருந்த நான், பிஸ்கட்களை இரண்டு கைகள் நிறைய அள்ளிக் கொண்டதைக் கண்ட அந்தப் பெண்மணி சிரித்தார். தேநீர் மிகவும் சுவையாக இருந்தது. நான் அவர்களுக்கு நன்றி தெரிவித்தேன். அந்தப் பெண்மணி, குழந்தையோடு உள்ளே சென்று மறைந்தார். அவரை அதற்குப் பிறகு நான் காணவேயில்லை. அந்த நபரும், தனக்கு சில அலுவல்கள் இருப்பதாகக் கூறியவர் 'நீங்க களைத்துப் போயிருப்பீங்க. தேவைன்னா ஓய்வெடுக்கவோ, தூங்கவோ தயங்க வேணாம்' என்றார்.

கிட்டத்தட்ட இரண்டு மணித்தியாலங்களுக்குப் பிறகு, அவர் மீண்டும் அறைக்கு வந்து 'உங்க சவாரி தயார்' என்றார்.

நான் அவரது பெருந்தன்மைக்கு நன்றி கூறி விடைபெற்றேன். அவர் தலையசைத்தார். மற்றுமொரு மேர்ஸிடீஸ் பென்ஸ் வாடகைக் கார் எனக்காக வெளியே காத்திருந்தது.

இப்போது வயதான ஜேர்மன் பெண்ணொருத்தி காரைச் செலுத்தி வந்திருந்ததோடு, அவள் தனக்கிடப்பட்ட கட்டளையை செவ்வனே நிறைவேற்றுவதில் கவனமாக இருப்பதாகத் தென்பட்டது. அவள் சில காகிதங்களைப் புரட்டிக் கொண்டிருந்தாள். நான் ஏறிக் கொண்ட உடனே காரைச் செலுத்தினாள். கிட்டத்தட்ட அரை மணித்தியாலமாக

இருளில் உள்ளூர் சாலைகள் வழியே காரைச் செலுத்தி வந்ததோடு நாங்கள் மௌனமாகவே இருந்தோம். தெருவின் இரு மருங்கிலும், மரங்களைத் தவிர வேறெதையும் நான் காணவில்லை. சில வேளை அந்தக் கார் லதி வசிக்கும் பாரிஸ் நகரத்துக்கு என்னைக் கொண்டு செல்லும் எனக் கருதினேன். பாரிஸ் நகரமானது, நியூரெம்பெர்க் நகரத்தை விடப் பெரியதாக இருக்கும் என்று நான் யோசித்துக் கொண்டிருந்தேன். ஆனால் அவள் இடைநடுவில் எங்கோ, ஒரு செங்குத்தான மலையடிவாரத்தில் காரை நிறுத்தியிருந்தாள். 'ஔஃப் டீசென் ஹூகெல். சீ மூஸ்ஸென் கெஹென்' என்று மலையைச் சுட்டிக் காட்டினாள். என்னை அந்த மலைக்கு நடந்து செல்லக் கட்டளையிடுகிறாள் என்று தோன்றியது.

காரிலிருந்து இறங்கிக் கொண்டதும், காரின் ஒளிவிளக்குகள் சென்று மறைவதைப் பார்த்துக் கொண்டிருந்தேன். திடீரென காரிருள் சூழ்ந்ததைக் கண்டேன். எனது கையே எனக்குத் தென்படாத அளவுக்கு கடும் இருட்டு பரவியிருந்தது. அவ்விடம் மிகுந்த குளிராகவும், அமைதியாகவும் காணப்பட்டது. நான் எனது மேற்சட்டையை இழுத்துப் பிடித்தவாறு மலையேறத் தொடங்கினேன்.

அது ஏப்ரல் மாதத்தின் தொடக்கமாக இருந்த போதிலும், தரையானது பனியால் போர்த்தப்பட்டிருந்தது. அத்தோடு மலையும் கூட சிறியதாகவும் ஆனால் செங்குத்தானதாகவும் காணப்பட்டது. ஒழுங்கான பாதையிருக்காததால், நான் அந்தக் காடுகள் அடர்ந்த மலைப்பகுதியை நோக்கி பார்வையற்ற ஆடொன்றைப் போல தத்தித் தடுமாறி போய்க் கொண்டிருந்தேன். நான் மணித்தியாலங்களாக அதில் ஏறிக் கொண்டிருந்தேன்.

மலையுச்சியை அடைந்த போது, மிகவும் சோர்ந்து போய் மூச்சிறைத்துக் கொண்டிருந்தேன். வழியெங்கும் காணப்பட்ட மரக் கிளைகளும், புதர்களும், கூரிய முட்செடிகளும் என்னைக் குத்திக் கீறி

விட்டிருந்தன. எனது அண்ணன் என்னுடன் குரூரமாக விளையாடிக் கொண்டிருக்கிறாரா? இரண்டாவது வாடகைக் கார் சாரதி, கட்டணத்தை முழுவதுமாக எடுத்துக் கொண்டு, என்னை எங்கேயாவது கிடந்து சாகு என்று வழியிலெங்காவது இறக்கி விட்டுப் போய்விட்டாளா? அப்படி நடந்தால் இந் நாட்டில் அது மற்றுமொரு அகதியின் மரணமாக பொருட்படுத்தப்படாமலே போய்விடும். நான் இங்கிருப்பதை அறிந்து யார் என்னைத் தேடி வரப் போகிறார்கள்? நான் யாரென்றோ, எங்கே போய்க் கொண்டிருந்தேன் என்றோ எவருக்கும் தெரியாது.

நிலா வெளிச்சம், பனி மீது மிகுந்த பிரகாசத்தை அள்ளித் தெளித்துக் கொண்டிருந்தது.

நான் கடும்பசியை உணர்ந்ததோடு, குளிரில் விறைத்து விட்டிருந்தேன். புகைபோக்கிகளைப் போல எனது சுவாசமானது உறைந்திருந்த காரிருளைத் துளைத்துக் கொண்டிருந்தது. சிறுநீர் கழிக்க வேண்டிய தேவையை கடுமையாக உணர்ந்தேன். எனினும், சில நிமிடங்களுக்குப் பிறகு, எனது சுவாசம் சீரானதும், என்னால் மலையேற முடிந்தமையிட்டு மிகுந்த ஆசுவாசம் அடைந்திருந்தேன். அப்போதும் கூட நான் எங்கேயிருக்கிறேன் என்பது எனக்குத் தெரியவில்லை.

திடீரென, கனத்த குளிராடைகளை அணிந்திருந்த மூவர் வெளிப்பட்டார்கள். அவர்கள் அவ்வளவு நேரமும் புதர்களிடையே ஒளிந்து கொண்டிருந்திருக்கக் கூடுமென எனக்குத் தோன்றியது. அந்திமக் காலம் வந்து விட்டது. அவர்கள் என்னைக் கொலை செய்ய வந்திருக்கிறார்கள்.

'ஹலோ! பயப்படாதேங்கோ. நான் இஞ்ச உங்களுக்கு உதவி செய்ய வந்திருக்குறன்!' என்று ஒரு குரல் தமிழில் கூறியதும், நான் ஆசுவாசமாகப் பெருமூச்சு விட்டேன். என்னைப் பாதுகாப்பாகக் கூட்டிச் செல்ல வந்த வழிகாட்டி அவர் என்று, என்னை வரவேற்றவர் தெரிவித்தார்.

‘எனக்குப் புரியேல்ல. நாங்கள் எங்கிருக்கிறம்?’ என்று கேட்டேன்.

‘நீங்கள் இப்ப ஜேர்மனிக்கும் ஃபிரான்ஸுக்குமிடையில எல்லைக் கோட்டுல இருக்குறியள்.’

மற்றைய இருவரும் தம்மைத் தம்பதிகளென்று அறிமுகப்படுத்திக் கொண்டார்கள். கடைசியில் என்ன நடந்து கொண்டிருக்கிறதென்று எனக்குப் புரிந்தது. நான் ஃபிரான்ஸுக்கு வருகை தர, கைவசம் அயல்நாட்டு நுழைவுச் சான்றில்லாத ஒரு மூன்றாம் உலக நாட்டின் அகதி. அத்தோடு நான் நியூரெம்பெர்க்கு வெளியே கைது செய்யப்பட்டால் உடனடியாக நாடுகடத்தப்படுவேன். ஆகவே நான் ஃபிரான்ஸுக்குக் கடத்திச் செல்லப்பட்டுக் கொண்டிருந்தேன்.

‘போகலாம்! கனக்க நேரமில்ல’ என்ற வழிகாட்டி, எம்மை எதிர்ப்புறமாக இருந்த மலையடிவாரத்தை நோக்கி அழைத்துச் சென்றார். மலையடிவாரத்தை நெருங்கியதும் அவர், எங்களை புதர்களிடையே மறைந்திருந்து காத்திருக்குமாறு கூறினார்.

எதுவோ விசித்திரமாக ஊளையிடும் ஓசையை நான் கேட்டேன். அவை ‘ஓநாய்கள்’ என்று வழிகாட்டி தெரிவித்தார்.

அவை எம்மை நெருங்கியிருப்பதாகத் தோன்றியது.

‘பயப்படாதீங்க. அது உங்களை விரட்டி வரேல்ல’ என்று அந்த இளம் பெண் கூறி, அதை உறுதிப்படுத்தும் விதமாக புன்னகைத்தார்.

நாங்கள் அங்கு பதினைந்து, இருபது நிமிடங்களாகக் காத்துக் கொண்டிருந்திருப்போம். பின்னர் சுமார் நூறு அடிகள் தொலைவில் இரண்டு மின் விளக்கொளிகள் வந்து கொண்டிருப்பதைக் கண்டோம். அவை மூன்று தடவைகள் ஒளிர்ந்து அணைந்தன. பிறகு மீண்டும் மூன்று தடவைகள் ஒளிர்ந்து அணைந்தன.

‘இதுதான் சிக்னல்‘ என்று கூறிய வழிகாட்டி எம்மை அந்த மின் விளக்கொளியருகே செல்லுமாறு பணித்தார். ‘வாழ்த்துக்கள்’ என்றும்

கூறினார். நான் அவருக்கு நன்றி தெரிவிக்கும் முன்பே காணாமல் போயிருந்தார்.

அந்தக் கணவன் எனது தோளில் தட்டி 'போகலாம்' என்றார்.

நாங்கள் அந்த மின் விளக்கொளியை நோக்கி கவனமாக நடந்து சென்றோம். ஒரு மரத்தினருகே ஒரு கார் நிறுத்தப்பட்டிருந்தது. சாரதியென நான் கருதிய ஒரு நபர் அக் காரின் பின் கதவைத் திறந்து விட்டு எம்மை உள்ளே ஏறிக் கொள்ளுமாறு கூறினார். 'விரைவாக ஏறிக் கொள்ளுங்கள். அத்தோடு சந்தேகம் தோன்றும் விதமாக நடந்து கொள்ளவும் வேண்டாம்' என்றார்.

நாங்கள் மூவரும் பின்னிருக்கைக்கு வேகமாகத் தாவி ஏறிக் கொண்டதும், காரின் கதவை மூடினேன். சில வினாடிகளுக்குள் கார் புறப்பட்டது. முதற் தடவையாக எனது சக பயணிகளுடன் கலந்துரையாட எனக்கு வாய்ப்புக் கிடைத்தது. அந்தக் கணவனும், மனைவியும் கூட நல்லதொரு வாழ்க்கையைத் தேடி இலங்கையிலிருந்து தப்பி வந்த தமிழர்களாக இருந்தார்கள். அவர்கள் ஹம்பெர்கிலிருக்கும் ஒரு முகாமில் தங்கியிருந்ததாகக் கூறினார்கள்.

'நாங்கள் ஒரு சுங்கச் சாவடியை நெருங்கிக் கொண்டிருக்கிறோம். உங்களை மறைத்துக் கொள்ளுங்கள்' என்று சாரதி திடீரென கடுமையாகக் கூறினார்.

நாங்கள் எங்கள் முழங்கால்களிடையே தலைகளைத் தாழ்த்திக் கொண்டோம். சாவடியிலிருந்த தானியங்கி வாயிலுக்கு சில சில்லறைகளை இடும்வரைக்கும் மெதுவாக நகர்ந்த காரானது, வாயிலின் சிவப்பு விளக்கு பச்சையாக மாறியதுமே வேகமெடுத்தது. அது சிலிர்ப்பூட்டியது. நிஜ வாழ்க்கை ஜேம்ஸ் பொண்ட் திரைப்படத்துக்குள் நானிருப்பது போல என்னை நான் உணர்ந்தேன்.

சற்று நேரம் கழிந்ததும், நாங்கள் நேராக அமர்ந்து கொண்டோம். நாங்கள் இலங்கையர்களா என சாரதி எம்மிடம் தமிழில் கேட்டார்.

நாம் அனைவரும் 'யாழ்ப்பாணம்' என்று பதிலளித்தோம்.

வெளியே இன்னும் இருளாகவே காணப்பட்டது. எனது பாதங்கள் ஈரத்தில் ஊறிக் கிடந்தன. கால் விரல்கள் விறைத்துப் போயிருப்பதை உணர்ந்தேன். நான் அணிந்திருந்த கனத்த மேற்சட்டைக்குள் புழுக்கமாக உணர்ந்ததோடு, சோர்ந்து போய்க் காணப்பட்டேன். என்னால் கண்களைத் திறந்து கொண்டிருக்க முடியவில்லை. சிறிது நேரத்திற்குப் பிறகு, சாரதி கதைப்பதை நிறுத்தியதும், ஈரமான சாலையில் கார்ச் சக்கரங்கள் ஓடும் சப்தத்தை மாத்திரமே என்னால் கேட்க முடிந்தது. நான் ஆழமான உறக்கத்தில் வீழ்ந்தேன். கிட்டத்தட்ட ஐந்து மணித்தியாலங்களுக்குப் பிறகு, நாங்கள் பாரிஸை வந்தடைந்திருந்தோம்.

அத்தியாயம் 19

ஊரில் என்னைத் திரையரங்குகளுக்கு அழைத்துச் சென்ற எமது மச்சானாகிய சூட்டியுடனும், மேலும் இரண்டு இளைஞர்களுடனும் எனது அண்ணன் வசித்து வந்த சிறிய குடியிருப்புத் தொகுதியானது பாரிஸுக்கு வெளியே இருந்தது. ஒழுங்கான படுக்கைகள் கூட அங்கிருக்கவில்லை. இரண்டு மெத்தைகள்தான் தரையில் போடப்பட்டிருந்தன. பகலில் நாங்கள் மெத்தைகளை சுவருடன் செங்குத்தாக சாய்த்து வைத்திருப்போம். அப்போதுதான் அங்கே நடமாட இடம் கிடைக்கும். அங்கு குளியலறை சிறியதாகவும், சாதாரண கழிவறையை விட சற்றுப் பெரியதாகவும் காணப்பட்டது. இடத்தை மிச்சப்படுத்தவென, குளிக்கப் பயன்படும் பூத் தூவாலை, கழிவறைப் பீங்கானுக்கு நேர் மேலே இருந்ததால், ஒரே சமயத்தில் இருவரால் பயன்படுத்த முடியாதிருந்தது. சமையலறையில் இரண்டடுப்புக்களைக் கொண்ட எரிவாயு அடுப்பொன்றும், குளிர்சாதனப் பெட்டியொன்றும், தொட்டியொன்றும், ஒரு சிறிய மேசையும் இருந்தது. சாப்பிடுவதற்காக தனியாக அறையெதுவும் இல்லாதிருந்ததால், நாங்கள் விறாந்தையில் தரையில் அமர்ந்தே எமது உணவுகளை உட்கொண்டோம். வீட்டுச் சொந்தக்காரர், அந்தச் சிறிய வீட்டை இரண்டாகப் பிரித்து, இரண்டு

குடியிருப்புத் தொகுதிகளாக்கி இருவருக்கு வாடகைக்கு விட்டிருந்தார். எனவே மற்றுமொரு குடும்பமும் அடுத்த பாகத்தில் வசித்து வந்தது. அவ்வாறு செய்வது சட்டபூர்வமானதா எனச் சந்தேகித்தேன். எனினும் யார் அதை அவரிடம் கேட்டு சிக்கலில் மாட்டிக் கொள்வது? அல்லது முறைப்பாடு செய்வது?

எமது குடியிருப்பானது, நகரத்திலிருந்து தென்கிழக்காக புறநகர்ப்பகுதியில் புனித மௌள் தெஸ் ஃபொஸ்ஸெஸ் நகராட்சி மன்றத்துக்கருகிலிருந்தது. எமது தெரு எப்போதும் அமைதியாகவே காணப்பட்டது. அப் பகுதியில் அதிகளவில் ஃபிரான்ஸ் தேசத்தவர்களே வசித்து வந்ததோடு அங்கு வேறொரு தமிழரையும் என்னால் காண முடியவில்லை. தெருவின் முடிவில் ஒரு சிற்றுண்டிச் சாலையும், கடையும் இருந்தது. காலையும், மாலையும் அவை சனக் கூட்டம் நிறைந்தவையாகக் காணப்படும். கோடை காலத்தில், மக்கள் சிற்றுண்டிச் சாலைக்கு வெளியே அமர்ந்திருந்து கருப்புக் கோப்பியை அருந்திக் கொண்டிருப்பார்கள்.

வீட்டை விட்டு வெகுதொலைவில் இருந்ததால், லதியுடன் எனக்கு நெருக்கமாகி விடலாம் என நான் எதிர்பார்த்தேன். எனினும் எனக்காகச் செலவழிக்க அவருக்கு அதிக நேரம் இருந்ததாகத் தெரியவில்லை. வீட்டைப் பற்றியும், எமது குடும்பத்தைப் பற்றியும் தகவல்களை அறிந்து கொள்ளும் ஏக்கத்துடன் எப்போதும் நானிருந்தேன்.

நான் வந்து சேர்ந்த அன்று, நாங்கள் சாப்பிட அமர்ந்திருந்த நேரத்தில் எமது குடும்பத்தைப் பற்றிக் கலந்துரையாடினோம்.

‘அண்ணா, எப்படி சுகம்?’ என்று கேட்டேன்.

‘நல்லா இருக்கிறன்’ என்று புன்னகைத்தவாறே கூறியவர், ‘எங்கட அப்பா, அம்மா, கண்ணா, டெய்சி, ஜான்சி, வாணி, கலா, சுமதி, ஷர்மிலி எல்லோரும் எப்படியிருக்கினம்?’ என்று கேட்டார்.

நான் அவர்களது நிலைமையை எடுத்துக் கூறினேன். கெட்ட செய்தியைக் கடைசியாகக் கூறினேன். 'நாட்டுல இப்ப நிலைமை மோசம். அப்பாவுக்கும் சுகம் காணாது' என்றேன்.

அவர் தலையசைத்த போதும் எதுவும் கூறவில்லை.

'கண்ணா இந்திரனோட நகைக்கடைல வேலை செய்றான். அவன்தான் வீட்டுச் செலவுக்குக் கொடுத்து உதவுறான். அது பெரிய தொகையில்ல. எண்டாலும் உதவுது' என்றேன். இந்திரன் மாமா, எனது அப்பாவின் உறவினர்களில் ஒருவர். அவரும் கூட எனது அப்பாவின் உதவியோடுதான் நகைத் தொழிலைச் செய்து வந்தவர்.

லதி அரைகுறையாகச் செவிமடுத்தவாறேமீண்டும் தலையசைத்து விட்டு 'சாப்பிடுவோம்' என்றார்.

ஒரு தடவை, லதி காலையுணவுக்காக ஃபிரான்ஸ் பாணைக் கொண்டு வந்து தந்து, எமக்காக தேநீரும் தயாரித்துத் தந்தார். எனது அண்ணனைக் குறித்த இனிமையான நினைவுகளில் ஒன்று அது. அநேகமாக, எம்மிருவருக்கும் கதைத்துக் கொள்ளக் கூட அதிக சந்தர்ப்பங்கள் கிடைக்கவில்லை. அவரும், சூட்டியும் ஒரு அச்சகத்தில் வேலை செய்து வந்தார்கள். அவர் வேலையில் அதிக நேரம் செலவழிக்கவில்லை எனினும் தனது நண்பர்களுக்காக செலவழித்தார். வார இறுதி நாட்களில், அவர் தனது நண்பர்களைக் காணச் சென்றார். என்னை ஒருபோதும் கூப்பிடவில்லை.

நான் அங்கு வந்து சேர்ந்த சில நாட்களின் பிறகு ஒரு நாள் காலை, அவரது நண்பரான ராசனுடன் எனக்கு ஃபிரான்ஸ் குடிவரவு அலுவலகத்துக்குப் போக வேண்டியிருக்கிறதெனக் கூறினார். எனக்குள் அலாரமடித்தது. என்னிடம் அயல்நாட்டு நுழைவுச் சான்று இல்லை. நான் ஃபிரான்ஸில் சட்ட விரோதமாகவே தங்கியிருக்கிறேன். என்னைக் கைது செய்ய மாட்டார்களா?

‘நான் சொல்றதைச் செய். உனக்கு நல்லதே நடக்கும்’ என்று கூறி விட்டுச் சென்றார்.

நான் ராசனுடன் குடிவரவு அலுவலகத்துக்குச் சென்றேன். தாசன் ஒரு அதிகாரியோடு ஃப்ரென்ச் மொழியில் கதைத்தார். அவர், அதிகாரியிடம் என்ன தெரிவித்தார் என்று தெரியவில்லை. எனினும், அதிகாரி எனது கடவுச்சீட்டைக் கேட்டு வாங்கி அதில் தற்காலிக வருகையாளர் அனுமதி என முத்திரையிட்டுத் தந்தார். அந்தக் கடவுச்சீட்டை எப்போதும் என்னுடனே வைத்திருக்குமாறு ராசன் கூறினார்.

லதி எனக்கு இவ்வளவெல்லாம் உதவி செய்வதற்கு நான் நன்றி பாராட்டினேன் எனினும், என்னிடமிருந்து விடுபட இதையெல்லாம் செய்கிறாரா என்றும் எனக்குத் தோன்றும். எப்போதாவது அவர் எனக்கு கைச் செலவுக்கென பணம் கொடுத்ததோடு, ஒவ்வொரு மாதமும் ரயில் பயண அனுமதிச் சீட்டையும் வாங்கித் தந்தார். சில நாட்கள், நான் எமது குடியிருப்புத் தொகுதியிலிருந்து புனித மௌர் க்ரெடெயில் ரயில் நிலையத்துக்குச் சென்று அங்கிருந்து பாரிஸுக்கு ரயிலில் பயணிப்பேன். அந்தப் பயணத்துக்கு கிட்டத்தட்ட அரை மணித்தியாலங்களே எடுத்தது. ஆர்க் டே ரியோம்ப் நினைவுச் சின்னத்தின் உச்சியிலிருந்து கீழே தென்படும் அழகான தெருக்கள், சமச்சீராகப் பரவியிருக்கும் கட்டடங்களைப் பார்த்து ரசிப்பேன். விஸ்தாரமான அளவிலிருந்த கட்டடங்கள் என்னை மூச்சு முட்டச் செய்தன. லூவா அருங் காட்சியகத்துக்கும், நெப்போலியனின் கல்லறைக்கும் சென்றேன். ஈஃபல் கோபுரத்துக்கு அருகாமையிலிருந்த, விசாலமான மக்கள் பூங்காவான சாம்ப் த மார்ஸுக்குப் போய் நிறைய நேரம் செலவழித்தேன். சில இரவுகள் வரலாற்றுச் சிறப்பு மிக்க சாம்ப்ஸ் எல்யீஸ் நீண்ட தெருவில் உலாப் போய் வருவேன். உருளைக் கற்கள் பதிக்கப்பட்டிருந்த தெருக்களில் சுற்றுலாப் பயணிகளோடு பயணியாக

ஆடம்பரமான கடைகளை ஜன்னல் வழியே வேடிக்கை பார்த்தவாறு சுற்றித் திரிவது எனக்கு மிகவும் பிடித்திருந்தது. தெருவோர உணவுகளைச் சுவைத்துப் பார்ப்பதையும் விரும்பினேன். புதிய ஃபிரான்ஸ் பாணில் டிஜோன் கடுகும், காரமான தக்காளிச் சாறும், வாட்டப்பட்ட இறைச்சியும், முறுகலான கிழங்குப் பொறியலும், லீக்ஸூம் இட்டுச் செய்யப்பட்ட த மெர்கியூஸ் சான்ட்விச் எனக்குப் பிடித்தமான உணவாக இருந்தது.

காவல்துறை அதிகாரிகள், போதைப் பொருளை மோப்பம் பிடிக்கும் நாய்களுடன் பாரிஸ் ரயில் நிலையத்தின் அனைத்து இடங்களிலும் காணப்பட்டார்கள். ஒரு நாள், ஒரு காவல் அதிகாரி என்னை அணுகி 'பேப்பர்ஸ்!' என்று கேட்டார்.

நான் அவரிடம் எனது கடவுச்சீட்டை ஒப்படைத்ததும், அதை சில நிமிடங்கள் கவனமாகப் பரிசோதித்து விட்டு என்னிடம் திருப்பித் தந்து நடந்தார். இவ்வாறு அடிக்கடி நடந்தது.

எப்போதாவது ராசன் என்னுடன் நகரத்துக்கு வருவார். பூங்காவில் வைக்கப்பட்டிருந்த நிர்வாணச் சிலைகளருகே நானும், அவரும் நின்று கொண்டு நிறைய புகைப்படங்கள் எடுத்துக் கொள்வோம். வார இறுதிகளில், நானும் சூட்டியும் பாரிஸிலிருந்த கத்தோலிக்கத் திருச்சபையான இயேசுவின் திரு இதய பேராலயத்திற்கு அடிக்கடி செல்வோம். பேராலயத்துக்கு அருகிலிருந்த தெருக்களில் நடந்து செல்லும்போது, ஓவியக் கலைஞர்கள் வரைவதையும், வர்ணம் தீட்டுவதையும் பார்த்துக் கொண்டிருப்போம்.

நியூரெம்பெர்க் முகாமிலிருந்த காலத்தில் வைத்து நான் சமைக்கக் கற்றிருந்தேன் என்பதால், நான் வீட்டிலிருந்த இரவுகளில், இரவுணவிற்காக கோழிக் கறியும், சோறும் சமைப்பேன். பகல் நேரங்களில் எமது அறைத் தோழர்களும், அவர்களது நண்பர்களும்

வீட்டில் இருப்பார்கள். சில வேளைகளில் அவர்கள் மளிகைச் சாமான்களையும், சமைத்த உணவுகளையும் எடுத்து வந்தார்கள். சூட்டிக்கு அவர்களை ஊரிலிருந்த காலத்திலிருந்தே தெரியும் எனினும் அவர்களை நான் சந்தித்திருக்கவில்லை. அவர்கள் என்னை விடவும் ஐந்து வயது மூத்தவர்களாக இருந்தார்கள்.

பாரிஸின் புறநகர் பகுதியான அங்கு 1985 ஆம் ஆண்டு காலப் பகுதியில் நான் கிட்டத்தட்ட ஆறு மாதங்கள் வசித்திருந்தேன். அக் கால கட்டத்தில் வழக்கப்படியே நான் எனது வீட்டாருக்குக் கடிதம் எழுதி வந்தேன். நான் லதியுடனே வசித்து வருவது அம்மாவுக்கு நிச்சயமாக மகிழ்ச்சியைத் தந்திருந்தது. லதி அவளுக்கு கடிதம் எழுதினாரா, எவ்வளவு காலத்துக்கொரு தடவை எழுதுகிறார் போன்ற விபரங்களை நான் அறிந்திருக்கவில்லை. எனினும், அவள் எனது கடிதங்களில் அவரது கடிதத்துக்கும் பதில் அனுப்பியிருப்பாள். இலங்கையின் நிலைமை படுமோசமாகிக் கொண்டு வருவதாகத் தெரிவித்திருந்தாள். வல்வெட்டித்துறை படுகொலை என அறியப்பட்ட எழுபது தமிழ் பொதுமக்கள் கொல்லப்பட்ட சம்பவம் மே மாதத்தில் இடம் பெற்றிருந்தது. கொல்லப்பட்டவர்கள் இராணுவத்தால் சுற்றி வளைக்கப் பட்டு, ஒரு நூலகத்துக்குள் செல்ல கட்டளையிடப்பட்டிருக்கிறார்கள். சிறிது நேரத்திற்குப் பிறகு அந்த நூலகம் வெடிக்க வைக்கப்பட்டிருக்கிறது. உள்நாட்டுப் போருக்கு எவ்விதத் தீர்வையும் கொண்டு வர இயலாமல், தமிழர்களுக்கும், அரசாங்கத்துக்கு மிடையிலான நேரடிப் பேச்சு வார்த்தை ஜூலை மாதத்தில் தோல்வியில் முடிவடைந்திருந்தது. அது துயரமான செய்தி எனினும் லதி அதைக் குறித்து கதைக்க விரும்பவில்லை.

வாரத்திற்குப் பல தடவைகள் எமது குடியிருப்பின் கதவு தட்டப்படும். அங்கு வந்து செல்பவர்களை என்னால் அடையாளம் காண முடியாத போதிலும், அவர்களில் பெரும்பாலானவர்கள்

இலங்கையர்கள் என்பதையும், ஒரு ஜோடி வெள்ளைக்கார இனத்தவர்களும் என்பதையும் அறிந்து கொண்டேன். லதி அவர்களை எனக்கு ஒருபோதும் அறிமுகப்படுத்தி வைக்கவில்லை. அவர்கள் யார் என்பதைக் கூட என்னிடம் கூறவில்லை. நான் கேட்டிருந்தாலும் கூட, அவர் கோபப்பட்டு எனது வேலையை மட்டும் பார்த்துக் கொண்டிருக்குமாறு கூறியிருப்பார்.

லதியின் அறைத் தோழன் ஒரு போதைப் பொருள் கடத்தல்காரன் என்பது தெரிய வந்தது. அவன், அந்தப் பகுதியில் தனக்காக வேலை செய்ய ஆட்களை வைத்திருந்தான். லதியும், சூட்டியும் அச்சகத்தில் வேலை நெருக்கடியில் இருந்ததால் அவர்கள் இதில் கலந்து கொள்ளவில்லை. சில சமயங்களில் போதைப் பொருள் கடத்தலில் ஈடுபட்ட அறைத் தோழனும், அவனைத் தேடி வருபவர்களும் விரித்த சிகரெட் தாளில், புகையிலைத் துகளோடு வெள்ளை நிறப் பொடியொன்றைக் கலந்து சுருட்டிப் புகைப்பார்கள். இல்லாவிட்டால், ஒரு கரண்டியில் சிறிதளவு பொடியிட்டு, அதன் அடியில் தீயால் வெப்பமேற்றுவார்கள். பொடி கரைந்ததும், உடம்பில் மருந்தேற்றப் பயன்படுத்தப்படும் சிறு ஊசி மூலமாக தமது தோள்பட்டைகளில் ஏற்றிக் கொள்வார்கள். அதன் தாக்கம் விரைவாகத் தெரிந்தது. ஒரு நிமிடம் அவர்கள் புத்துணர்ச்சி பெற்றவர்களாக தம் கண்களை அகல விரித்தவாறு உலகை மறந்து தரையில் கிடப்பார்கள். என்ன செய்வதென்று அறியாமல், நானும் அங்கேயே இருப்பேன். அக் கால கட்டத்தில் போதைப் பொருட்களைக் குறித்த எள்ளளவு அனுபவம் கூட எனக்கிருக்கவில்லை. சில நேரங்களில் அவர்கள் எனக்கும் பயன்படுத்திப் பார்க்க வேண்டுமா எனக் கேட்டார்கள். நான் வேண்டாமென்று கூறி வந்தேன்.

லதியும், சூட்டியும் வீட்டுக்கு வந்து தமது அறைத் தோழனையும், அவனது சகாக்களையும் அந் நிலைமையில் கண்டால் கடுமையாகக்

கோபப்படுவார்கள் என்பதால் அவர்கள் லதியும், சூட்டியும் வேலைக்கோ, வேறெங்காவதோ சென்றிருக்கும் நேரங்களில் மாத்திரமே எமது குடியிருப்பில் போதைப் பொருட்களைப் பயன்படுத்தினார்கள். லதியும், சூட்டியும் வீட்டுக்குத் திரும்பி வருவதற்கு முன்பு அனைத்தையும் அப்புறப்படுத்தி விடுவதிலும் கவனமாக இருந்தார்கள்.

ஆனால் அவர்கள் போதைப் பொருட்களைப் பயன்படுத்தியது மாத்திரமல்லாது வேறொன்றையும் செய்து வந்தார்கள். அறைத் தோழன் செங்கற்களைப் போன்றிருக்கும் வெள்ளைப் பொடிகள் அடைக்கப்பட்ட பிளாஸ்டிக் பைகளை எடுத்துக் கொண்டு வருவான். உடனே அவனது நண்பர்களிலொருவன் மருந்துக் கடைக்கு ஓடிப் போய் குளுக்கோஸ் தூள் வாங்கி வருவான். ஒரு கடனட்டையைக் கொண்டு, வெள்ளைப் பொடி இரண்டு பாகத்துக்கு, குளுக்கோஸ் ஒரு பாகம் என்ற ரீதியில் நன்றாகக் கலந்து, அக் கலவையை சிறிய பிளாஸ்டிக் பைகளில் அடைப்பார்கள். நான் வீட்டிலிருந்தால், எனக்கும் செய்ய வேறு வேலைகள் இல்லாமலிருந்தால், நானும் அவர்களுக்கு பொதி செய்து கொடுத்துதவுவேன். ஒரு பொதிக்கு ஐந்து கிராம் பொடி எனும் அளவில், அப் பொடியை நிறுத்துப் பார்க்க சிறிய தராசொன்றும் இருந்தது. அவர்கள் அதற்கு எனக்கு கூலி கொடுக்கவுமில்லை. நான் ஒருபோதும் பணம் கேட்கவுமில்லை.

ஒரு நாள், மொரோக்கோவிலிருந்து இரண்டு நாட்களுக்கு முன்னர்தான் பாரிஸுக்கு வந்திருந்த இலங்கையர் ஒருவருடன் வெளியே போயிருந்தேன். அவர் பெயர் பவன். எமது குடியிருப்பில் எம்முடன் தங்கியிருந்தார். நாங்கள் வெறுமனே நடந்து கொண்டிருந்த போது, திடீரென அவர், அனைத்தும் சரியாகப் போய்க் கொண்டிருக்கிறதா என என்னிடம் கேட்டார். அவர் பதற்றமாக இருப்பது போல காணப்பட்டார்.

'நிச்சயமாக, எல்லாம் சரி' என்றேன்.

நாங்கள் ரயில் நிலையத்தை நெருங்கியதும், அவரது கழுத்தில் ஒரு பாதுகாப்புப் பெட்டகத்தின் சாவி தொங்கிக் கொண்டிருப்பதை அவதானித்தேன். ரயில் நிலையத்துக்குப் போய், அவரைத் தொடர்ந்து பாதுகாப்புப் பெட்டகத்தின் அருகிலும் சென்றேன். அவர் தனது கழுத்துச் சங்கிலியிலிருந்து சாவியை எடுத்து விரைவாக பெட்டகத்தைத் திறந்து ஒரு சூட்கேஸ் பெட்டியை வேகமாக இழுத்தெடுத்தார்.

'கிளம்பலாம்!' என்றவர் அவசரப்படுவது போலத் தென்பட்டதோடு, உறுதியாக அவர் பதற்றமுற்றும் காணப்பட்டார்.

'பவன், உள்ள என்ன இருக்கு?'

'வீட்ட போய்க் காட்டுறன். கிளம்பலாம்' என என்னை வாயைப் பொத்திக் கொண்டிருக்குமாறு அத் தொனி தெளிவாக உத்தரவிட்டது.

எனது சிந்தனை துரித கதியில் ஓடத் தொடங்கியது. இவர் ஏன் இந்த சூட்கேஸை லொக்கரில் வைத்து விட்டு வந்தார்? உள்ளே பணம் ஏதும் இருக்கிறதோ? போலிஸ் எங்களைப் பிடித்தால் என்ன செய்வது? நானும் இவருடன் சேர்ந்து பிடிபடுவேனோ? நான் இவரை விட்டுவிட்டு வேறு திசையில் ஓட வேண்டுமா? இச் சமயத்தில் நான் இவரை விட்டுவிட்டுப் போனால் அதற்கு மேலும் இவர் என்னை நம்ப மாட்டார். எனது செயலை இவர், அறைத் தோழனிடமும் அவனது நண்பர்களிடமும் கூறுவார். அது எமது நட்பைப் பாதிக்கும். ஆகவே நான் அவருடனே இருந்தேன்.

சில தொகுதிகளை நடந்து கடந்ததும், அவரது பதற்றம் சற்றுத் தணிந்திருந்தது. குடியிருப்புக்குத் திரும்பியதும் அவர் சூட்கேஸை மேசையின் மீது எறிந்துவிட்டு, அதைத் திறந்தான். அதிலிருந்த ஆடைகளைத் தரையில் அள்ளிப் போட்டு விட்டு, ஒரு சிறிய கத்தியை

எடுத்து சூட்கேஸின் கீழே துருவிப் பார்த்து அகற்றினார். அதனுள்ளே வெள்ளைப் பொடி அடங்கிய பொதிகள் நிரம்பியிருந்தன.

'உமக்கொன்றும் பிரச்சினையில்லையே?' என அவர் அனுபவம் வாய்ந்த புன்னகையுடன் கேட்டார்.

'நான் நல்லாத்தான் இருக்குறன்' என நான் தலையசைத்தேன். எனினும் நான் பயந்து போயிருந்தேன். எனது கைகள் நடுங்கிக் கொண்டிருந்தன.

அவர் அப் பொதிகளை ஒரு பெரிய பைக்கு மாற்றி நிறுத்துப் பார்த்தார். கிட்டத்தட்ட இரண்டு கிலோக்கள் இருந்தன.

பவன் எமது அறைத் தோழனாகவே தொடர்ந்தும் வசித்து வந்தார். இவ்வாறான நிகழ்வுகள் அடிக்கடி இடம்பெற்றதோடு, போகப் போக நான் அவற்றை அதிகமாகப் பொருட்படுத்தவுமில்லை. லதியின் அறைத் தோழர்களும், நானும் எப்போதும் வெளியே சுற்றிக் கொண்டிருப்போம். எப்போதெல்லாம் அவர்களுடன் வெளியே போவேனோ அப்போதெல்லாம் அவர்கள்தான் எனக்காகவும் பணம் செலவழிப்பார்கள். அவர்கள் எனக்கு புதிய ஆடைகளைக் கூட வாங்கித் தந்தார்கள். அவர்களுக்கு பணம் ஒரு பிரச்சினையாக இருக்கவில்லை.

பெரும்பாலும், நாங்கள் அப் பொடியைப் பொதி செய்யும்போது, அறைத் தோழர்களும், அவர்களது நண்பர்களும் ஒரு நூறு ஃப்ராங்க் தாளை எடுத்துச் சுற்றி, அப் பொடியை மூக்கால் உறிஞ்சுவார்கள். அவர்கள் அதன்பிறகு மிகுந்த மகிழ்ச்சியுடன் காணப்படுவார்கள். ஒருவரையொருவர் கட்டியணைத்துக் கொண்டு தமிழ்ப் பாடல்களைப் பாடிக் கொண்டிருப்பார்கள். ஒரு நாள் எனது ஆர்வம் அதிகரித்து, குளுக்கோஸுடன் அப் பொடி கலக்கப்படும் முன்பு, அதில் கொஞ்சம் எடுத்து உறிஞ்சிப் பார்த்தேன். முதலில் ஒரு உற்சாகம் எனது உடல்

நிலவியலின் துயரம்

முழுதும் பரவ ஆரம்பித்தது. காற்றில் மிதப்பது போல உணர்ந்தேன். பின்னர் எனது இதயத் துடிப்பு அதிகரித்து, நான் அதிக உஷ்ணத்தையும், மயக்கத்தையும் உணர்ந்தேன். வாந்தியெடுத்தேன். இறக்கப் போகிறேன் என உறுதியாக நம்பினேன். பொதி செய்து அடுக்கப்பட்டிருந்த பைகளுக்கு மத்தியில் தரையில் விழுந்ததுதான் நினைவிருக்கிறது. சில நிமிடங்களுக்குப் பிறகு நான் பயங்கரமான தலைவலியோடு கண் விழித்தபோது எனது முகம் நனைந்திருந்தது. குளிர்ந்த நீரை பவன் எனது கன்னங்களில் தெளித்துக் கொண்டிருந்தோடு, என் மீதும் ஊற்றி என்னை சுய நினைவுக்குக் கொண்டு வர முயற்சித்துக் கொண்டிருந்தார். கொகைன் போதைப் போருளை முதலும், கடைசியுமாகப் பயன்படுத்திப் பார்த்தது அப்போதுதான்.

லதியோ, சூட்டியோ போதைப் பொருளைப் பயன்படுத்தியதை ஒருபோதும் நான் கண்டதில்லை. இரண்டு தனித் தனி உலகங்கள் எமது குடியிருப்புக்குள் இருந்து கொண்டிருந்தன. அநேகமாக அவரவர்கள் தானுண்டு, தன் வேலையுண்டு என்பது போல இருந்தார்கள். பகல் நேரங்களில் நான் பெரும்பாலும் போதைப் பொருள் கடத்தல்காரனான அறைத் தோழனுடனும், அவனது நண்பர்களுடனும் வெளியே சுற்றிக் கொண்டிருந்தேன். நான் சலிப்படைந்து போயிருக்க வேண்டும் என நினைக்கிறேன். வேறு என்னதான் நான் செய்வது? என்னிடம் பணமிருக்கவில்லை. எனக்கு ஃப்ரென்ச் மொழி பேசத் தெரியவில்லை, வேலையில்லை, திறமையுமில்லை. லதி அவரது வாழ்க்கையை வாழ்ந்து கொண்டிருந்தார். போதைப் பொருள் கடத்தல்காரர்கள் இலங்கையர்களாக இருந்தது மாத்திரமே எம்மிடையே பொதுவானதாக இருந்தது.

ஒரு நாள் எமது போதைப் பொருள் கடத்தல்காரனான அறைத் தோழன், ஒரு வெள்ளையின ஜோடியோடு பாரிஸ் நகர்ப்புறத்துக்கு

வெள்ளை நிற மேர்ஸிடீஸ் பென்ஸ் காரில் போய் வருமாறு என்னைக் கேட்டுக் கொண்டான். ஏன் என்று எனக்குக் கற்பனை செய்து கூட பார்க்க முடியவில்லை, எனினும் நான் சும்மாதானே இருக்கிறேன். ஏன் போகக் கூடாது? என நினைத்தேன். அவர்கள் என்னை ஒரு விடுதிக்கு முன்னால் இறக்கி விட்டார்கள். ஒரு மணி நேரம் கழித்து அவர்கள் திரும்பி வந்து என்னையும் கூட்டிக் கொண்டு வீட்டுக்கு வந்தார்கள். வெள்ளைக்காரன் காரை நிறுத்தி விட்டு, அவன் எதையோ எடுக்கப் போவதாகவும் அது வரை பார்த்துக் கொள்ளுமாறும் கூறினான்.

எதைப் பார்த்துக் கொள்வதென்று நான் கேட்டேன்.

‘சொல்றதைச் செய்’ என்றான்.

சில நிமிடங்களுக்குப் பிறகு, அவன் ஒரு நெம்புகோலுடன் வந்து, சாரதி இருக்கை அருகேயிருந்த கதவின் உட்பாகத்தை முண்டித் திறந்தான். உள்ளே சீல் செய்யப்பட்ட நிலையில் கட்டுக் கட்டாகப் பணம் அடுக்கி வைக்கப்பட்டிருந்தது. நான் எதையும் காணாதவன் போல பாவனை செய்து கொண்டிருந்தேன்.

என்னிடம் தற்காலிக பார்வையாளர் விசாவே இருந்ததனால், அங்கிருந்த அகதிகளுக்காக அரசாங்கத்தின் அனுசரணையோடு நடத்தப்பட்ட மொழிக் கற்கை வகுப்புக்களில் சேர்ந்து கொள்ள எனக்கு அனுமதி வழங்கப்பட்டது. ஒவ்வொரு நாள் மாலை நேரத்திலும் வகுப்புக்கள் நடைபெற்று வந்தது. எனினும், தவறாமல் வகுப்புக்களுக்கு சமூகமளிக்கும் மாணவர்கள் இருக்கவில்லை. ஆசிரியர் எவ்வித ஆவணங்களையும் கோரவில்லை. நான் தமிழனாக இருந்த காரணத்தால், அவர் என்னை அகதியென்றே கருதியிருக்கக் கூடும் என்பது நிச்சயம். ஃப்ரென்ச் மொழியைத் தாய்மொழியாகக் கொண்டிருந்த ஆசிரியர், தமிழ், ஹிந்தி, ஜேர்மன், ஆங்கிலம் மற்றும் ஸ்பெனிஷ் ஆகிய பிற ஐந்து மொழிகளிலும் கூடக் கதைத்தார்.

உண்மையில் அவர் ஃபிரான்ஸ் அரசாங்கத்தின் உளவாளியாக பணி புரிகிறார் என்பதை நான் பின்னர் அறிந்து கொண்டேன். அப் பிரதேசத்திலிருந்த போதைப் பொருள் கடத்தல் சமூகத்தில் ஊடுருவுவதே அவரது நோக்கமாக இருந்தது.

எனக்கு ஃப்ரென்ச் மொழியை பேசவும், எழுதவும் மூன்று மாதங்கள் எடுத்தன. பிறகு பாரிஸில் ஒரு மறைமுகமான வேலையைத் தேடிக் கொண்டேன். எனது முதலாளி, மாதிரி விளையாட்டுப் பொருட்களை விநியோகிப்பவராக இருந்தார். நான் அவருக்கு, அவரது கருப்பு ஜாகுவார் வாகனத்தைக் கழுவிக் கொடுப்பது போன்ற விதவிதமான வேலைகளை ஓடிப் போய்ச் செய்து கொடுத்தேன். எப்போதாவது விளையாட்டுப் பொருட்களைப் பொருத்திக் கொடுப்பதிலும் உதவினேன். ஒரு நாளைக்கு கிட்டத்தட்ட நூறு ஃப்ரான்க்ஸ் (பதினொரு அமெரிக்க டொலர்கள்) சம்பாதித்து வந்தேன்.

கொரியாவிலிருந்து வந்திருந்த கெதரின் என்றொரு இளம்பெண் அவருக்கு காரியதரிசியாக பணியாற்றினாள். அவரும், கெதரினும் அடிக்கடி மதிய உணவுக்காக வெளியே கிளம்பிச் செல்பவர்கள், இரண்டு மூன்று மணித்தியாலங்கள் கழியும் வரைக்கும் கடைக்குத் திரும்பி வர மாட்டார்கள். அவர்கள் வரும்போது அவர்களது தலைமுடிகளும், ஆடைகளும் எப்போதும் கலைந்திருக்கும். நான் சிறு பையனாகவும், அப்பாவியாகவும் இருந்த போதிலும், அவர்கள் என்ன செய்து கொண்டிருந்திருப்பார்கள் என்பது எனக்குத் தெளிவாகப் புரிந்திருந்தது.

கூடுதலாக பணம் சம்பாதிப்பது நல்லதுதான் எனினும், நான் எனது இலக்கை இன்னும் கூட எட்டியிருக்கவில்லை. ஜேர்மனியில் நான் சந்தித்த அதே பிரச்சினைதான் ஃபிரான்ஸிலும் இருந்தது. வதிவிட உரிமை இல்லாததால், ஒரு கண்ணியமான வேலைக்கு என்னால்

விண்ணப்பிக்க முடியவில்லை. இதற்கு நான் ஜேர்மனியிலேயே இருந்திருக்கலாம்.

ஒரு நாள், இரவுணவு நேரத்தில், 'ராஜன், நீ ஏன் கனடாவுக்குப் போய்ப் படிக்கக் கூடாது? இஞ்ச நீ உன்ர வாழ்க்கையை வீணாக்கிக் கொண்டிருக்கிறாய்' என்று சூட்டி கூறினார்.

'எனக்கு கனடாவுல ஒருத்தரையும் தெரியாதே' என்று பதிலளித்தேன். உண்மையில் அப்போது நான் கனடா எங்கிருக்கிறதென்று கூட அறிந்திருக்கவில்லை.

கனடாவில் இலவசமாகப் படிக்கலாம் என்றும், இரண்டு வருடங்களுக்குள் எனக்கு வதிவிட உரிமையும் கிடைக்கும் என்றும்சூட்டி கூறினார். எனக்கு அது கிடைத்ததும் என்னால் எங்கேயும் வேலை செய்யலாம் என்றும், எனது அனுசரணையில் எனது குடும்பத்தையும் கனடாவுக்கு எடுக்கலாம் என்றும் மேலும் கூறினார்.

நான் அப்போது ஒரு மலைக்கும், கடினமான பாறைக்குமிடையே சிக்கியிருந்தேன். என்னால் மீண்டும் ஜேர்மனிக்குத் திரும்பிச் செல்ல முடியாது. என்னை ஃபிரான்ஸுக்குக் கடத்திச் செல்ல நான் அனுமதித்த கணமே அந்த விருப்பம் மரித்து விட்டிருந்தது. அல்லாமல், ஜேர்மனியில் என்னைப் போன்றவர்கள் வருடக்கணக்கில் அகதிகளாகவே காலம் கடத்திக் கொண்டிருந்தார்கள். அக்கால கட்டத்தில், வேலையில்லாப் பிரச்சினையும் அந் நாட்டில் உச்சத்திலிருந்தது. ஆகவே, நல்ல ஊதியமுள்ள வேலையைத் தேடிக் கொள்வதென்பது, குறிப்பாக என்னைப் போன்ற வெளிநாட்டவருக்கு, சாத்தியமேயில்லை. எனது குடும்பத்தை, எனது அனுசரணையில் ஜேர்மனிக்கு எடுப்பதற்கு வாய்ப்பேயில்லை.

ஃபிரான்ஸிலேயே தொடர்ந்தும் வசித்தால் என்ன?

கண்ணியமான தொழிலொன்றைப் பெற்றுக் கொள்ள முடியாது என்பதைத் தவிர, பாரிஸை விட்டு வெளியேற நான் நினைத்ததற்கு மற்றுமொரு காரணமும் இருந்தது. நான் ஜேர்மனியிலிருந்து முதன்முறையாக லதியுடன் உரையாடிய போது, அவருடனே என்னைத் தங்கச் செய்யும் எண்ணத்தோடு அவர் மிகவும் மகிழ்ச்சியாகவே காணப்பட்டார். நாங்கள் சகோதரர்களாக ஒன்றாகவே இருக்கலாம்! கொஞ்ச காலத்திற்குப் பிறகு, அவரும், நானும் சேர்ந்து எமது குடும்பத்தையும் ஐரோப்பாவுக்கு அழைத்துக் கொள்ளலாம். ஃபிரான்ஸில் நாங்கள் அனைவரும் மீண்டும் ஒரு குடும்பமாக வசிக்கலாம் என்று எண்ணியிருந்தேன். இருந்தபோதிலும், நான் ஃபிரான்ஸை விட்டு வெளியேறுவதில் லதி ஆர்வமாக இருப்பது வெளிப்படையாகவே தெரிந்தது. அவரைக் குற்றம் கூற முடியாது. அவருக்கு வதிவிடம் இருக்கிறது. தொழில் இருக்கிறது. அவருக்கென்றொரு வாழ்க்கை இருக்கிறது. அவரது தனிப்பட்ட வாழ்க்கையது. அத்தோடு போதைப்பொருள் கடத்தல்காரர்களுடன் நான் சுற்றிக் கொண்டிருப்பதைக் குறித்து நாங்கள் வாக்குவாதப்பட்டுக் கொண்டேயிருந்தோம். நான் வீட்டை விட்டு வெளியேறி, தொலைவாகப் போனால்தான் மூத்த மகனென்ற தனது பொறுப்புக்களிலிருந்தும், சுமைகளிலிருந்தும் தன்னை விடுவித்துக் கொள்ள முடியும் என்று அவருக்குத் தோன்றியிருக்கக் கூடும். ஆனால், அதன் மறைமுக அர்த்தம், இலங்கையிலிருந்து எனது குடும்பத்தை எடுப்பிக்க நான் மாத்திரமே பாடுபட வேண்டும் என்பதுதான். நான் ஏதாவது செய்தே ஆக வேண்டியிருந்தது!

சூட்டியின் பால்ய கால நண்பரொருவர் மொன்றியலில் வசித்து வருவதாக சூட்டி என்னிடம் கூறினார். 'நீ அவரோடு தங்கிக் கொள்ளலாம்' என்று அவர் அபிப்ராயப்பட்டார். அவர் லதியின் கருத்தையும் கேட்டார். அது ஒரு நல்ல திட்டமென்று லதியும்

கூறியதோடு, அவருக்கும் அந்த நண்பரை ஞாபகமிருக்கிறதெனவும் தெரிவித்தார்.

ஆகவே அதுதான் தீர்மானமானது. மறுநாள் பவன் என்னை ரயில் நிலையத்துக்கு அழைத்துச் சென்றதும், அங்கிருந்த புகைப்படச் சாவடியொன்றில் என்னை ஒரு புகைப்படம் எடுத்துக் கொண்டேன். பிறகு ஒரு கையை மாத்திரம் கொண்டிருந்த நபரொருவர் எம்மை அணுகும் வரைக்கும் ரயில் நிலையத்திலேயே சிறிது நேரம் காத்திருந்தோம். அவர் அப் புகைப்படத்தை வாங்கிக் கொண்டு, மறு நாள் அதே இடத்தில் சந்திக்குமாறு கூறி விடைபெற்றார்.

மறுநாள், நானும், பவனும் ரயில் நிலையத்துக்குப் போய் ஆர்வத்துடன் காத்திருந்தோம். அந்த ஒற்றைக் கையுடைய நபர் வந்து ஒரு காகித உறையை பவனிடம் கொடுத்ததும், பவன் மற்றுமொரு காகித உறையை அவரிடம் கொடுத்தார். அதில் பணம் இருந்ததை நானறிந்திருந்தேன். ஆனால் அந்தத் தொகை எவ்வளவு என்று எனக்குத் தெரியவில்லை. அதைப் பற்றிய கவலை வேண்டாம் என்று பவன் என்னிடம் கூறினார். அந்தத் தொகையை லதி கொடுத்திருப்பார் என்றோ, போதைப் பொருள் வேலைகளில் உதவியதற்காக பவனே பெருந்தன்மையுடன் எனக்காக செலவழிக்கிறாரோ என்பது கூட எனக்குத் தெரியவில்லை. அவர் அதைத் திருப்பித் தரக் கேட்டவேயில்லை. எவ்வாறாயினும், நான் மனமுடைந்து போயிருந்தேன்.

வீட்டுக்குப் போய் நான் காகித உறையைத் திறந்து பார்த்து, அதில் ஒரு ஃபிரான்ஸ் கடவுச்சீட்டு இருப்பதைக் கண்டறிந்தேன். எனது புகைப்படத்தின் கீழால் நிக்கோலஸ் பௌசார்ட் எனும் ஃப்ரென்ச் பெயர் குறிப்பிடப்பட்டிருந்தது. வட்ட வடிவில் ஒரு அரச இலச்சினையும் எனது புகைப்படத்தில் பதியப்பட்டிருந்தது.

ஆரம்பத்தில் பாரிசை விட்டு கனடாவுக்குச் செல்வது எனக்குப் பயத்தை அளித்திருந்த போதிலும், ஒரு நல்ல எதிர்காலம் கிடைக்கப் போகும் உற்சாகத்தில் அந்தப் பயம் மங்கிப் போயிருந்தது.

இரண்டு தினங்களுக்குப் பிறகு லதியும், சூட்டியும், மற்ற இரண்டு அறைத் தோழர்களும் என்னை சார்ள்ஸ் டி கோல் விமான நிலையத்துக்கு அழைத்துச் சென்றார்கள். லதி என்னிடம் எனது ஃபிரான்ஸ் கடவுச்சீட்டையும், விமானப் பயணச் சீட்டையும் கையளித்தார். விமானப் பயணச் சீட்டில், செல்லுமிடம் டொரன்டோ, கனடா எனக் குறிப்பிடப்பட்டிருந்தது. அங்கிருந்து சூட்டியின் நண்பர் வசித்து வரும் மொன்றியலுக்கு நான் மற்றுமொரு விமானத்தில் பயணிக்க வேண்டும்.

எனது உடைமைகள் பெரும்பாலானவற்றையும், இலங்கை கடவுச்சீட்டையும் லதியிடம் ஒப்படைத்திருந்த நான், எனது ஆடைகளைக் கொண்டிருந்த சிறிய பையொன்றை மாத்திரமே எடுத்து வந்திருந்தேன். அனைவரிடமிருந்தும் நான் விடைபெற்றுக் கொண்டேன். எனது அண்ணனை விட்டுச் செல்வது கவலையைத் தந்தது. அவருக்கேனும் சூட்டி இருக்கிறார். ஆனால் நான்தான் மீண்டும் தனிமைப்படுவேன். அதே சமயம், பாரிஸை விட்டுச் செல்வது ஆசுவாசத்தையும் தந்தது. இனி, முன்பே நான் திட்டமிட்டிருந்த எனது இலக்கை மாத்திரம் கவனத்தில் கொண்டு, ஜீவிதத்தைக் கட்டியெழுப்பி, அம்மாவையும், உடன்பிறப்புக்களையும் எனது பார்வையிலேயே வைத்துக் கொள்ளலாம். நான் பாரிஸிலேயே தொடர்ந்தும் இருந்தேனானால், போதைப் பொருட்களுடன் தொடர்பிருந்தமையால் சிறையில் அடைக்கப்படுவதுதான் இறுதியில் நடக்கும். அனைத்தையும் கருத்திற் கொண்டு, பாரிசை விட்டுச் செல்வதுதான் நல்லதென விமான நிலையத்துக்குள் நுழையும்போதே என்னை நானே தைரியப்படுத்திக் கொண்டேன்.

கடவுச்சீட்டை ஒப்படைக்கச் செல்லும் வழியில் என்னை அணுகிய ஒரு இளைஞன் என்னிடம் தமிழில் கேள்விகளைக் கேட்கத் தொடங்கினார்.

'நீங்கள் தமிழா?' என்று கேட்டார்.

'ஓம். உங்கட பேர் என்ன?'

'நான் கணேஷ். உங்கட பேரென்ன?' என்று கேட்டார்.

'நான் லோகதாசன்'

'எங்க போறியள்?' என்று கேட்டதும்

'நான் கனடாவுக்கு. நீர்?' என்று கேட்டேன்.

'கனடாவுக்குத்தான். ஃப்ரென்ச் தெரியுமா?' என்று புன்னகைத்தவாறே கேட்டார்.

'ஓம். ஓரளவு தெரியும்.'

அவரும் இலங்கையைச் சேர்ந்தவரென்றும், அவருக்கு ஃப்ரென்ச் மொழியைக் கதைக்கத் தெரியாதென்றும் தெரிவித்தார். நான் செல்ல வேண்டியிருக்கிறதென்று அவரிடம் வருத்தம் கூறி விடைபெற்றேன். நான் கடவுச்சீட்டைக் காட்டி, உள்ளே போய்க் காத்திருக்கும் அனுமதியட்டையைப் பெற்றுக் கொண்டேன். ஏனைய பரிசோதனைகளையும் முடித்துக் கொண்டு, விமானத்துக்கான வாயிலுக்கு நடந்து செல்லும்போது எனக்குப் பின்னாலிருந்து யாரோ எனது பெயரைக் கூறி அழைப்பதைச் செவிமடுத்தேன்.

'லோகதாசன், ப்ளீஸ் ஹெல்ப்!'

நான் திரும்பிப் பார்த்த போது, அதிகாரிகள் கணேஷைக் கையோடு மடக்கிப் பிடித்திருப்பதைக் கண்டேன்.

மூன்று அதிகாரிகள் உடனடியாக என்னைச் சுற்றி வளைத்தார்கள். அதிலொருவர் எனது அனுமதியட்டையையும், கடவுச்சீட்டையும் கோரினார். நான் அவற்றை ஒப்படைத்ததும், அவர் எனது கையால் பிடித்திழுத்து அவருடன் வந்து ஒத்துழைக்குமாறு கட்டளையிட்டார்.

நான் அழைத்துச் செல்லப்பட்டபோது, கணேஷையும் இன்னொரு காவல்துறைக் குழுவினர் சுற்றி வளைத்திருப்பதைக் கண்டேன். சட்ட விரோத கடவுச்சீட்டை வைத்திருந்தற்காக அவரைப் பிடித்திருப்பார்கள். அவர் என்னிடம் உதவி கேட்டுக் கத்தியதும், எனது கடவுச்சீட்டும் சட்ட விரோதமானதுதான் என்பதை அதிகாரிகள் ஊகித்திருப்பார்கள்.

ஒரு கதவின் வழியே என்னைக் கூட்டிச் சென்று கீழேயிருந்த விமான நிலையத்தின் பாதுகாப்புப் பிரிவின் அறையொன்றுக்குள் அழைத்துச் சென்றார்கள். சிறிய அறையான அதிலிருந்த அதிகாரிகள் இருவர் என்னை அமருமாறு கட்டளையிட்டுவிட்டு, உடனடியாக என்னைக் கேள்விகளால் துளைக்கத் தொடங்கினார்கள்.

'லோகதாசன் என்று அந்த நபர் அழைத்த போது நீ ஏன் திரும்பிப் பார்த்தாய்?'

'உனது உண்மையான பெயர் என்ன?'

'நீ ஃபிரான்ஸ் குடிமகன் அல்ல. நீ எங்கிருந்து வருகிறாய்?'

நான் உண்மையைக் கூறினால், இலங்கைக்கு நாடுகடத்தப் படுவேன் என்பதை அறிவேன். ஆகவே பொய் சொல்வதைத் தவிர வேறு வழியிருக்கவில்லை.

'எனது பெயர்... நிக்கோலஸ்... பௌசார்ட். நான் பாரிஸ், ஃபிரான்ஸிலிருந்து வருகிறேன்' என்று மாத்திரமே என்னால் கூற முடிந்தது. அவர்களது அணுகுமுறை மிகவும் முரட்டுத்தனமாக இருந்தது.

‘நீ சிறைக்குப் போகப் போகிறாய். உனக்குப் புரிகிறதா? நீ சிறையில் அடைக்கப்படப் போகிறாய்!’

நான் முயற்சியைக் கைவிட்டு விட்டு எனது நிஜப் பெயரையும், எனது தாயகத்தையும் தெரிவித்தேன்.

‘எழுந்து நில்’ எனக் கட்டளையிட்ட அதிகாரி, எனக்கு கை விலங்கிட்டு, விமான நிலையத்திலிருந்த தடுப்புக் காவலறைக்கு என்னை அழைத்துச் சென்றார்.

என்ன ஒரு பேரிடர் இது! நான் அதிர்ந்து போயிருந்தேன். பேர்லினில் இருந்ததைப் போலவே அந்தச் சிறைக் கூடமும் சிறியதாக இருந்ததோடு, ஒரு தொட்டியையும், கழிவறையையும், சுவரோடு பிணைக்கப்பட்ட சீமெந்தினாலான நீண்ட இருக்கையையும் கொண்டிருந்தது. என்ன நேரமாக இருக்கக் கூடும் என்பதை நான் அறியவில்லை. எனினும், அது பின்னிரவாக இருக்கக் கூடுமென அறிந்து கொண்டேன். என்னிடம் ஒரு போர்வை தரப்பட்டு, உறங்குமாறு கூறப்பட்டேன். நான் அந்த இருக்கையில் சுருண்டு படுத்துக் கொண்டு ஓய்வெடுக்க முயற்சித்த போதிலும், நான் எவ்வளவு பரிதாபத்துக்குரியவன் என்பதுவும், நல்வாழ்வுக்கான எனது எதிர்பார்ப்புக்கள் மீண்டும் திடீரென தடம் புரண்டதுவும் நினைவுக்கு வந்து கொண்டேயிருந்தன. மீண்டும் ஒரு தமிழன் எனக்குத் துரோகமிழைத்ததையிட்டு எனக்குக் கோபம் வந்தது. நான் அன்றிரவு முழுவதும் எதுவும் உண்ணவோ, குடிக்கவோ இல்லை. சிறுநீர் கழிக்க மாத்திரம் கழிவறையைப் பயன்படுத்தினேன். அதை எனது வாழ்க்கையிலேயே ஆகக் கீழான தருணமாக உணர்ந்தேன்.

மீண்டும் மீண்டும் இதற்குள்ளேயே சுழல நான் விதிக்கப் பட்டிருந்தேன். இதுதான் எனது விதி. இதுதான் எனது வீடு.

அத்தியாயம் 20

எதுவோ தட்டப்படும் ஓசைகள் என்னைத் திடுக்கிட்டு விழித்துக் கொள்ளச் செய்தன. நான் தடுமாற்றத்தோடு கண்களைக் கசக்கியவாறே அறை முழுவதும் சுற்றிப் பார்த்தேன். நான் கனவேதும் கண்டு கொண்டிருக்கவில்லை என்பதை உணர்ந்ததும், எனது தோள்கள் துயரத்தால் கனத்தன. நான் ஒரு சிறைக் கூடத்தில் இருந்தேன். காவலர்கள் கதவின் இரும்புக் கம்பிகளைத் தட்டி ஓசையெழுப்பிக் கொண்டிருந்தார்கள்.

'போர்வையைத் திருப்பிக் கொடு' என்றார்கள்.

சில நிமிடங்கள் கழித்து, ஒரு காவலர் எனக்கு தோடம்பழச் சாறு, ஃபிரான்ஸ் பாண், சில பாலாடைக் கட்டிகள் அடங்கிய மிதமான காலையுணவுப் பொதியொன்றைக் கொண்டு வந்து தந்தார். நான் மனப்பூர்வமாக அவருக்கு நன்றி தெரிவித்தேன். சோர்வான மனநிலையில் நான் இருந்த போதிலும், அந்த உணவு வரவேற்கத்தக்கதாக இருந்தது. எவ்வளவு மெதுவாக சாப்பிட முடியுமோ அவ்வளவு மெதுவாக சாப்பிட்டேன். எவ்வாறாயினும், சாப்பிடக் கிடைத்தது எனது நிலைமையை சற்று சாந்தப்படுத்தியது. எனக்குத் தரப்பட்டிருந்த பாணின் கடைசித் துகள்களையும் கூட

சாப்பிட்டு முடித்து விட்டுக் காத்திருந்தேன். எதற்காக என்று எனக்கு எதுவும் தெரியவில்லை.

அநேகமாக ஒரு மணித்தியாலம் அல்லது அதையும் விடக் கூடுதலான நேரம் கழிந்து, எனது கைரேகையைப் பதிவு செய்வதற்காக நான் சிறைக் கூடத்திலிருந்து வெளியே அழைத்துச் செல்லப்பட்டேன். சில படிவங்களை நிரப்பவும், அவற்றை செயலாக்குவதற்கும் மேலும் சில மணித்தியாலங்கள் எடுத்தன. எனினும் எனக்கு எதுவும் புரியவில்லை. பிறகு எனக்கு கை விலங்கிட்டு ஒரு வாகனத்தில் ஏற்றி விட்டார்கள். அதன் ஜன்னல்கள், கம்பி வலைகளால் தடுக்கப்பட்டிருந்தன. அந்த வேனுக்குள் கை விலங்கிடப்பட்ட நிலையில் மேலும் ஐந்து கைதிகள் இருந்தார்கள். அவர்கள் அரபிகளைப் போலவோ, ஆபிரிக்கர்களைப் போலவோ தென்பட்டார்கள். நாங்கள் எங்கே போய்க் கொண்டிருக்கிறோம் என்று எவருமே கூறவில்லை.

அந்தப் பயணம் இரண்டு மணித்தியாலங்களே நீடித்த போதிலும், அதை நான் இரண்டு நாட்கள் போல உணர்ந்திருந்தேன். எவருமே கதைத்துக் கொள்ளவில்லை. எப்போதாவது ஒரு நபர் தலையை உயர்த்திப் பார்த்து விட்டு சோகமாக தலையை அசைத்துக் கொள்வார். அனைவரும் கவலை தோய்ந்தவர்களாகக் காணப்பட்டார்கள். மீட்புக்கு அப்பாற்பட்ட மனிதனின் எவ்வித எதிர்பார்ப்புக்களுமற்ற, முற்றுமுழுதாகத் தோற்கடிக்கப்பட்ட மரித்த விழிகளின் பார்வையைப் போல திகிலுறச் செய்யும் பார்வை வேறெதுவும் இல்லை. எனக்காக என்ன தீர்ப்பு எழுதப்பட்டிருக்கிறதோ தெரியவில்லை. எங்கிருக்கிறோம் என்று கூட எனக்குத் தெரியவில்லை. காவல்துறையினரின் சோதனைச் சாவடிகளைப் போன்ற ஓசைகள் ஒலித்த இடங்களைத் தாண்டிச் சென்ற போதும் கூட கடும் இருளாகவே இருந்தது.

கடைசியாக வேன் ஓரிடத்தில் நிறுத்தப்பட்டதும், பின் கதவு திறக்கப்பட்டு, முகமறியாத அதிகாரியொருவர் எம்மை வெளியே இறங்குமாறு கட்டளையிட்டார். ஒருவர் பின் ஒருவராக வேனிலிருந்து இறங்கிக் கொண்ட நாங்கள் அடுத்த கட்ட நடவடிக்கைக்காக வரிசையாக நின்றோம்.

ஒரு காவலர் எனது கை விலங்குகளை அகற்றி விட்டு, ஒரு பிளாஸ்டிக் பையையும், கைதிகள் அணிய வேண்டிய, மடிக்கப்பட்ட சாம்பல் நிற சீருடையையும் என்னிடம் கையளித்தார். ஒரு தனியறையில் நாங்கள் ஆடைகளைக் களைந்து விட்டு, அச் சீருடைகளை அணிந்து கொண்டோம். நான் எனது ஆடைகளை அந்த பிளாஸ்டிக் பையிலிட்டு காவலரிடம் திருப்பிக் கொடுத்தேன்.

'என்னைத் தொடர்ந்து வாருங்கள்' என்று அவர் கூறினார்.

ஒவ்வொரு பத்து அடிகள் தூரத்திலும் ஒரு கனத்த இரும்புக் கதவை எதிர்கொண்டோம். அவை தொலைவிலிருந்து இயக்கப்பட வேண்டியவை. காவலர் தனது வாக்கி டாக்கியில் தெரிவித்ததும், ஒரு பெரிய ரீங்கார ஓசை கேட்கும். உடனே கதவு திறந்து கொள்ளும். நான் மூன்றாம் மாடிக்குச் செல்லும் ஒரு சீமெந்து படிக்கட்டு வரைக்கும் அழைத்துச் செல்லப்பட்டேன். வரிசையாக கதவுகள் வீற்றிருந்த கூடத்தை நாங்கள் வந்தடைந்ததும், காவலர் நிற்குமாறு உத்தரவிட்டார். பிறகு அவர் திரும்பவும் வாக்கி டாக்கியில் தெரிவித்ததும், ஒரு சிறைக் கூடம் செருமியவாறே திறந்து கொண்டது. என்னை உள்ளே போகுமாறு கட்டளையிட்டார். எனக்குப் பின்னாலிருந்த கதவு ரீங்காரத்தோடு மூடப்பட்டு, பூட்டப்பட்டது.

எனது புதிய சிறையறையானது, பாரிஸிலிருந்த எனது அண்ணனின் குடியிருப்பை விடவும் விஸ்தாரமானதாக இருந்ததோடு, அது இரண்டு நபர்களுக்கானதாக மாத்திரம் இருந்தது. சுவரோடு

இணைக்கப்பட்ட படுக்கைத் தொகுதியும், கழிவறையும், தொட்டியும் அங்கிருந்ததோடு ஒரு சிறிய ஜன்னலும் அங்கு காணப்பட்டது. நிர்வாணப் பெண்களின் புகைப்படங்கள் கழிவறையிலும், தொட்டியருகிலும் சுவரில் ஒட்டப்பட்டிருந்தன. அறையின் மூன்று சுவர்கள் சீமெந்தினால் மறைக்கப்பட்டதாகவும், நான்காவது சுவர் இரும்புக் கம்பிகளாலான கதவைக் கொண்டதாகவும் இருந்தது. அக் கதவுக்கு தாழ்ப்பாள்கள் அல்லாது பூட்டுக்கள் இருக்கவில்லை. அக் கதவானது, மத்திய காவலர் நிலையத்திலிருந்து இயக்கப்பட்டுக் கொண்டிருந்தது. வெளியேயிருந்து உணவுத் தட்டு உள்ளே தள்ளப்படும் அளவுக்கு, ஒரு சிறிய இடைவெளி, அக் கதவின் அடியில் காணப்பட்டது. அறைக்கு வந்த ஒரே வெளிச்சத்தைத் தந்து கொண்டிருந்த ஜன்னலும் கூட இரும்புக் கம்பிகளால் மறைக்கப்பட்டு கதவுக்கு நேரெதிராகக் காட்சியளித்தது.

நான் உள்ளே நுழைந்த போது, வாடிய முகத்துடனிருந்த வயதான ஒருவர் மேற்படுக்கையில் அமர்ந்திருந்து என்னைப் பார்த்துக் கொண்டிருந்தார். எனது திட்டம் எப்போதும் போலத்தான் இருந்தது. சக கைதிகளுடன் குறைவாகவே தொடர்பு வைத்துக் கொள்ள வேண்டும். நல்லதே நடக்கும் என்ற நம்பிக்கையோடு இருக்க வேண்டும்.

படுக்கையானது, தூய்மையான கட்டில் விரிப்பையும், ஒரு தலையணையையும் கொண்டிருந்தது. எனக்கு வந்த சோதனையால் சோர்ந்து போயிருந்த நான் அதில் படுத்ததுமே உறங்கிப் போய் விட்டேன். ஒரு கட்டத்தில் எனது சக கைதி தேம்பியழும் ஓசை கேட்டு விழித்துக் கொண்டேன். ஆரம்பத்தில், அந்த அழுகையைப் புறக்கணித்து விட்டு, தூக்கத்தைத் தொடர முயற்சித்தேன். அது பல தடவைகள் நிகழ்ந்தது. கடைசியில் நான் அறிந்திருந்த பழைய ஃப்ரெஞ்ச் பாஷையில் என்ன விடயமென்று கேட்டேன்.

நான் புரிந்து கொண்ட விதத்தில், அவர் மொரீஷியஸைச் சேர்ந்தவர். அவரது மனைவியைக் குறித்தும், பிள்ளைகளைக் குறித்தும் வெளிப்படையாகவே கவலைப்பட்டுக் கொண்டிருந்தார். என்ன பிரச்சினையென்று எனக்கு விளங்கவில்லை. உண்மையில் அதை அறிந்து கொள்ள எனக்கு எவ்வித ஆர்வமும் கூட இருக்கவில்லை. அவர் விசித்திரமான நபராகத் தெரிந்தார். வார்த்தைகளைத் தெளிவாக உச்சரிக்காமல் வாய்க்குள் முணுமுணுத்தார். நானும் அந்த அறையில் இருக்கிறேன் என்பதை அவர் கவனத்தில் கொண்டாரா என்பது எனக்குத் தெரியவில்லை. ஆனால், நாங்கள் கதைத்துக் கொண்ட பிறகு அவர் சற்று ஆறுதலடைந்ததைப் போலத் தென்பட்டார். பின்னர் நாங்கள் இருவரும் உறங்கிப் போனோம்.

இரும்புக் கதவின் கம்பிகளைத் தட்டி மறுநாட்காலை எம்மை, காவலர்கள் உறக்கத்திலிருந்து எழுப்பினார்கள். இவ்வாறாக அவர்கள் ஒருவரை உறக்கத்திலிருந்து எழுப்ப, விரோதமான, தேவையற்ற வழிமுறையைக் கையாள்வதாகத் தோன்றியது. கதவின் கீழால் இருந்த இடைவெளி வழியே உணவுத் தட்டுக்களைத் தள்ளிவிடுமாறு ஒரு காவலர் எம்மிடம் கோரினார்.

எமக்கு பழச் சாறுகளும், திராட்சைப் பழங்களும், பாலாடைக் கட்டிகளும், பாணும் காலையுணவாக வழங்கப்பட்டன. மதிய உணவும், இரவு உணவும் காகிதத்தைப் போல மெல்லியதாகவிருந்த கோழி அல்லது மாட்டிறைச்சித் துண்டுகளையும், மசித்த உருளைக் கிழங்கையும், பட்டாணிகளையும் கொண்டிருந்தன. பிற்பகல் வேளைகளில் முற்றத்தில் நடமாட அனுமதிக்கப்பட்டோம். அங்கு கணிசமான அளவில் ஆபிரிக்கர்கள், காக்கேசியர்கள், ஸ்பானியர்கள், இலங்கையர்கள், அரபிகள் என பல நாடுகளைச் சேர்ந்த பல தரப்பட்ட சிறைக் கைதிகள் காணப்பட்டார்கள். ஏதேனும் சச்சரவுகள் நிகழ்ந்தால் ஒரு பாதுகாப்புக்கு உதவும் என ஒவ்வொருவரும் அவரவர்

நாட்டவர்களுடன் மாத்திரம் உறவாடி வந்தார்கள். அகதிகளுக்கான தடுப்பு முகாம்களைப் போலவல்லாது, அந்தச் சிறைச்சாலை ஒரு வழக்கமான சிறைச்சாலையாக இருந்தது. எனது சக கைதிகள் போதைப் பொருள் கடத்தல்காரர்கள், போதைப் பொருள் விற்பனையாளர்கள், கொலைகாரர்கள், திருடர்கள் மற்றும் பாலியல் குற்றம் புரிந்தவர்களாக இருந்தார்கள்.

பொன் நோவல் சிறைச்சாலை என அறியப்பட்ட ருஎன் சிறைச் சாலையானது, பிரான்ஸின் வடமேற்குத் திசையிலிருந்த கடல்சார் மாவட்டத்தில் அமைந்திருந்தது. பல வருடங்களுக்குப் பிறகு, ருஎன் சிறைச்சாலையானது, அதில் தங்கியிருந்த தனது சக கைதியைக் கொன்று அவரது நுரையீரலை உட்கொண்ட நிக்கலஸ் கொகைன் என்ற கைதியால் பிரபலமானதை அறிந்தேன். அதிர்ஷ்டவசமாக நான் இருந்த பல வருடங்களுக்குப் பிறகு இது நடைபெற்றது.

ஒவ்வொரு நாளும், மாலை நேரங்களில் முற்றத்தில் நடமாடி முடிந்ததன் பிறகு, அங்கிருந்து நேராக குளியலறைகளுக்குச் செல்லுமாறு அறிவுறுத்தப்பட்டோம். நாங்கள் ஆடைகளைக் களைந்து நிர்வாணமாகி, அணிந்திருந்த அழுக்குச் சீருடைகளை அங்கிருந்த சலவைத் தொட்டியில் இட வேண்டும். குளிக்கும்போது கைதிகள் துன்புறுத்தப்படுவதும், துஷ்பிரயோகம் செய்யப்படுவதும் பொதுவானது என்பதை நான் அறிந்திருந்ததால், அறுபது வினாடிகளுக்குள் எனது குளியலை முடித்துக் கொள்வேன். பதினெட்டு வயதில், அச் சிறைச்சாலையிலேயே குறைந்த வயதை உடையவன் என்பதால் எளிதில் அவர்களது இலக்காகக் கூடிய வாய்ப்பிருந்தது. குளியல் முடிந்ததும், எமக்கு தூய்மையான சீருடைகள் வழங்கப்பட்டதோடு நாங்கள் எமது சிறையறைகளுக்கு மீள வேண்டியிருந்தது.

கிழமைக்கு ஒரு தடவை, வரிசையாக நீண்ட இருக்கைகள் இடப்பட்டு அவற்றில் நூறு பேர் அமரக் கூடிய ஒரு பொதுவான அறையில் நாங்கள் திரைப்படங்களைக் கண்டுகளிக்க அனுமதிக்கப்பட்டோம். கைதிகள் சச்சரவுகளிலும், மோசமான நடத்தைகளிலும் ஈடுபடுவதைத் தவிர்க்க விளக்குகள் எப்போதும் ஒளிர்ந்து கொண்டே இருக்கும்.

முற்றத்தில் வைத்து நான் சில கைதிகளைச் சந்தித்தேன். போதைப் பொருள் கடத்தலின் போது சிக்கிக் கொண்ட இலங்கைத் தமிழ் அகதியொருவர் தான் நான்கு வருடங்களாக அச் சிறையில் இருப்பதாகக் கூறினார். உடனடியாக எனக்கு போதைவஸ்துக்களைக் கையாளும் பாரிஸ் 'நண்பர்கள்' நினைவில் வந்தார்கள். நான் அதிர்ஷ்டசாலி என்று எனக்குத் தோன்றியது.

சிறை வாழ்க்கை மிகுந்த மன அழுத்தத்தைத் தந்தது. உண்மையில் சிறையில் அடைக்கப்பட்டமை என்னைப் பாதித்ததை விடவும், தாங்க முடியாத காத்திருப்புத்தான் என்னை அதிகம் பாதித்தது. ஒவ்வொரு நொடியும் அடுத்து என்ன நடக்கப் போகிறதெனத் தெரியாமல் காத்திருக்கும் ஒவ்வொரு மணித்தியாலமும் ஒவ்வொரு யுகமாகத் தோன்றியது. அது என்னை கடந்த ஜென்மத்தில் இலங்கையை விட்டு வெளியேறியதாக உணரச் செய்தது. நான் எனக்கு அபயமளித்து உதவிய தேவியை, நளினியை, அந்த அன்பான முஸ்லிம் பெண்மணியை நினைத்துப் பார்த்தேன். எனக்கு குளிராடையை அன்பளிப்பாகத் தந்த, அந்த காருண்யம் மிக்க ஜேர்மன் மூதாட்டியை நினைத்துப் பார்த்தேன். எனது அம்மாவையும், எனது குடும்பத்தையும் பற்றி நினைத்துப் பார்த்தேன். அவர்களுக்கு என்ன நடந்து கொண்டிருக்கும்? எனக்கு என்ன நடந்ததென்று அவர்கள் என்னவெல்லாம் யோசித்திருப்பார்கள்? எனக்கு இப்படியெல்லாம் நடக்கும் என கற்பனை செய்து கூட பார்த்திருப்பார்களா?

நான் என்பாட்டில் இருக்கவும், எதையும் பொருட்படுத்தாதிருக் கவும் முயற்சித்தேன். எவ்வாறாயினும், தமிழ் மொழியைச் செவிமடுக்கும் வாய்ப்பை இழந்திருந்ததால், சக தமிழ்க் கைதியைக் காணும் தறுவாயில் அவருடன் தமிழிலேயே கதைத்தேன். அவர் நான் என்ன குற்றம் செய்தேன் எனக் கேட்டார். அவரிடம் எனது சட்ட விரோத ஃபிரான்ஸ் கடவுச் சீட்டைப் பற்றிக் கூறியதும் அவர் தலையசைத்தவாறு ‘ஆறு மாதங்கள்தான்‘ என உறுதியாகக் கூறினார்.

ஆறு மாதங்கள்!

‘பிறகு நீங்கள் இலங்கைக்குத் திருப்பியனுப்பப்படுவீங்கள். இலங்கையை விட்டு வெளியேறிய தமிழரை, மீண்டும் இலங்கைக்கே போலிஸால திருப்பியனுப்பப்படுவது அவ்வளவு நல்லதில்ல‘ என்று கூறி தலையை அசைத்துக் கொண்டார்.

நான் பேரழிவிற்குள்ளாகியிருந்தேன். அவர் கூறியதில் அர்த்தம் இருக்கிறது. இலங்கை அரசாங்கம் தமிழர்களை வெளியேற்ற ஆவலோடு தருணம் பார்த்துக் கொண்டிருக்கிறது. உள்நாட்டு யுத்தம் பற்றி நான் கேள்விப்பட்ட செய்திகளும் கூட மிகவும் வருந்தத்தக்கவையாக இருந்தன. தமிழர்களுக்கு சாதகமாக எதுவுமே நடக்கவில்லை. நான் பலவந்தமாக இலங்கைக்குத் திருப்பி அனுப்பப்பட்டால், அங்கு சிறையிலடைக்கப்படுவேன். அல்லது அதை விட மோசமாக நடத்தப்படுவேன். எனது வயிற்றைக் கலக்குவது போல உணர்ந்தேன்.

எமது சிறையறை ஜன்னலுக்கு முற்றம் தென்படாது. வெளியே பார்ப்பதற்கும் எதுவுமில்லை. எனினும், நான் அதிக நேரத்தை வெளியே பார்த்துக் கொண்டிருப்பதிலேயே கழித்து வந்தேன். சிறைச்சாலை வளாகமானது, உயர்ந்த கொங்க்றீட் மதில்களின் மேலே உலோக வலை வேலியிட்டு முற்கம்பி கொண்டு பின்னப்பட்டிருந்தது.

புறத்தே எதுவும் தென்படாத அளவுக்கு சுவர்கள் மிகவும் உயரமானவையாக இருந்ததால், நாங்கள் பாலைவனத்திலோ, சந்திரனிலோ இருந்து கொண்டிருப்பதாகத் தோன்றும். துப்பாக்கி ஏந்திய காவலர்கள் பிரதான நுழைவாயிலிலும், கட்டடங்களின் மேற்பகுதியிலும் காணப்படுவார்கள். சிறைச்சாலைக் கட்டடமானது வெற்றுவெளியொன்றின் மத்தியில் கட்டப்பட்டிருப்பதாக சக கைதிகள் மூலமாகக் கேள்விப்பட்டிருந்தேன். மதிலைத் தாண்டி வெளியே எதுவுமேயில்லை. வெளியாட்கள் எவரையும் காணவும் முடியாது. யாராவது அங்கிருந்து தப்பிச் செல்ல முயற்சித்தால், அவர் காவல் வீரர்களால் சுடப்படுவார் என்று நான் எச்சரிக்கப்பட்டிருந்தேன்.

‘அவங்கள் அவரைப் பிடிக்க முயற்சிக்க மாட்டினமோ? பிடிச்சுக் கொண்டு வந்து திரும்ப ஜெயிலில் அடைக்க?’ என்று கேட்டேன்.

‘எதுக்கு? அதுல அவங்களுக்கு என்ன பயன்? என்ன நடந்தாலும், எப்படியெண்டாலும் யார் பார்ப்பினம்?’ என்று பதில் வந்தது.

நான் அங்கிருந்த காலப் பகுதியில் எவருமே தப்பிக்க முயலவில்லை.

ரூஎனில் இரண்டு வாரங்கள் கழிந்த நிலையில் இருண்ட, எதிர்பார்ப்புக்களேதுமற்ற விரக்தியில் மூழ்கிப் போயிருந்தேன். எனது படுக்கையில் அமர்ந்திருந்து ஜன்னல் வழியே மணித்தியாலக் கணக்கில் வெறித்துப் பார்த்துக் கொண்டிருப்பேன். எனது குடும்பத்தைத் தொடர்பு கொள்ள எந்த வழியும் இருக்கவில்லை. எனக்கு வீட்டிலிருந்து எந்தத் தகவலுமில்லை. என்ன நடந்து கொண்டிருக்கிறது என்பதையும் நான் அறியவில்லை. நான் என்ன செய்ய வேண்டும் என்பதுவும் விளங்கவில்லை. எனது அம்மாவிடம், அவளுக்கும் எனது குடும்பத்துக்கும் நல்லதொரு வாழ்க்கையை ஏற்படுத்தித் தருவேன் என வாக்குறுதியளித்ததையிட்டு நான் மிகவும்

வெட்கப்பட்டேன். நான் எதை சாதித்திருக்கிறேன்? எதுவுமில்லை. மோசமானவை மாத்திரமே மீதமிருக்கிறது. எதுவுமே சாதிக்காதது மாத்திரமல்லாது, தற்போது ஒரு குற்றவாளியாகவும் முத்திரை குத்தப்பட்டிருக்கிறேன்.

தற்கொலைதான் இதற்கு மிகச் சிறந்த தீர்வென்று எனக்குப் பல தடவைகள் தோன்றியது. இப்போது நினைத்துப் பார்க்கும்போது, அன்று நான் தற்கொலை செய்து கொள்ளாதிருந்தமைக்கு ஒரே காரணம், அதை எப்படிச் செய்வதென்று அறியாதிருந்தமையே என்று தோன்றுகிறது.

ஒரு நாள் இரவு கிட்டத்தட்ட ஒன்பது மணியிருக்கும். ஒரு காவலர் எனது சிறையருகே தோன்றி கதவுக் கம்பியில் தட்டி ஓசையெழுப்பினார்.

'எழுந்து கொள்!' என்றார்.

என்ன நடந்து கொண்டிருக்கிறது என எனக்கு விளங்கவில்லை. என்ன நடக்கிறதெனக் கூறுமாறு அவரிடம் கெஞ்சினேன். ஆனால் அவர் மீண்டும் கம்பியில் தனது லத்தியைக் கொண்டு தட்டி என்னைப் பார்த்து 'எழுந்து வா. அதை நகர்த்த வேண்டும்!' என்று கத்தினார்.

கதவு திறந்து கொண்டதுமே அவர் என் பக்கம் திரும்பி எனது கைகளில் விலங்குகளை மாட்டினார். அப்போது நான் நிஜமாகவே பயந்து போனேன்.

'என்னைத் தொடர்ந்து வா. போகலாம்' என்றார்.

அவர் என்னை அழைத்துக் கொண்டு கீழே கூடத்தின் வழியாக படிக்கட்டுக்கு வந்து முதலாம் மாடியில் நடந்தார். அங்கு ஒரு சிறிய அறைக்கு வழி காட்டினார். அதன் கதவுகள் திறந்து கொண்டதும் எனது கை விலங்குகளை அகற்றி விட்டு உள்ளே செல்லுமாறு

கட்டளையிட்டார். கதவு சாத்தப்பட்டு தாழிடப்படுவது கேட்டது.

சில நிமிடங்களுக்குப் பிறகு, மற்றுமொரு காவலர் வந்தார். கதவைத் திறந்து உள்ளே வந்தவர் என்னிடம், எனது உடைமைகள் அடங்கிய பிளாஸ்டிக் பையைத் தந்தார். 'ஆடைகளை மாற்றிக் கொள்' என்று கட்டளையிட்டார். 'சிறைச்சாலைச் சீருடைகளை அந்தத் தொட்டியில் போடு' என்றார்.

என்ன நடந்து கொண்டிருக்கிறதென எனக்கு அப்போதும் புரியவில்லை. நான் மற்றுமொரு சிறைச்சாலைக்கு மாற்றப்படுகிறேனா? இலங்கைக்கு திருப்பியனுப்பப்படப் போகிறேனா? இவையெல்லாம் ஏன் இரவில் நடக்கிறது? இதற்கு முன்னர் இப்படியேதும் இரவில் நடந்ததாக அறியக் கிடைக்கவில்லையே.

ஆடைகளை மாற்றிக் கொண்டதன் பிறகு அடுத்து என்ன நடக்கப் போகிறதென்று ஆச்சரியத்துடன் காத்திருந்தேன். நான் மிகவும் சோர்ந்து போயிருந்த போதிலும், மின்சாரத்தால் தாக்குண்டது போல எனது நரம்புகள் அதிர்ந்தவாறு, வேதனையைத் தந்து கொண்டிருந்தன. அங்கு தடுத்து வைக்கப்பட்டுக் காத்திருந்த வேளையில், புதிய சிறைக் கைதிகள் தமது பரிதாபகரமான ஜீவிதத்தின் அடுத்த கட்டத்தைத் தொடங்குவதற்காகக் கொண்டு வரப்படுவதைக் கண்ணுற்றேன்.

சில நிமிடங்களுக்குப் பிறகு காவலர் மீண்டும் வாயிலருகே தோன்றி 'போகலாம்' என்றார்.

சிறைக்கு வெளியே நிறுத்தப்பட்டிருந்த வேன் ஒன்றின் அருகே கூட்டிச் செல்லப்பட்ட நான் உள்ளே ஏறிக் கொள்ளுமாறு கட்டளையிடப்பட்டேன். சுமார் பதினைந்து நிமிட தூரம் பயணித்த வேன் நிறுத்தப்பட்டு அதிலிருந்து இறங்கிக் கொள்ளுமாறு பணிக்கப்பட்டேன். நாங்கள் ஒரு ரயில் நிலையத்திலிருந்தோம். நான்

திணறிப் போயிருந்தேன். காவலர் ஒரு ரயில் பயணச் சீட்டினை என்னிடம் தந்து 'தொலைவாகப் போ!' என்றார்.

நடப்பது எதையும் நம்ப முடியாமல், அவர் நடந்து செல்வதையே பார்த்துக் கொன்டிருந்தேன். ரயில் நிலையத்துக்கு வெளியே நிறுத்தப்பட்டிருந்த வேன் வெளிக் கிளம்பிப் போகும்வரை நான் இருளில் காத்திருந்தேன். அது திரும்ப வரவில்லை. அந்த இரவு மரண அமைதியோடு இருந்தது.

என்னால் நம்பவே முடியவில்லை. நான் விடுதலை செய்யப்பட்டிருந்தேன்! எப்படியென்றும் ஏனென்றும் எனக்கெதுவும் விளங்கவில்லை. இப்போது என்ன நடந்தது? ஏன் என்னை விடுதலை செய்தார்கள்? என நான் ஆச்சரியப்பட்டேன்.

அந் நேரம் ரயில் நிலையமே காலியாகவிருந்தது. அங்கிருந்த சுவர்க் கடிகாரம் பத்து மணியைக் காட்டியது. சில நிமிடங்களுக்குப் பிறகு பாரிஸுக்குச் செல்லும் ரயில், அந் நிலையத்தை வந்தடைந்ததும் நான் அதில் ஏறிக் கொண்டேன். இரண்டு மணித்தியாலங்களுக்குப் பிறகு, நான் மீண்டும் பாரிஸில் இருந்தேன். அப்போது நள்ளிரவாகியிருந்தது. நடக்க முடியாமல் நான் களைத்துப் போயிருந்ததோடு, அந் நேரத்தில் அருகிலேதும் பேரூந்தோ, ரயில் சேவையோ கூட இருக்கவில்லை. எனவே என்னிடமிருந்த பணத்துக்கு ஒரு வாடகைக் காரில் பயணிக்கலாம் என்று தோன்றியது. நான் ஒன்றை அணுகி, பயணத்துக்கான வாடகை எவ்வளவு வரும் எனக் கேட்டதும் அவர் கூறிய தொகை என்னிடமிருப்பதை விட அதிகம் என்பதை உணர்ந்தேன். என்னிடமிருந்த தொகைக்கு அவர் என்னைப் பாதி வழியில் இறக்கி விடுவார். பரவாயில்லை. நான்தான் விடுதலையாகி விட்டிருந்தேனே!

அண்ணனின் குடியிருப்புக்கு நடந்தே போய்ச் சேர ஒரு மணித்தியாலம் அல்லது அதை விடவும் அதிகமான நேரம்

எடுத்திருந்தது. ஆனால் நேரம் காலம் தெரியாமல் நான் மகிழ்ச்சியாக இருந்தேன். அழைப்பு மணியை அடித்ததும், எனது அண்ணன் கதவைத் திறந்தார்.

'சரி. நீ வந்துட்டாய்' என்று யதார்த்தமாகக் கூறினார்.

அவர் எவ்வளவு அமைதியாக இருக்கிறார் என ஆச்சரியப்பட்டேன். என்ன நடந்ததென நான் லதியிடம் கூறியபோதும், அவர் அதை முன்பே அறிந்திருந்ததாகத் தென்பட்டது. சூட்டியின் நண்பர், மொன்றியல் விமான நிலையத்தில் எனக்காகக் காத்துக் கொண்டிருந்திருக்கிறார். நான் செல்லத் தவறியதும், லதி ஃபிரான்ஸ் குற்றவியல் வழக்கறிஞர் ஒருவரைத் தொடர்பு கொண்டிருக்கிறார். எப்படியென்று எனக்குத் தெரியவில்லை. எனினும், வழக்கறிஞரின் முயற்சியால் நான் விடுதலை செய்யப்பட்டிருந்தேன். அதை அறிந்து கொள்வதில் அர்த்தமில்லை. நான் கவலைகளிலிருந்தும் விடுவிக்கப்பட்டதில் நிம்மதியடைந்திருந்தேன். அந்த அதிர்ஷ்டத்துக்கும் ஒரு விலை இருந்திருக்கக் கூடும் என பின்னர்தான் உணர்ந்தேன்.

ஃபிரான்ஸில் சட்டவிரோத கடவுச்சீட்டைச் சுமந்து திரிவது கடுமையான தண்டனைக்குரிய குற்றம். நான் மாதக்கணக்கில் அல்லது வருடக்கணக்கில் சிறையில் காலம் தள்ள நேர்ந்திருக்கும். அக் கணம், நான் அனுபவித்த விடுதலை உணர்வை என்னால் வார்த்தைகளால் வர்ணிக்க இயலவில்லை. நான் விடுதலை செய்யப்பட்ட கணத்திலிருந்து, அனைத்தையுமே அருமையானதாக உணர்ந்தேன். சாதாரண காற்றுக் கூட மிகுந்த நறுமணத்தோடு வீசியது. சக கைதிகளிடமிருந்தான தாக்குதல்களிலிருந்தும், அடுத்துச் செய்ய வேண்டியவை குறித்த கட்டளைகளிலிருந்தும் நான் விடுதலையாகியிருந்தேன். நினைத்த நேரத்தில் எனது சொந்த

ஆடைகளை அணிந்து கொள்ளவும், எனக்குப் பிடித்ததையெல்லாம் சாப்பிடவும், செல்ல விரும்பிய இடத்துக்கெல்லாம் போகவும் என்னால் முடிந்தது. நான் எனது அண்ணனுக்கு மிகுந்த நன்றிக்கடன் பட்டவனாக இருந்தேன். அவரைப் பற்றி எண்ணியிருந்த மோசமான எண்ணங்கள் குறித்து வெட்கப்பட்டேன். குடும்பத்தில் மூத்தவராக, உண்மையான பொறுப்புணர்வோடு அவர் நடந்து கொண்டிருந்தார்.

லதி என்னைக் காப்பாற்றியிருந்தார்.

அத்தியாயம் 21

முன்பு போலவே நான் லதியுடனே தங்கிக் கொண்டேன். எனக்கும் அவருடைய அச்சகத்திலேயே ஒரு வேலை கிடைக்குமா என நான் அவரிடம் கேட்டேன்.

'அது சரி வராது' என்றார்,

'ஏன் சரி வராது?' என்று கேட்டேன்.

அதைப் பற்றி சற்றேனும் யோசித்துக் கூடப் பார்க்காது அவர் கடுமையாகக் கோபப்பட்டார்.

'நீ முதல்ல ஸ்கூலுக்குப் போய்ப் படிக்க வேணும்!' என்றார்.

'எனக்கு ஃப்ரென்ச் படிக்கக் கஷ்டமாயிருக்குது. நான் எப்படி ஹை ஸ்கூலுக்கோ யுனிவர்சிடிக்கோ போறது?' என்று திரும்பக் கத்தினேன். லதி எனக்குச் செய்து வரும் உதவிகள் அனைத்திற்கும் நான் மிகுந்த நன்றிக் கடன்பட்டிருக்கிறேன் எனினும் எனக்கும் கோபம் வந்து விட்டது. லதிக்கு ஒரு நல்ல வேலை இருக்கிறது. அந்த வேலை அவருக்கு நல்லது எனில் ஏன் எனக்குக் கூடாதென்கிறார்?

நான் நியாயமற்றவனாக நடந்து கொண்டிருக்கிறேன் என்பதைப் பின்னர்தான் உணர்ந்தேன். லதியின் பொறுப்பில் பல பிரச்சினைகள் இருந்தன. நானும் அவற்றில் ஒன்று. இதுவரைக்கும் நான்

செய்ததெல்லாமே, இலங்கையை விட்டு வெளியேறி ஜேர்மனியில் எனது அதிர்ஷ்டத்தைத் தேடிய பாரிய திட்டம் உட்பட அனைத்துமே, எனது தன்னிச்சையின் பேரில் செய்தவை. ஆரம்பத்திலிருந்தே அவை தவறாகிப் போயின. இத்தனை வருடங்கள் கழித்துத் திரும்பிப் பார்க்கும்போது, இவ்வளவையும் நான்தான் செய்தேனா என்பதைக் குறித்து வியப்பாகத்தான் இருக்கிறது. பைத்தியக்காரத்தனமாகவும் தோன்றுகிறது! தேவியோ, நளினியோ அல்லது கருணை மிகுந்த அந்த முஸ்லிம் பெண்ணோ, இந்த லதியோ இல்லையென்றால் இப்போது எங்கிருப்பேன் நான்?

என்னால் இயன்றளவு அக் குடியிருப்பில் நான் குறைந்தளவு நேரமே இருக்கத் தீர்மானித்தேன். ஒரு காரணம், நான் முன்பு அங்கிருந்ததை விடவும், இப்போது இருப்பதை லதி அவ்வளவாக விரும்பவில்லை என்பது கண்கூடாகத் தெரிந்தமை. மற்றது, அவரது அறைத் தோழர்கள் போதைப் பொருள் கடத்தல் வியாபாரத்தில் தீவிரமாக ஈடுபட்டு வந்ததால் அவர்களுடனிருந்தால் எப்போது நானும் கைது செய்யப்பட்டு சிறையிலடைக்கப்படுவேனோ என அச்சம் தோன்றியிருந்தமை.

உண்மையில் என்னிடம் எவ்விதத் திட்டங்களும் இருக்கவில்லை. எவ்விதத்திலும், சட்ட பூர்வமாக என்னால் பாரிஸில் ஒரு வேலையைத் தேடிக் கொள்ள முடியாது. கனடாவுக்குத் தப்பிச் செல்வது கூட இப்போதைக்குச் சாத்தியமில்லை. எனது விருந்தினர் நுழைவுச் சான்றையும் நீட்டித்தாயிற்று. எனினும், இனி என்ன செய்வதென்று எனக்குத் தெரிந்திருக்கவில்லை.

அகதிகள் குடியிருப்பொன்றில் வசித்து வரும் இலங்கையர் ஒருவரை நண்பராகக் கொண்டிருந்தேன். லதியின் குடியிருப்பைத் தவிர்த்து விட்டு, அவருடன் சில நாட்களாகத் தங்கிக் கொள்ளத் தொடங்கியிருந்தேன். பிறகு எப்போதாவதுதான் லதியைக் கண்டேன்.

நகரத்தைச் சுற்றித் திரிவதிலேயே அதிக காலத்தைக் கடத்தி வந்தேன். எவ்வளவுக்கெவ்வளவு நடந்தேனோ, அவ்வளவுக்கவ்வளவு எனக்குப் போக எவ்விடமுமில்லை என்பதையும் உணர்ந்தேன்.

அக் காலகட்டத்தில், இலங்கையில் என்ன நடந்து கொண்டிருந்தது என்பதைக் குறித்து, அகதிகள் குடியிருப்பிலிருந்த எனது நண்பர் கூறியதையல்லாமல் வேறெதையும் நான் அறிந்திருக்கவில்லை. வானொலியை செவிமடுக்கவுமில்லை. இலங்கையின் தொலைக்காட்சிச் செய்திகளைப் பார்க்க வழியிருக்கவுமில்லை. நண்பரின் அறையிலிருந்த தமிழ்ப் பத்திரிகைகளின் தலைப்புச் செய்திகளை மாத்திரம் எப்போதாவது வாசித்துப் பார்ப்பேன். ஆனால் உலகின் மறுபுறத்தில் நடைபெற்றுக் கொண்டிருந்த உள்நாட்டு யுத்தத்துக்கெதிராக எதையும் செய்யவும் இயலாமல், எனது குடும்பத்துக்கும் உதவ முடியாமல் இருப்பதையிட்டு நான் விரக்தியுற்று, என்னைக் குறித்தே வெட்கமடைந்திருந்தேன். இலங்கை குறித்த செய்திகளிலிருந்தும், எனது குடும்பத்துடனான தொடர்பிலிருந்தும் விலகிக் கொள்ளத் தொடங்கியிருந்தேன். பணம் எதையும் அனுப்பாமல், கடிதங்களை மாத்திரம் எழுதிக் கொண்டிருந்தால் அவர்கள் மனம் தளர்ந்து போய் விடுவார்கள். ஆகவே நான் கடிதங்கள் எழுதுவதையும் நிறுத்தி விட்டிருந்தேன்.

பாரிஸில் இரண்டு மாதங்கள் கழிந்ததன் பிறகு, எனது மனம் சலிப்படைந்து விட்டிருந்தது. நான் திரும்பவும் ஃபிரான்ஸை விட்டுச் செல்ல முயற்சிக்க வேண்டியிருந்தது. கல்விக்கான நுழைவுச் சான்றோடு லண்டனுக்குப் படிக்கப் போயிருக்கும் தனது நண்பரான க்ரிஸ்ஸைக் குறித்து சூட்டி அடிக்கடி கூறிக் கொண்டிருந்தார். இங்கிலாந்து வாழச் சிறந்த இடம் என்பது வெளிப்படையானது. நானும் அங்கு செல்ல முயற்சித்துப் பார்க்க முடிவெடுத்தேன்.

‘உனக்கு அங்க நல்ல வரவேற்பிருக்கும்’ என்று சூட்டி கூறினார்.

‘ஜேர்மனியைப் பற்றியும் அப்படித்தான் கேள்விப்பட்டு வந்தனான்’ என என்னைக் குறித்த கழிவிரக்கம் தோன்றி, உளறி விட்டேன். லதி குறுக்கிட்டார்.

‘உனக்கு இங்க எந் நாளும் இப்படிச் சும்மா தங்கியிருக்கேலாது’

அவர் கூறியது சரிதான்.

‘கனடாக்குப் போறத விட லண்டனுக்குப் போறது லேசு. உனக்கு இங்க்லிஷ் படிக்கேலும். அதுதான் நல்லது. அது உனக்கு உதவும்’ என்று வற்புறுத்தினார்.

நாங்கள் அனைவரும் அதைத் தீர்மானமாக ஏற்றுக் கொண்டோம். இங்கிலாந்துதான் சரியான தீர்வு.

லதி, போதைப்பொருள் விவகாரத்துடன் சம்பந்தப்பட்ட அறைத் தோழர்களிடம் கூறி ஒரு போலி ஃபிரான்ஸ் கடவுச்சீட்டை வாங்கிக் கொள்ள ஏற்பாடு செய்தார். எனது அண்மைய கைதுக்குப் பிறகு, சட்டவிரோதக் குற்றங்களின் இண்டு இடுக்குகளை நான் அறிந்திருந்ததால், அந்த நடவடிக்கையைக் குறித்துத் தயங்கினேன். எனினும் எனக்கு வேறு வழியில்லை என என்னை நானே சமாதானப்படுத்திக் கொண்டேன். எனக்கு புதியதொரு பெயரும், அடையாளமும் தேவைப்பட்டது.

கேலிக்குள்ளாக்கப்பட்டு நகைக்கத் தூண்டும் விதமாக, ’அந்தோணி ஃபிரான்சுவா’ என எனது புதிய பெயர் அதில் இருந்தது. எனது பிறப்பிடம் இந்தியாவில் பாண்டிச்சேரி. ஃபிரான்ஸ் தேசத்தவன். 1684 ஆம் ஆண்டு ஃபிரான்ஸ் தேசத்தவர்கள் பாண்டிச்சேரியைக் கைப்பற்றியிருந்தார்கள். அது எனது தோல் நிறத்துக்கும், எனது இந்தியப் பின்புலத்துக்கும் மிகவும் பொருத்தமாக இருந்தது.

எனது கைரேகை அடையாளங்கள் ஃபிரான்ஸ் காவல்துறையிடம் இருந்ததால், நெதர்லாந்தின் ஆம்ஸ்டர்டாம் வழியாக இங்கிலாந்துக்குச் செல்லத் தீர்மானித்தோம். எனவே சில தினங்களுக்குப் பிறகு லதி, சூட்டி மற்றும் போதைப் பொருள் வர்த்தகத்தில் ஈடுபடும் எமது அறைத் தோழன் ஆகியோர் என்னை ஆம்ஸ்டர்டாமுக்கு அழைத்துச் சென்றார்கள். ஒரு சமூக விரோதச் செயலைச் செய்வதைப் போலன்றி அப் பயணமானது ஒரு இனிமையான விடுமுறைச் சுற்றுலா என்பது போல உணரச் செய்யும் விதமாக அழகானதாக அமைந்திருந்தது. நாங்கள் ப்ரஸ்ஸெல்ஸ், பெல்ஜியம் வழியாக நின்று தரித்துச் சென்று, இங்கிலாத்துக்கான எனது விமானத்துக்கு இரு தினங்கள் மீதமிருக்கும் நிலையில், ஆம்ஸ்டர்டாமின் விடுதியொன்றில் தங்கியிருந்தோம்.

நாங்கள் ஆம்ஸ்டர்டாமை வந்து சேர்ந்த அன்று, இரவு நேரத்தில் நானும், சூட்டியும் தெருவில் உலவப் போயிருந்தோம். அந் நகரத்தின் சிவப்பு விளக்குப் பகுதியில் நுழைந்ததும், எனது கண்கள் வியப்பால் விரிந்து விட்டன. குறுகிய தெருக்கள் மதுபான சாலைகளை வரிசையாகக் கொண்டிருந்ததோடு, சிவப்பு நியோன் விளக்குகளால் பிரகாசித்துக் கொண்டிருந்தன. ஓரிரவுக்கோ, ஒரு மணித்தியாலத்துக்கோ வாங்கப்பட வேண்டி, அரை நிர்வாணப் பெண்கள் கண்ணாடி ஜன்னல்களின் பின்னால் காத்துக் கிடந்தார்கள். அழகிகளாகத் தெரிந்த அவர்கள் கவர்ச்சியான உள்ளாடைகளை மாத்திரம் அணிந்தவாறு, ஆபாசமாகவும், தவிர்க்க முடியாமலும் நடனமாடிக் கொண்டிருந்தார்கள்.

'அவையளுக்கு கிரெடிட் கார்டாலயும் காசு கொடுக்கேலும்!' என சூட்டி புன்னகையோடு கூறினார்.

ஜன்னல் வழியே வெறுமனே பார்த்து ரசிப்பதல்லாது, வேறெதையும் செய்வதற்கான துணிவில்லாமல் அதிர்ச்சியிலும், அச்சத்திலும் நானிருந்தேன்.

சூட்டி வெறுமனே வேடிக்கைக்காகச் சொல்கிறார் என்பதை நிச்சயமாக நானறிவேன். காரணம், இவ்வாறான பெண்களுடன் அவரை நான் ஒருபோதும் கண்டதில்லை. பணத்துக்காக என்னவெல்லாம் அந்தப் பெண்கள் செய்வார்கள் என்பதை அச் சமயத்தில் நான் அறிந்திருக்கவில்லை என்பதோடு தொற்று நோய்களால் பீடிக்கப்படுவேன் என்றும் பயந்தேன். நானே இவ்வாறான ஒருத்தியை நாட முற்பட்டால் கூட சூட்டி என்னை அனுமதித்திருக்க மாட்டார். நான் திருமணம் செய்யப் போகும் பெண்ணுடன் மாத்திரமே, நான் உடல் ரீதியான தொடர்பை வைத்திருக்க வேண்டும். எனது உறுதியான இலக்கில் மாத்திரம் கவனம் செலுத்த தீர்மானம் கொண்டிருந்தேன்.

ஆம்ஸ்டர்டாமிலிருந்து அயர்லாந்திலிருந்த டப்ளினுக்கு அழைத்துச் செல்லக் கூடிய விமானத்தின் பயணச் சீட்டொன்றை லதி வாங்கிக் கொடுத்தார்.

'அயர்லாண்ட் எப்படியிருக்கும்?' என்று அவரிடம் கேட்டேன்.

'அது ஒரு பிரச்சினையில்ல. இப்ப நீ இதை மட்டும் தெரிஞ்சாக் காணும்' என்ற லதி டப்ளினுக்கு நான் போய்ச் சேர்ந்ததும் அங்கு க்ரிஸ் வந்து என்னைச் சந்திப்பார் என்றும் கூறினார்.

மறுநாள், லதியிடம் விடைபெற்றுக் கொண்ட நான் மீண்டும் விமானத்தில் ஏறினேன். இந்தத் தடவை எந்தப் பிரச்சினையும் இருக்கவில்லை. ஐரோப்பாவுக்குள் பயணிப்பது கனடாவுக்குச் செல்வதைக் காட்டிலும் இலகுவானதாக இருந்தது. விமான நிலையத்துக்குள் வைத்து, கடவுச்சீட்டை ஒப்படைக்கும் இடத்திலோ, குடிவரவுப் பகுதியிலோ எவருமே என்னை எந்தக் கேள்வியும் கேட்கவில்லை. தாமதமாக வந்த அந்த விமானத்தில் என்னுடன் பத்துப் பேருக்கும் குறைவான பயணிகளே இருந்தார்கள்.

விமானமானது டப்ளினில் தரையிறங்கிய போது, குடிவரவு பகுதியில் அமர்ந்திருந்த குடிவரவு அதிகாரி உறங்கிக் கொண்டிருந்தார். என்னால் நம்பவே முடியவில்லை. நான் நேராக வெளியேறும் இடத்துக்கு நடந்து சென்றேன்.

அது, செப்டம்பர் மாதத்தின் இறுதி வாரமாக இருந்ததோடு காலநிலை குளிராகவும், ஈரலிப்பாகவும் இருந்தது. ஒரு வாடகைக் காரை அமர்த்திக் கொண்ட நான், என்னை நகரத்திலிருக்கும் படுக்கையும், காலையுணவும் அளிக்கக் கூடிய ஒரு சாதாரண விடுதிக்குக் கொண்டு சேர்க்குமாறு சாரதியிடம் தெரிவித்தேன். விடுதியில், ஒரு முதியவர் எனக்கு சாதாரணமான ஆனால் வசதியான அறையொன்றைக் காண்பித்தார். அதில் ஒரு படுக்கையும், சிறிய மறைவிடமொன்றும் இருந்தது. விளையாட்டுப் பொருள் போல, சில்லறை நாணயமிட்டால் மாத்திரம் இயங்கக் கூடிய, அறையைச் சூடேற்றும் கருவியொன்றும் அங்கு காணப்பட்டது. சில்லறை நாணயமிட்டு, அறையை வெப்பமாக வைத்திருக்க நான் அடிக்கடி விழித்துக் கொள்ள வேண்டியிருந்தது.

மறு நாள், நான் லதியை அழைத்து எனது டப்ளின் முகவரியைக் கொடுத்தேன். அந்த விடுதி உரிமையாளரின் மகளெனக் கருதப்படக் கூடிய விதத்தில், மிகவும் வயது குறைந்த இளம்பெண்ணொருத்தி எனக்கு காலையுணவைத் தயாரித்துக் கொடுத்தாள். முட்டை வறுவல், பன்றியிறைச்சியினாலான சோசேஜஸ், சமைத்த பன்றியிறைச்சி மற்றும் வாட்டிய பாண். எனக்கு அவை வழமைக்கு மாறானவையாகத் தோன்றிய போதிலும், சுவையாகவே இருந்தன. அவள் எனது தட்டை உணவுகளால் நிறைத்துக் கொண்டேயிருந்தாள்.

டப்ளினை நடந்து சுற்றித் திரிவதை நான் அனுபவித்துச் செய்து கொண்டிருந்தேன். A Nightmare on Elm Street எனும் திரைப்படத்தை முதன்முறையாகப் பார்த்து ரசித்தது அங்கிருந்த

திரையரங்கொன்றில்தான். அத் திரைப்படத்தின் வசனங்களைப் புரிந்து கொள்ள முடியாவிட்டாலும் கூட, என்ன நடக்கிறதென புரிந்து கொள்ள முடிந்தது. படத்தை ரசிப்பதற்கு அது ஒரு தடையாக இருக்கவில்லை. திகிலூட்டும் திரைப்படமாக இருந்த அது, எனக்கு மிகவும் பிடித்திருந்தது.

நான் அங்கு போய்ச் சேர்ந்த ஒரு கிழமைக்குப் பிறகு, இங்கிலாந்திலிருந்து வந்திருந்த சூட்டியின் நண்பரான க்ரிஸ்ஸைச் சந்தித்தேன். அந்த விடுதியறையிலிருந்து விடைபெற்றுக் கொண்ட நாங்கள் டப்ளின் துறைமுகத்துக்குச் செல்ல ஒரு வாடகைக் காரை அமர்த்திக் கொண்டோம்.

‘ஞாபகத்தில வச்சிருங்கோ. வழியில யாரோடும் கதைக்க வேண்டாம்’ என்று க்ரிஸ் கூறியதும், எனக்குப் புரிந்ததாகக் கூறினேன்.

அது ஒக்டோபர் மாதத்தின் தொடக்கம் என்பதால் குளிராகவும், ஈரலிப்பானதாகவுமே இருந்தது. நாம் கடந்து சென்ற பரந்த நீர்ப் பரப்பு யாழ்ப்பாணக் கடற்கரைகளை நினைவுபடுத்தியது. திடீரென நிலப்பகுதி தூரமாகிக் கொண்டே சென்று கண்ணுக்கெட்டிய தொலைவுக்கு தண்ணீரைத் தவிர வேறெதையும் காண முடியவில்லை. நான் படகின் வெளிக் கூடத்திலேயே நின்று கொண்டு, தண்ணீரையே வெறித்துப் பார்த்தவாறு ரூஎன் சிறைச்சாலையிலிருந்த எனது சிறையறையையும், அதைச் சூழ்ந்திருந்த உயர்ந்த மதில்களையும் குறித்து நினைத்துப் பார்த்துக் கொண்டிருந்தேன். பின்னாட்களில் நான் அந்தப் பாதையை வரைபடத்தில் தேடிப் பார்த்தேன். வரைபடத்தில் அது நீண்ட பாதையாகத் தென்படவில்லை எனினும் நிஜத்தில் அதுவொரு நீண்ட பயணமாக என்னை உணரச் செய்திருந்தது.

பயணத்தின் முடிவிடமான லிவர்பூலை நெருங்கியதும், குடிவரவு அதிகாரிகள் இறங்கப் போகும் பயணிகளை ஆங்காங்கே விசாரித்துக் கொண்டிருப்பதை அவதானித்தேன். அவர்களிடம் சிலர் தமது

கடவுச்சீட்டுகளையும், அடையாள அட்டைகளையும் ஒப்படைப்பதைக் கண்டு நான் அதிர்ந்து போயிருந்தேன். அவர்கள் என்னைத்தான் தேடிக் கொண்டிருக்கிறார்கள் என நான் நம்பினேன்.

'பதறாதீங்கோ' என க்ரிஸ் முணுமுணுத்தார்.

அந்த வரிசையில் அதிகாரிகள் எம்மை நெருங்கி வருகையில் எனது இருதயமானது பலமாகத் துடித்ததோடு, எனது கால்களை பலவீனமாக உணர்ந்தேன். எனது கைகள் அந்தக் குளிரிலும் வியர்த்திருந்தன. அது க்ரிஸ்ஸின் முறை. அவர் தனது கடவுச்சீட்டை அந்த அதிகாரியிடம் கையளித்தார். அதிகாரி அவரை ஒரு ஓரமாக நிற்குமாறு கேட்டுக் கொண்டார். இதோ அவரைக் கைது செய்யப் போகிறார்கள்! என நான் நினைத்தேன்.

அதிர்ஷ்டவசமாக அவரது மாணவர் நுழைவுச் சான்று ஒழுங்காக இருந்ததோடு, அவர் எவ்வித சிக்கலுமில்லாமல் செல்ல அனுமதிக்கப்பட்டார். நான் என்னை அமைதியாகக் காட்டிக் கொள்ள முயற்சித்தபோதிலும் எனது தைரியம் மழுங்கிக் கொண்டிருந்தது. இப்போது என் முறை. எனது கால்கள் தொய்வுப் பட்டைகளைப் போல பலவீனமாக நடுங்கிக் கொண்டிருந்தன. இப்போது என்னிடம் கடவுச்சீட்டைக் கேட்பார்கள் என நான் நினைத்தேன். அதை ஏறிட்டுப் பார்க்கும் அதிகாரி,

'அந்தோணி ஃபிரான்சுவா? நிஜமாவா? என்னுடன் விளையாடு கிறாயா?' என்று கூறி என்னை இந்த இடத்திலேயே கைது செய்வார்.

ஆனால் அந்த அதிகாரி என்னைப் பார்த்துத் தலையசைத்தார். நானும் அவரைப் பார்த்துப் புன்னகையோடு தலையசைத்து விட்டு வெளியேறும் வாசலை நோக்கி நடந்து சென்றேன். பல கோடி டொலர்களை வென்ற மகிழ்ச்சியை உணர்ந்தேன். எப்படியோ சாதித்து விட்டேன். மீண்டும் என்னை சுதந்திரமானவனாக உணர்ந்தேன்!

அத்தியாயம் 22

குடிவரவு அலுவல்கள் முடிந்ததும், க்ரிஸூம் நானும் லிவர்பூலிலிருந்த ஒரு ரயில் நிலையத்தை நோக்கிச் சென்றோம். நாங்கள் இருவருமே பரவசமடைந்திருந்தோம். க்ரிஸ், தன்னை அவர்கள் ஓரமாக நிற்குமாறு கூறியதும், தவறேதும் செய்யவில்லை எனினும், தான் அந் நேரம் கலவரமடைந்து போயிருந்ததை ஏற்றுக் கொண்டார்.

'நீர் சாதிச்சிட்டீர்' என்றார்.

காற்றை இழந்த பழைய பலூனொன்றைப் போல, சட்டென அனைத்து மனச் சுமைகளும் அகன்று விடுதலையாகி விட்டதை உணர்ந்து ஆறுதலடைந்தேன். என்னிடம் எவ்வித உணர்ச்சிக் கொந்தளிப்புகளும் மீதமிருக்கவில்லை. புன்னகைப்பதையும், தலையசைப்பதையும் மாத்திரமே என்னால் செய்ய முடிந்தது.

அது லண்டனுக்கான நெடுந் தூரப் பயணம் என்பதால் மிகவும் களைத்துப் போயிருந்தேன். எனினும் க்ரிஸூக்கு கதைக்க வேண்டியிருந்தது. அவர் லதியைப் பற்றியும், சூட்டியைப் பற்றியும் கேட்டார். கனடாவுக்குப் போகும் வழியில் காவல்துறையினரிடம் பிடிபட்ட எனது அனுபவத்தைப் பற்றிக் கதைத்தோம். அவர்

லண்டனில் வெம்ப்ளி பார்க்குக்கு அருகாமையில் ஒரு வீட்டில் வசித்து வருவதாகக் கூறினார். அந்த வீடு பாதாளத் தொடர்வண்டி நிலையத்துக்கு மிகவும் அருகில் அமைந்திருப்பதாகக் குறிப்பிட்டார்.

இரண்டரை மணித்தியாலங்களுக்குப் பிறகு, லண்டனின் யூஸ்டன் ரயில் நிலையத்தைச் சென்றடைந்த நாங்கள் அங்கிருந்து வெம்ப்ளி பார்க்குக்கு பாதாளத் தொடர்வண்டியில் பயணித்தோம். இரண்டு மாடிகளைக் கொண்ட ஒரு வீட்டின் முதல் மாடியில் அவ் வீட்டார்கள் வசிக்க, இரண்டாம் மாடியை க்ரிஸ்ஸும் அவரது சகோதரரும் வாடகைக்கு எடுத்திருந்தார்கள். அந்த வீடு சிறியதாகவும், தனியான படுக்கையறையையும், குளியலறையையும், பகிர்ந்து கொள்ளப்பட வேண்டிய சமையலறையையும் கொண்டிருந்தது. க்ரிஸ் அப் படுக்கையறையைப் பயன்படுத்தியதோடு, நானும் அவரது சகோதரரும் கூடத்தில் உறங்கி வந்தோம்.

வீட்டைச் சூழவிருந்த பகுதி மோசமாக இருந்த போதிலும், வீட்டிற்கான வாடகை மலிவானதாக இருந்தது. எமக்கு வீட்டை வாடகைக்கு அளித்திருந்தவர்களும் இலங்கையர்களாக இருந்தமை மிகவும் உதவியாக இருந்தது. இலங்கையர்களைச் சூழவுமிருப்பது, சிறந்த வாழ்க்கையைத் தேடி தாய்நாட்டை விட்டு வந்த எனது முட்டாள்தனத்தையும், குற்றவுணர்ச்சியையும் மட்டுப்படுத்துவதாக என்னை உணரச் செய்தது. உண்மையில் அப் பகுதியில் அதிகளவில் இலங்கையர்களும், இந்தியர்களுமே வசித்து வந்தார்கள். அநேகமான இந்தியர்கள் அப் பகுதியில் சிறிய சில்லறைக் கடைகளையும், பல்பொருள் அங்காடிகளையும் சொந்தமாக நடத்தி வந்த போதிலும், எனக்கு அவ்வாறானவற்றில் ஆர்வமில்லை என்பதை நானறிந்திருந்தேன்.

ஒவ்வொரு நாளும் அந்தப் பாதாளத் தொடர் வண்டி நிலையத்தில், என் வயதையொத்த இளைஞர் குழுக்கள் சிகரெட்டுக்களைப்

புகைத்துக் கொண்டிருப்பதையும், அவற்றால் காற்றில் வளையமிடுவதையும் அவதானித்துக் கொண்டிருந்தேன். எனினும், நான் ஒரு வேறுபட்ட வாழ்க்கையைக் கட்டியெழுப்புவதில் உறுதியாக இருந்தேன்.

அக் காலகட்டத்தில் ஃபிரான்ஸ் கடவுச்சீட்டைக் கொண்டிருக்கும் ஒருவர் இங்கிலாத்துக்குள் பிரவேசிக்க அயல்நாட்டு நுழைவுச் சான்று தேவைப்படவில்லை. எனினும், நான் லண்டனுக்குள் ஒரு போலி ஃபிரான்ஸ் கடவுச்சீட்டுடன் சட்டவிரோதமாகவே நுழைந்திருப்பதால் என்னால் புகலிடம் கோரி விண்ணப்பிக்கவும் முடியாது. அவ்வாறு செய்தால் நான் உடனடியாகக் கைது செய்யப்படுவேன். அதனால், என்னால் சட்டபூர்வமாக ஒரு வேலையையும் தேடிக் கொள்ள முடியவில்லை.

ஆகவே மீண்டும் நான், வீட்டை எட்ட முடியாத் தொலைவிலிருந்த ஒரு அந்நிய நாட்டில் தனித்துப் போய்த் தவித்துக் கொண்டிருப்பதை உணர்ந்தேன். நான் எனது வீட்டை விட்டு வந்ததிலிருந்து இதுவரையில் எதையும் கற்றுத் தெளியவில்லையா? குறிப்பாக, இவ்வளவுக்கும் பிறகாவது, இவ்வளவு துயரங்களை அனுபவித்ததற்குப் பிறகாவது நான் தெளிவாகியிருக்க வேண்டும். அந்த சமயத்தில் எனது முழுமையான அப்பாவித்தனத்தை நியாயப்படுத்தவோ, விவரிக்கவோ முடியாமல் நான் அல்லாடிக் கொண்டிருந்தேன். நான் முட்டாளாக இருக்கவில்லை. அனைத்து அபாயங்களையும் அறிந்திருந்தேன். எனினும், அனைத்துக்குள்ளும் என்னை ஈடுபடுத்திப் பார்க்க முனைந்திருந்தேன். எதிர்காலத்தில் அடையப் போகும் வெகுமானங்களுக்கு மத்தியில் அந்த அபாயங்கள் எவையுமே வலிதானவை அல்ல என எனக்கு நானே நம்பத் தலைப்பட்டேன். எனக்கும், எனது குடும்பத்துக்குமான நல்வாழ்க்கை எனும் கனவு, தொடர்ந்தும் கனவாகவே இருந்தது. எனினும் அதைத் தவிர்த்து

அனைத்தையும் இழந்து விட்டிருந்தேன். கனவுகளைக் கைவிட்டால் என்ன நடக்கும்? அதையும் இழந்து விட்டால் நான் நல்ல நிலையை அடைய முடியுமா என்ன? முடியாது. கனவு மாத்திரமே என்னிடம் மீதமிருந்தது.

விரைவில், லண்டனில் குடியேறியவர்களுக்கு ஆங்கிலம் கற்பிக்கும் ஒரு சிறிய தனியார் வகுப்பொன்று வெம்ப்ளி பகுதியில் இருப்பதைக் கண்டுகொண்டேன். மூன்று மாத வகுப்புக்களுக்கான கட்டணமாக ஐநூறு பவுண்ட்களைச் செலுத்த வேண்டியிருந்ததோடு, அது அக் காலகட்டத்தில் எனக்கு மிகப் பெரிய தொகையாகவிருந்தது. மறைமுகமாக ஊதியம் வழங்கப்படும் சிறிய பல்பொருள் அங்காடியொன்றில் இரவு நேரங்களில் வேலை செய்ய ஆரம்பித்தேன். குளிர்சாதனப் பெட்டிகளிலிருந்த சாதனங்களை அகற்றி, அவற்றை வெதுவெதுப்பான நீரால் துடைத்து, அவற்றில் மீண்டும் புதிய பால், பாலாடைக் கட்டிகள், முட்டைகள் போன்றவற்றை குளிர்சாதனப் பெட்டிகளின் பின்புறத்திலும், பழையவற்றை முன்புறத்திலும் அடுக்கி வைக்க வேண்டியிருந்தது. இப்போதும் கூட நான் பல்பொருள் அங்காடிக்குச் செல்லும்போது, எனக்குத் தேவையான சாதனங்களை பின்புற அடுக்குகளிலிருந்தே தேர்ந்தெடுத்து வருகிறேன்.

நான் இரவு பதினொரு மணியளவில் ஆரம்பித்து, காலை ஏழு மணி வரை அங்கு பணியாற்றி வந்தேன். அங்கிருந்து நேராக எனது ஆங்கில வகுப்புக்குப் போய் வந்தேன்.

குட்டைத் தலைமயிருடனும், உயரமாகவுமிருந்த ஸ்கொட்லாந்தைச் சேர்ந்த பெண்மணியொருவர் எமது போதனையாளராக இருந்தார். ஸ்கொட்லாந்தைச் சேர்ந்த எவரையும் நான் அதற்கு முன்னர் சந்தித்திருக்கவில்லை என்பதோடு ஸ்கொட்லாந்து எங்கேயிருக்கிறது என்பதைக் கூட நான் அறிந்திருக்கவில்லை. அவரது உச்சரிப்பு அழகானதாகவும், வித்தியாசமானதாகவும் இருந்தது. ஆங்கில

மொழியைப் பேசும் விதத்திலும் பல வகையான உச்சரிப்புக்கள் இருக்கக் கூடுமென நான் உணர்ந்திருக்கவில்லை. நாங்கள் பூர்வீகத்திலிருந்தே ஆங்கிலம் பேசுபவர்களைப் போலக் கருதியோ என்னமோ அவர் ஆரம்பத்தில் மிக வேகமாக ஆங்கிலத்தில் கதைத்து வந்தார். பிறகு அவர் கூறிவற்றை அப்படியே மிகவும் மெதுவாகச் சொல்வார். நாங்களும் மிக மெதுவாகவே கதைப்போம்.

"Can you tell me how to get to Wembley Station?"

"Can ... you ... tell me ... how ... to get ... Wahmbley ..."

அவர் ஒரு மிகச் சிறந்த ஆசிரியை. பயிற்சி வகுப்புக்களின் நிறைவில் அவர் எங்களுக்கு ஒரு பரீட்சை வைத்தார். த ஹியூமன் லீக் இசைக் குழுவின் "Don't You Want Me?" பாடலின் வரிகள் அச்சிடப்பட்ட காகிதங்களை எம் ஒவ்வொருவரிடமும் தந்தார். நாங்கள் பாடலைச் செவிமடுத்தவாறே பாடலின் விடுபட்ட வரிகளை நிரப்ப வேண்டியிருந்தது.

அவர் பாடலின் முதல் வரியை வாசித்தார்.

"You were workin' as a waitress in a..."

"Cocktail bar!"

"Correct. How about this one?" I shook you up and..."

"Turning around!"

"Turned you around. Very good!"

அவர் பாடிக் காட்டியவாறும், இசையைக் கேட்டு நடனமாடியவாறு வேடிக்கையாகக் கற்பித்ததுவும், கற்றுக் கொள்ளும் ஆர்வத்தைத் தூண்டும் விதமாக இருந்தது.

வழமையாகவே வகுப்புக்கள் முடியும்போது நான் மிகவும் சோர்ந்து போயிருப்பதால் பிற்பகல் வேளைகளில் வீட்டுக்கு

தடுமாறியவாறே நடந்து சென்று, மாலை நேரங்களை உறக்கத்தில் கழிப்பேன். எவ்வாறாயினும் எனது நிலைமையை திருப்திகரமானதாக நான் உணரவேயில்லை. ஒவ்வொரு தடவை கதவு தட்டப்படும் ஓசை கேட்கும் போதும், இப்போது குடிவரவு அதிகாரிகள் உள்ளே வந்து என்னைக் கைது செய்யப் போகிறார்கள் என பயத்தில் விதிர்த்துப் போயிருப்பேன். கதவைப் பலமாகத் தட்டி, திறக்குமாறு சத்தம் போட்டு உத்தரவிடப்படுவதை வேடிக்கையாக நினைத்திருந்தார் க்ரிஸ். எனினும் எனக்கு அது வேடிக்கைக்குரிய விடயமல்ல. மிகவும் அச்சமூட்டுகிற விடயம் அது. க்ரிஸ் இங்கிலாந்து பல்கலைக்கழகத்தில் படிக்க வந்திருப்பதால் அவருக்கு தப்பிப் பிழைத்தவராக வாழ்பவரின் மனநிலை குறித்த எவ்விதப் புரிதலும் இருக்கவில்லை.

அதைத் தவிர்த்துப் பார்த்தால், க்ரிஸ் மிகவும் கருணையானவர். அவர் என்னிடம் வாடகை எதுவும் கோரவில்லை எனினும் என்னாலான உதவி எனும் விதத்தில் நான் எப்போதாவது மளிகைப் பொருட்களை வாங்கிக் கொண்டு வருவேன். நான் சம்பாதித்து வந்த சொற்ப பணத் தொகையையும் கூட நான் இலங்கையிலிருந்த எனது குடும்பத்தாருக்கு அனுப்பி வந்தேன். எனக்கு கோழியைத் தவிர வேறெதையும் சமைக்கத் தெரிந்திருக்காததால், அநேகமான நேரங்களில் க்ரிஸின் சகோதரரே சமைத்து வந்தார்.

நான் லண்டனுக்கு வந்து ஆறு மாதங்களாகி விட்டிருந்தன. இலங்கையிலிருந்து வந்து பதினான்கு மாதங்கள் கடந்து விட்டன.

எனது வாழ்க்கை எனக்குத் திருப்தியளிக்காத காரணத்தால் ஒவ்வொரு நாளையும் நான் கவலையுடனே கழித்து வந்தேன். நல்லதொரு வாழ்க்கையைத் தேடி இலங்கையிலிருந்து வந்த நான், உண்மையில் எதைத்தான் சாதித்திருக்கிறேன்? எனது கனவு முன்னெப்போதையும் விட தொலைவில் இருந்தது.

எனது சட்டவிரோத கடவுச்சீட்டு இன்னும் மூன்று மாதங்களில் காலாவதியாகி விடும். அதைப் புதுப்பிக்க நிச்சயமாக ஒரு வழியுமில்லை. எவ்விதத்திலும் பாரிஸுக்குத் திரும்பிச் செல்லும் ஆபத்தை எதிர்நோக்கவும் என்னால் முடியாது.

ஒரு ஒழுங்கான வேலை செய்து, நியாயமான ஊதியத்தைப் பெற்றுக் கொள்ள வழியற்றிருப்பது மன அழுத்தத்தையும், வெறுப்பையும் தந்திருந்தது. வெறுமனே நாட்களைக் கழித்துக் கொண்டிருப்பதையும், ஒவ்வொரு கதவு தட்டல்களுக்கும் அஞ்சி நடுங்குவதையும் தவிர்த்து நான் ஏதேனும் செய்ய வேண்டும். ஆனால் எல்லாவற்றிற்கும் முதலில் எனது அடையாளம் எனக்கு மீண்டும் வேண்டும். ஜேர்மனியிலும், ஃபிரான்ஸிலும் நான் அகதியாக சிறையிலிருந்த போதிலும், எனது சுய அடையாளத்துடனே இருந்திருக்கிறேன். ஆனால் இங்கிலாந்தில் நான் ஒரு போலி அடையாளத்தை சுமந்து திரிந்து கொண்டிருந்தேன். எப்படிப் பார்த்தாலும், நான் யாராக இருந்தாலும், யாராக இருப்பது போல் பாசாங்கு செய்தாலும், எங்கும் செல்ல முடியாமல் ஓரிடத்தில் சிக்கித் தவித்துக் கொண்டிருந்தேன்.

இங்கிலாந்து, எனக்குச் சாத்தியமான, எனது இலக்கான புதியதொரு வாழ்க்கையைக் கட்டியெழுப்பி, அம்மாவையும், உடன் பிறப்புக்களையும் கூட வைத்துக் கொள்ளும் கனவை நிறைவேற்றக் கூடிய இடமாக இருக்காதென எனது உள்ளுணர்வு சொல்லிக் கொண்டேயிருந்தது. நான் எனது அம்மாவை, அப்பாவிடம் தனியே விட்டு வந்திருந்தேன். அவர்களுக்கு போதியளவு உணவைப் பெற்றுக் கொள்ள முடியுமோ தெரியாது. இலங்கையில், யுத்தத்தினதும், கலவரங்களினதும், ஊரடங்குச் சட்டங்களினதும் இடையே எனது குடும்பத்தாரால் பாதுகாப்பாக இருக்க முடிகிறதோ தெரியவில்லை. மிகுந்த குற்றவுணர்வை உணர்ந்தேன்.

நான் இப்போது வெளியேற முயற்சிக்காதிருந்தால் என்றென்றைக்குமாக இங்கிலாந்திலேயே மாட்டிக் கொண்டு காலம் கழிக்க வேண்டி வரும். எனது அம்மாவைத் திரும்பக் காண முடியாமலே போகக் கூடும் என்று நினைத்தேன். அந்தச் சூழ்நிலையைக் குறித்து எப்போதும் ஆழமாக யோசித்துக் கொண்டிருந்தேன். இவ்வளவு அபாயங்களையும் பத்திரமாகக் கடந்து வந்த நான் இன்னுமொரு சந்தர்ப்பத்தையும் மோதிப் பார்க்க வேண்டுமென எனக்கு நானே கூறிக் கொண்டேன். அம்மாவை எனது சிந்தனையிலேற்றி எனக்கு நானே பலமேற்றிக் கொண்டேன்.

வழமை போலவே, எனது பழக்கமாகவே மாறிப் போயிருந்த விதத்தில், முன்யோசனை ஏதுமற்று, திரும்பவும் கனடாவுக்குச் செல்வது மாத்திரமே மீதமிருக்கும் ஒரே வழியெனத் தீர்மானித்தேன். உண்மையில் எனக்கு கனடாவைப் பற்றியும், ஏனைய இடங்களை விட எவ்வாறு அங்கு வாழ்க்கை சிறப்பாக அமையக் கூடும் போன்ற எதைப் பற்றியும் நான் எதுவும் அறிந்திருக்கவில்லை. இப்படித்தான் முன்பு நான் ஜேர்மனி மாத்திரம்தான் எனது அனைத்துப் பிரச்சினைகளுக்கும் தீர்வினைத் தரும் என நம்பியிருந்தேன். கனடாவானது, பெருமளவான புலம்பெயர்ந்த தமிழர்களுக்கு புகலிடம் தந்திருக்கிறது என்பதை நான் மற்றவர்களிடமிருந்து அறிந்து கொண்டிருந்தேன். இவ்வாறான சிறு சிறு தகவல்களைக் கொண்டு யோசித்துப் பார்த்தபோது, அது சிறந்த ஒரு இடமாகத் தோன்றியது.

சில தினங்களுக்குப் பிறகு நான், மொன்றியலுக்குச் செல்லும் ஒருவழிப் பாதை பயணச் சீட்டொன்றைப் பதிவு செய்து வைத்தேன். அது எனது கண்மூடித்தனமான, முட்டாள்தனமான செயல் என்பதை இப்போது உணர்கிறேன். எனினும், ஆறு மாதங்களாக, சட்டவிரோதமாகக் குடியேறியவனாக இங்கிலாந்திலேயே, பயந்தவாறே தங்கியிருப்பது கடுமையான மன அழுத்தத்தைத் தந்து

என்னை வெளியேற உந்தியது. வெளியேறும் தினம் நெருங்கியதும், நான் மிகுந்த ஆர்வத்துடனிருந்தேன். பயம்தான் எனது மோசமான எதிரியென்பதால், திரும்பவும் மாட்டிக் கொண்டு சிறைக்குச் செல்ல வேண்டி வருமோ என்ற பயத்தையும் தாங்க முடியாதிருந்தது. நான் பயணிக்க வேண்டிய நாளன்று க்ரிஸ் லண்டன் ஹீத்ரூ விமான நிலையத்துக்கு என்னை அழைத்துச் சென்று, அனைத்தும் சிறப்பாக அமையும் எனக் கூறி வாழ்த்தினார். கடவுச்சீட்டுக்களைப் பரிசோதிக்கும் இடம் மூடப்படும் இறுதிக் கணம் வரைக்கும் விமான நிலையத்தில் காத்திருந்தேன். நான் இதை முன்பே திட்டமிட்டிருந்தேன். காரணம், அக் கணத்தில்தான் குடிவரவு அதிகாரிகளுக்கு என்னை அதிகம் கேள்விகள் கேட்டு விசாரிக்க நேரமிருக்காது என எண்ணினேன்.

நான் அந்த இடத்தை நெருங்கியதும், அங்கிருந்த பெண் அதிகாரி எனது கடவுச்சீட்டை கணினியில் பிரதியெடுத்தவாறே என்னை ஏறிட்டுப் பார்த்து விட்டுத் திரும்பி தொலைபேசியைக் கையிலெடுத்தார். அவர் குடிவரவு நிலையத்தைத் தொடர்பு கொண்டு, எனது அடையாளத்தை உறுதிப்படுத்த வேண்டும் எனக் கூறுவதைப் புரிந்து கொள்ள முடியுமான அளவுக்கு எனக்கு ஆங்கில அறிவு இருந்தது. அவர் தொலைபேசியைக் கீழே வைத்து விட்டு, என்னை ஒரு நிமிடம் காத்திருக்கச் சொன்னார். ‘அதற்கு அவ்வளவு நேரமெடுக்காது’ என்று இனிமையாகக் கூறினார்.

வெகு சீக்கிரத்திலேயே, ஒரு குடிவரவு அதிகாரி என்னை நோக்கி வேகமாக வருவதை ஓரக் கண்ணால் கண்டேன். இரண்டு அதிகாரிகளும் ஒருவரையொருவர் முகமன் கூறிக் கொண்டதோடு, புதிதாக வந்தவரிடம் எனது கடவுச்சீட்டு ஒப்படைக்கப்பட்டது. நான் பதற்றத்தை வெளிக்காட்டாதிருக்கப் பாடுபட்டுக் கொண்டிருந்தேன்.

அந்தக் குடிவரவு அதிகாரி எனது கடவுச்சீட்டை ஒவ்வொரு பக்கமாகக் கவனமாக பரிசீலித்துப் பார்த்தவாறு என்னைத் தொடர் கேள்விகளால் திணறச் செய்தார்.

‘உன் பெயரென்ன?’

நான் எனது போலி ஃபிரன்சுவா பெயரைக் கூறினேன். அந்தோணி ஃபிரான்சுவா.

‘எங்கே போகிறாய்?’

‘மொன்றியலுக்கு’

‘மொன்றியலுக்கு எதற்காகப் போகிறாய்?’

நான் ஃபிரான்ஸ் கடவுச்சீட்டை வைத்திருந்ததால் என்னைக் காத்துக் கொள்ள ஒரே வழி ஆங்கிலத்தை அறியாதவன் போலப் பாசாங்கு செய்வது மாத்திரமே எனக் கண்டுகொண்டேன். ஆகவே என்னிடம் கேட்கப்படும் கேள்விகளை என்னால் புரிந்து கொள்ள இயலவில்லை என்பது போல சைகை செய்தேன். முன்பு அறிந்திருந்த எனது பூர்விக ஃப்ரென்ச் மொழியில் ‘ஜெ னெ பார்லெ பா அங்லைஸ்’ எனச் சில வார்த்தைகளை முனகியவாறு பெருமூச்சு விட்டு, எரிச்சலடைந்தவனாக என்னைக் காட்டிக் கொண்டேன்.

அவர் என்னை ஏறிட்டுப் பார்த்தார். அவரது கண்களில் கனத்த சந்தேகம் படிந்திருப்பதை என்னால் உணர முடிந்தது.

நான் குழம்பிப் போனவனாகக் காட்டிக் கொள்ள முற்பட்டேன். எந்தக் காரணமுமில்லாமல் தடுத்து வைக்கப்பட்டிருக்கும் ஒரு வழமையான பிரயாணி போல அவர்கள் நினைத்துக் கொள்ள வேண்டும் என எண்ணி, பொறுமையற்றவனாகக் காட்டிக் கொண்டு திரும்பவும் பெருமூச்சு விட்டேன்.

'எனக்குப் புரிகிறது. நீங்கள் என்ன செய்ய வேண்டுமோ அதைச் செய்யுங்கள்!' என்று கூறி புன்னகைத்தேன்.

அந்த அதிகாரி என்னையே முறைத்துப் பார்த்தார். எனது புன்னகை மங்கியது.

'இங்கேயே காத்திரு' என்றவர் எனது கடவுச்சீட்டையும் எடுத்துக் கொண்டு எங்கேயோ போனார்.

அந்தக் கூடம் முற்றிலும் வெறுமையாக இருந்ததோடு, ஒவ்வொரு நிமிடமும் நகரும் போதும், எனது மன தைரியம் தளர்ந்து கொண்டிருந்தது. எனது இருதயம் துடிக்கும் வேகம் அதிகரிப்பதை என்னால் உணர முடிந்தது. அங்கிருந்த பெண் அதிகாரி கணினியில் எதையோ தட்டச்சு செய்வதில் ஆழ்ந்திருந்த போதிலும், அவள் என்னையே பார்த்துக் கொண்டிருப்பதையும், என்னில் ஏற்படும் சந்தேகத்துக்குரிய மாற்றங்களை அவதானித்துக் கொண்டிருப் பதையும் என்னால் உணர முடிந்தது.

எவ்வளவு அமைதியாகவும், பொறுமையாகவும் இருக்க முடியுமோ அந்தளவுக்கு என்னால் இயன்றளவு காத்திருந்தேன்.

சில நிமிடங்களுக்குப் பிறகு ஃப்ரென்ச் மொழி பேசக் கூடிய மற்றுமொரு அதிகாரி வெளிப்பட்டார்.

'பொஞ்ஜோர், மொன்ஷோர்!'

எனது உள்ளுறுப்புகள் குட்டிக்கரணமிட்டன. ஆங்கிலத்தை விடவும், எனது ஃப்ரென்ச் கதைக்கும் திறன் சற்றுப் பரவாயில்லை எனினும், ஒரு ஃப்ரென்ச் குடிமகனோடு பேசித் தப்பும் அளவுக்கு அது போதுமானதல்ல.

'கொம்மென்ட் அல்லெஸ்வூஸ்?'

மொழி தெரியாதது போல இனியும் பாவனை செய்ய முடியாது. முந்தைய அதிகாரியிடம் அதைச் செய்தாயிற்று. இவருடன் கதைப்பதைத் தவிர எனக்கு வேறு வழியில்லை.

'பியன்! எட் வோ?' என நான் மகிழ்ச்சியோடு ஆச்சரியப்படுவது போல நடித்தேன்.

இதுவரையில் அனைத்தும் நலமே.

'பியன், மெர்சி. டோ இடெஸ்வோ?' எங்கிருந்து வருகிறாய்? எனக் கேட்டார்.

'ஜெ வியென்ஸ் த பொண்டிச்சேரி, இந்தியா' என்றேன்.

அந்த அதிகாரி இதை விடவும் தோண்டித் துருவி விசாரித்தால், நான் அவ்வளவுதான். குருதி மிக வேகமாக எனது தலைக்குப் பாய்ந்து, உடலின் இண்டு இடுக்குகளெங்கிலும் ரத்த நாளங்களை அதிரச் செய்து கொண்டிருந்த போதிலும், மன அமைதியோடு இருப்பதாக வெளியே காட்டிக் கொள்ள முயற்சித்தேன். உள்ளே, வெடித்துச் சிதறிய கட்டடமொன்றின் சிதைவுகளிடையே புகை மூட்டத்தின் நடுவிலிருப்பதைப் போல உணர்ந்தேன்.

அவரது பூர்விக தேசியவாதத்தை முன் வைத்து, தயை கோரும் விதத்தில் புன்னகைத்து, 'அதனால்தான் எனக்கு ஃப்ரெஞ்ச் அந்தளவு தெரியாதிருக்கிறது' என்று ஃபிரான்சுவா மொழியில் கூறினேன்.

அவர் தனக்குப் புரிந்ததாக தலையசைத்தார்.

அல்லது, நான் ஏற்கெனவே பொய் கூறிக் கொண்டிருப்பது அவருக்குப் புரிந்து, நானே ஆழமாகக் குழி தோண்டி என்னைப் புதைத்துக் கொள்ளும்வரைக்கும் விளையாடிக் கொண்டிருக்கிறாரோ? என திடீரென எனக்குத் தோன்றியது.

கனடாவுக்குச் செல்வதற்கான நோக்கத்தை என்னிடம் கேட்டார்.

'மொன்றியல் ஒரு ஃப்ரென்ச் கொலனி. நான் இருக்கும் இடத்தைப் போன்றது அது. அதனால், இந்தியாவுக்குக் கிளம்பிப் போகும் முன்பு அங்கு பயணிக்க விரும்புகிறேன்' என்றேன்.

அவர் ஃபிரான்ஸ் தூதரகத்தைத் தொடர்பு கொண்டு எனது கடவுச்சீட்டைச் சரிபார்க்க விரும்பினார். இல்லாவிட்டால், எனக்கு உள்ளே செல்லும் அனுமதியட்டையைத் தருவது சாத்தியமில்லை என்றார். எனது கடவுச்சீட்டு சட்டவிரோதமானது. ஒருவேளை அது திருடப்பட்டதாக இருக்கலாம். அந்தக் களவு முறைப்பாடு செய்யப்பட்டு அது தரவுத் தளங்களில் பதியப்பட்டிருக்கக் கூடும். நான் மீண்டும் உள்ளே உடைந்து போனேன்.

மூலையில் ஒடுக்கப்பட்டிருக்கும் காயமடைந்த பெரிய வேட்டை விலங்கொன்றைப் போல என்னை உணர்ந்தேன். அப்போது எனக்கு சாதாரணமானது எனத் தோன்றியதைச் செய்தேன். எனது பொய்யைத் தொடர்ந்தேன்.

'இது அபத்தமானது!' என திடீரென வெடித்தேன். ஒரு அப்பாவி அநீதமாகத் தடுத்து வைக்கப்பட்டு துன்புறுத்தப்படுவதைப் போன்ற உடல்மொழியை வெளிப்படுத்தினேன்.

'மொன்றியலில் எனது நண்பர்கள் எனக்காகக் காத்திருப்பார்கள்! நானொரு ஃப்ரென்ச் குடிமகன். கனடாவில் ஃப்ரென்ச் கதைக்கப்படும் ஒரு நகரத்திற்குச் செல்ல விரும்புகிறேன். இது மிகவும் சங்கடத்தைத் தருகிறது!'

அந்த அதிகாரியின் முகத்தில் சடுதியாக ஏதோ எச்சரிக்கையுணர்வு தோன்றி மறைவதை அவதானித்தேன்.

'நானொரு இந்தியன் என்பதால்தானா இது?'

இன ரீதியான விவரக் குறிப்புகள் உருவாக்கும் பாகுபாடுகள் இன்று

ஏற்படுத்தும் உணர்திறன் மிக்க பிரச்சினைகள் போல அன்றிருக்கவில்லை. எனினும் எனது பாணியில் அதிகாரியை பதற்றமடையச் செய்ய முயற்சித்தேன். அது பயனளிக்கவில்லை. எனது ஃபிரான்சுவா மொழியின் போதாமை காரணமாக அதிகாரி, என்னைத் தவறாகப் புரிந்து கொண்டிருக்கவும் கூடும்.

'பயப்படாதீர்கள், ஐயா!' என்றவர், எனது தாய்நாடு எதுவாயினும் அது இந் நடைமுறையைப் பாதிக்காது என தயை கோரும் விதத்தில் உத்தரவாதமளித்தார். என்னிடம் எனது கடவுச்சீட்டையும், உள்ளே செல்லும் அனுமதி அட்டையையும் ஒப்படைப்பதற்கு முன்பு இவ்வாறு ஒரு நிமிடம் விசாரிக்கப்படுவது சாதாரண நடைமுறைதான் என மீண்டும் உறுதியளித்தார்.

நான் அமைதியாக இருப்பதாகக் காட்டிக் கொண்டு அவருக்கு நன்றி தெரிவித்தேன்.

'எனக்குப் புரிகிறது. நீங்கள் உங்கள் கடமையைத்தான் செய்கிறீர்கள்' என்றேன்.

சில நிமிடங்களுக்குப் பிறகு, அவர் மீண்டும் வந்து மன்னிப்பைக் கோரினார். அவர் தனது கடமையைத்தான் செய்ததாக மீண்டும் விளக்கினார்.

'உங்கள் கடவுச்சீட்டு தயாராகி விட்டது. இனி நீங்கள் போகலாம் ஐயா. இனிய பயணமாக அமையட்டும்!' என்றார்.

அவர் அந்தப் பெண் அதிகாரியிடம் எனக்கு உள்ளே செல்ல அனுமதியட்டை வழங்குமாறு அங்கீகாரமளித்தார். அந்தப் பெண் அதிகாரி எனது கடவுச்சீட்டையும், விமானப் பயணச் சீட்டையும், உள்ளே சென்று காத்திருக்கும் அனுமதிச் சீட்டையும் என்னிடம் கையளித்தவாறே 'குழப்பத்துக்கு மன்னிக்கவும்' என்று வருத்தம் தெரிவித்தார்.

'பரவாயில்லை. ஆனால் திரும்பவும் இந்த விமான சேவையைப் பயன்படுத்த நான் இரண்டு தடவைகள் யோசிக்க வேண்டியிருக்கும்' என அநீதமாகத் துன்புறுத்தப்பட்ட பயணியின் கதாபாத்திரத்திலிருந்து கொண்டு தொடர்ந்தும் கூசாது பொய் சொன்னேன்.

அங்கிருந்து நான் எப்படித் தப்பித்தேன் என்பது எனக்கு நிச்சயமில்லை எனினும், நிஜ அந்தோணி ஃபிரான்சுவாவுக்கான அவரது கடவுச்சீட்டை விற்றிருக்கக் கூடும் என்றும், அதனால்தான் அவர் அது திருடப்பட்டதாக முறையிட்டிருக்கவில்லை என்றும் ஊகித்தேன். நான் எனது கடவுச்சீட்டையும், விமானப் பயணச் சீட்டையும், உள்ளே சென்று காத்திருக்கும் அனுமதிச் சீட்டையும் பெற்றுக் கொண்டு திரும்பி, அங்கிருந்தவர்களிடம் ஒரு துளிக் கோபத்தையும் காட்டியவாறு, பாதுகாப்புப் பிரிவை நோக்கி வேகமாகச் சென்றேன். தொடர்ந்து அங்கிருந்து எனது விமானம் பயணிக்கத் தயாராகவிருந்த வாயிலுக்கு ஓடிச் செல்லவாரம்பித்தேன். ஒலிவாங்கியில் சத்தமாக எனது பெயர் கூறப்படுவதைக் கேட்டேன்.

'இது மொன்றியலுக்குப் பயணிக்கவிருக்கும் பயணி அந்தோணி ஃபிரான்சுவாவுக்கான இறுதி அழைப்பு! வாயில் எண் நாற்பத்தைந்துக்கு உடனடியாக வரவும்!'

நான் ஓடிக் கொண்டிருந்தேன். நாற்பத்தியெட்டு... நாற்பத்தியேழு... நாற்பத்தியாறு...

நாற்பத்தியைந்து! வந்து சேர்ந்து விட்டேன்!

அந்த வாயிலில் புன்னகைத்துக் கொண்டிருந்த அதிகாரியிடம், நான் எனது அனுமதியட்டையை ஒப்படைத்தேன்.

'மொன்சூர் ஃபிரான்சுவா! நீங்கள் வந்து விட்டீர்கள். இல்லாவிட்டால் நீங்கள் இல்லாமலே பயணமாகியிருப்போம்!' என்றார் அந்தப் பெண் அதிகாரி.

அவரருகே நின்றிருந்த மற்றுமொரு பெண் அதிகாரி எனது கடவுச்சீட்டைக் கேட்டார். அது இப்போதுதான் பரிசீலிக்கப்பட்டது என அவரிடம் கூறினேன். அவர் அதைப் பொருட்படுத்தவில்லை.

'உங்கள் கடவுச்சீட்டைக் கொடுங்கள், ஐயா' என்றார்.

அவர் எனது கடவுச்சீட்டிலிருந்த புகைப்படத்தை எனது முகத்தருகில் வைத்துப் பார்த்தார். அவர் கனடா குடிவரவு அதிகாரியொருவர் என்பதை உணர்ந்தேன். ஒரு விமான உதவியாளர் வாயிலைச் சாத்தினார்.

என்னால் அதை நம்ப முடியவில்லை. நான் பயணத்தை நெருங்கி விட்டிருந்தேன். இது தடைபெறக் கூடாது. அதிகாரியின் வாக்கி-டாக்கி வழியாக, வேறு யாரும் பயணிகள் இருக்கிறார்களா எனக் கேட்கும் விமானியின் குரலைக் கேட்டேன். இப்போது எனக்கு விமானத்தில் ஏறிக் கொள்ள முடியாது போனால், அவர்கள் என்னை விட்டுவிட்டுப் போய் விடுவார்கள்.

'நான் அந்த விமானத்தில் இருக்க வேண்டும்' என அதிகாரியிடம் அவசரமாகக் கூறினேன்.

'ஐயா! சற்றுப் பின்னகர்ந்து அமைதியாயிருங்கள்' என கடுமையாக உத்தரவிட்டவர் மேலும் சில கேள்விகளைத் தொடுத்தார்.

'உனது பெயரென்ன?'

'எங்கே போகிறாய்?'

'எதற்காக மொன்றியலுக்குப் போகிறாய்?'

'அங்கு எவ்வளவு காலம் தங்கியிருப்பாய்?'

அவரது ஒவ்வொரு கேள்விகளுக்கும் நான் உடனடியாகப் பதிலளித்தேன்.

இது முடிவற்றதாகத் தோன்றியபோது, அவள் அனைத்தும் திருப்திகரமாக இருப்பதுபோலக் காணப்பட்டாள்.

'தயவுசெய்து உங்கள் அனுமதியட்டையின் பின்புறத்தில் கையொப்பமிட்டுக் கொடுங்கள்' என்றார்.

நான் பாரிஸிலிருந்த காலத்திலிருந்தே அந்தக் கையொப்பத்தை இட்டுப் பழகியிருந்த காரணத்தால் அது இலகுவானதாக இருந்தது. அவர் எனது அனுமதியட்டையிலிருந்த கையொப்பத்தையும், கடவுச்சீட்டிலிருந்த கையொப்பத்தையும் ஒப்பிட்டுப் பார்த்து தலையசைத்தார்.

'கடைசியாக ஒன்று. எனக்கு, நீங்கள் திரும்பி வரப் போகும் விமானப் பயணச் சீட்டைக் காட்ட முடியுமா?'

எனது இதயம் நின்று விட்டதைப் போல உணர்ந்தேன்.

'திரும்பி வரப் போகும் விமானப் பயணச் சீட்டு இல்லாமல் உங்களால் பயணிக்க முடியாது, ஐயா' என்றார்.

'நான் இன்னும் ஒரு மாதத்தில் இந்தியாவுக்குத் திரும்பிச் செல்வேன். ஆனால் அந்த தினம் இன்னும் உறுதியாகவில்லை.'

'திரும்பி வரப் போகும் விமானப் பயணச் சீட்டு இல்லாமல், இந்த விமானமேற உங்களை அனுமதிக்க என்னால் முடியாது' என்று கூறி தலையசைத்தார்.

எதிர்பார்ப்புகளற்றவனாக என்னை உணர்ந்த நான் தொடர்ந்தும் எனது அச்சத்தை மறைக்க முயற்சித்தேன். என்னிடம் கைவசம் நானூறு பவுண்டுகள் மாத்திரமே இருந்தது.

'எனது திரும்பி வரப் போகும் விமானப் பயணச் சீட்டை இப்போது என்னால் வாங்க முடியுமா?' என்று கேட்டேன். அதுதான் ஒரே

வழியென நான் நினைத்தேன். அவர் அந்த நெருக்கடியைத் தவிர்த்து விட்டு விமானத்திலேற என்னை அனுமதிப்பார் என நினைத்தேன். வியப்பூட்டும் விதத்தில் அவர் விமானச் சீட்டு விற்பனைக் கூடத்தை அணுகியதும், உடனடியாக எனது திரும்பி வரப் போகும் விமானப் பயணச் சீட்டு எனது கையில் தரப்பட்டது. மீளப் பெற முடியாத, 360 பவுண்ட்கள் விலை கொண்டது அது. நல்ல செய்தி என்னவென்றால், என்னால் மொன்றியலுக்குப் பயணிக்க முடியும். கெட்ட செய்தி, அங்கு போய்ச் சேர்ந்ததும் கையில் போதியளவு பணமில்லாததால் ஆதரவற்றுப் போயிருப்பேன்.

இறுதியில், வாயில் திறக்கப்பட்டு, விமானத்திலேறிக் கொள்ள நான் அனுமதிக்கப்பட்டேன். உண்மையில் விமானத்தின் நடைபாதையில் நடந்து கொண்டிருந்த போது சக பயணிகள் ஆர்வமாகவும், மகிழ்ச்சியற்றும் தாமதத்திற்குக் காரணமான என்னை உற்றுப் பார்ப்பதை அவதானித்தேன். அநேகமானவர்கள் நான் ஏதோ கவர்ச்சியான, தவிர்க்க முடியாத பிரபலம் என்று கருதி வியந்து பார்த்திருப்பார்கள் என நினைத்துக் கொண்டேன். விமானத்தின் கதவுகள் மூடப்பட்டதும், விமானம் ஓடுபாதையில் நகரத் தொடங்கியது. அந்த விமானம் முப்பது நிமிடங்கள் தாமதமாக தனது பயணத்தைத் தொடங்கியிருந்தது.

நான் எனது உறுதியெல்லாம் தீர்ந்து, உடைந்து நொறுங்கி சோர்ந்து போயிருந்த போதிலும், நான் மகிழ்ச்சியாகவே இருந்தேன். எத்தனை கடுமையான, வலிமையான தடைகளையெல்லாம் கடந்து வந்திருந்தேன். இலங்கையிலொரு குக்கிராமத்திலிருந்து வந்த ஒரு பிள்ளைக்கு இந்தச் சாதனை போதாதா!

எனினும் எனது மகிழ்ச்சி நீடிக்கவில்லை. விமானத்தில் போய் அமர்ந்ததும் எனது எண்ணங்களெல்லாம் இருண்ட கற்பனைகளுக்குத்

தாவியது. மொன்றியலில் என்னவெல்லாம் நடக்கக் காத்திருக்கிறதோ? என்னிடமிருப்பது சட்டவிரோத கடவுச்சீட்டு என்பதை அவர்கள் கண்டுபிடித்தால் என்ன செய்வது? விமானம் வானத்தில் பறந்து கொண்டிருக்கும்போதே லண்டனுக்குத் திருப்பப்பட்டால் என்ன செய்வது?

ஆறுதலாக இரு என எனக்கு நானே கூறிக் கொண்டேன். எந்தக் கணத்திலும், ஆயுதமேந்திய அதிகாரிகள் என்னை நெருங்கி எனது கைகளில் விலங்கிடுவார்களென நான் அப்போதும் பயந்து கொண்டிருந்தேன். பல பிரயாணங்களை மேற்கொண்டு அனுபவம் வாய்ந்தவராக இருந்த எனது பழைய அறைத் தோழர் பவன், அவ்வாறேதும் நடந்தால் உடனடியாக கழிவறைக்கு ஓடிப் போய் எனது கடவுச்சீட்டை, கழிவறை ஓட்டை வழியாக வெளியேற்றி விட்டு எனது ஆடைகளை முழுவதுமாக அகற்றி நிர்வாணமாகி விட வேண்டுமென ஒரு தடவை என்னிடம் கூறியிருந்தார். 'நீங்கள் நிர்வாணமாக இருக்கும் வரைக்கும் குடிவரவு அதிகாரிகளால் உங்களை விமானத்திலிருந்து அகற்ற முடியாது' என்றும் உறுதியளித்தார். அவ்வாறு நான் கேள்விப்பட்டிருந்த அனைத்துமே கீழ்த்தரமானவைகளாக இருந்த போதிலும், அவ்வாறேதேனும் நிகழ்ந்தால், இதுதான் எனது அடுத்த தெரிவாக இருந்தது.

நான் அதற்கும் தயாராக இருந்தேன்.

அத்தியாயம் 23

கடைசியில் பல மணித்தியாலங்களுக்குப் பிறகு விமானமானது மொன்றியல், மிராபெல் விமான நிலையத்தை வந்தடைந்தது. ஜன்னல் வழியே எட்டிப் பார்த்தபோது, கிழக்கு பெர்லினைச் சென்றடைந்ததும் நான் கண்ட காட்சியைப் போன்றதொரு காட்சியையே காணக் கிடைத்தது. அனைத்தும் பனியால் போர்த்தப்பட்டிருந்தது.

கனடாவுக்கு வந்து சேர்ந்ததுமே எனது சட்டவிரோத கடவுச்சீட்டினை விமான நிலையத்திலிருக்கும் குடிவரவு அதிகாரிகளிடம் ஒப்படைத்து எனது நிஜ அடையாளத்தை வெளிப்படுத்தினால் மாத்திரமே எனக்கு புகலிடம் தருவார்கள் என லண்டனிலிருந்து வெளியேறும் முன்பு எனது நண்பர்கள் எனக்கு அறிவுறுத்தியிருந்தார்கள். சட்டவிரோத கடவுச்சீட்டுடன் விமான நிலையத்தை விட்டு வெளியேறிய பிறகு, புகலிடம் கோரி விண்ணப்பித்தால் நான் இலங்கைக்கு நாடுகடத்தப்படுவேன்.

எனது நிஜ அடையாளத்தை வெளிப்படுத்துவதா அல்லது ஒரு ஃபிரான்ஸ் குடிமகன் என்ற போலி அடையாளத்தோடு விமான நிலையத்தை விட்டு வெளியேறி விட்டு, இந்த விடயத்தைப் பிறகு தீர்த்துக் கொள்வதா என்பதை யோசித்து நான் பதற்றமாகவும், பலவீனமாகவும் உணர்ந்தேன். தப்பியோடியவனாக வாழ்ந்து

களைத்து விட்டிருந்தேன், எனினும் நான் உண்மையைக் கூறிய பிறகும் அவர்கள் என்னைக் கைது செய்து நாடுகடத்தினால் என்ன செய்வது?

விமானத்திலிருந்த அனைவரும் இறங்கிச் செல்லும் வரைக்கும் விமானத்தினுள்ளேயே அமர்ந்து காத்திருந்தேன். விமானத்திலிருந்து கடைசியாக இறங்கிய பயணியும், குடிவரவு வரிசையில் இறுதியாக இணைந்து கொண்டவனும் நானாகவிருந்தேன். கடைசியில், எனது முறை வந்தே விட்டது.

இறுதித் தறுவாயில் நான் எனது உள்ளுணர்வுகளை மதித்து, ஆபத்தை எதிர்கொள்ளத் தீர்மானித்தேன். ஒரு குடிவரவு அதிகாரியை நெருங்கிய நான் எனது சட்டவிரோத கடவுச் சீட்டை அவரிடம் ஒப்படைத்தேன்.

'இலங்கையிலிருந்து வந்திருக்கும் தமிழனான நான், இங்கு கனடாவில் புகலிடம் கோர விரும்புகிறேன்' என்றேன்.

அதிகாரிக்கு நான் கூறியது கேட்டிருக்கும் என்பது நிச்சயமில்லை. எனது தொண்டை வரண்டு போய் கதைக்கச் சிரமமாக உணர்ந்தேன். ஆரம்பத்தில் அதிகாரி எதுவுமே செய்யவில்லை. ஆனால் கடைசியாக அவர், மேசைக்குப் பின்னாலிருந்த அவரது கதிரையிலிருந்துஎழுந்து நின்று கையசைத்து தன்னைப் பின் தொடர்ந்து வருமாறு அறிவுறுத்தினார். ஜன்னல்கள் ஏதுமற்று சில கதிரைகள் மாத்திரமேயிருந்த சிறு அறைக்குள் நாம் பிரவேசித்தோம். அவர் எனக்கு உட்கார்ந்திருக்குமாறு சைகை செய்தார். பிறகு அறையிலிருந்து வெளியேறி கதவை மூடினார். அது தாழிடப்படும் ஓசை எனக்குக் கேட்டது. நான் தனித்திருந்தேன்.

இவ்வாறான நிலைமைகள் பலவற்றுக்கு நான் முகம்கொடுத்திருந்தேன். அதனால், நான் மீண்டும் எனது உள்ளுணர்வுகளுக்கு மதிப்புக் கொடுத்து பயத்தை அடக்கி

வைத்திருந்தேன். என்னிடம் இழப்பதற்கு ஏதுமில்லை. எனவே பொறுமையாகக் காத்திருந்தேன். சில நிமிடங்களுக்குப் பிறகு, தட்டு நிறைய உணவுப் பண்டங்களை வைத்து ஏந்திக் கொண்டிருந்த மற்றுமொருவருடன் அதிகாரி அந்த அறைக்குள் நுழைந்தார்.

'கனடாவுக்கு உங்களை அன்புடன் வரவேற்கிறோம், ஐயா' என்று அந்த அதிகாரி கூறினார்.

மற்ற நபர் தட்டினை அறைக்குள் வைத்து விட்டு, அறையை விட்டுச் சென்றார். நான் குழம்பிப் போயிருந்தேன். இவை எனக்கானவையா? தட்டானது நொறுக்குத் தீனிகளாலும், பாலாடைக் கட்டிகளாலும், திராட்சைப் பழங்களாலும், சாண்ட்விச்களாலும் மற்றும் குளிர்பானங்களாலும் நிரம்பியிருந்தது. மூன்று பேருக்கு வயிறு நிறைய உண்ணப் போதுமானவை அவை.

எனக்கு முன்னால் அமர்ந்து கொண்ட அதிகாரி ஆவண வேலைகளுக்குச் சற்று நேரமெடுக்கும் என விளக்கினார்.

'அதுவரைக்கும் இதை சாப்பிடுங்கள்' என்று கூறியவாறு அறையை விட்டு வெளியேறினார்.

இவ்வாறான சூழ்நிலையிலிருந்த ஒவ்வொரு தடவையும், சுற்றுச் சூழலானது ஒரு தொட்டியையும், கழிவறையையும், சுவரோடு பிணைக்கப்பட்ட சீமெந்து வாங்கினையும் கொண்டிருந்தது. ஆனால் இந்த அறை அதிலிருந்தும் மாறுபட்டது. நான் இங்கு அச்சுறுத்தப்படுவதாக உணரவில்லை அல்லது பெர்லினில் படுகுழிச் சுரங்கத்தைத் தேடிச் சென்றது போல இருக்கவில்லை. அதிகாரி விளக்கமாக எடுத்துக் கூறியதன் பிறகு, நான் பாதுகாப்பாகவும், வரவேற்கப்படுவதையும் உணர்ந்தேன். முன்பிருந்ததை விடவும் ஆசுவாசத்தை உணர்ந்து கொண்டிருந்தேன். வழமையாக, இவ்வாறான சந்தர்ப்பங்களில் உணவு கிடைத்ததுமே வெகுவிரைவாக

உண்டு முடித்து விடும் நான் இந்தத் தடவை அவர்களால் தரப்பட்ட உணவை ஆறுதலாக அனுபவித்துச் சாப்பிட்டேன். கிட்டத்தட்ட ஒரு மணித்தியாலத்துக்குப் பிறகு அந்த அதிகாரி ஒரு தமிழ் மொழிபெயர்ப்பாளருடன் மீண்டும் வந்ததும், அவர் தன்னை அறிமுகப்படுத்திக் கொண்டார்.

'வணக்கம். நான் உம்மடை மொழிபெயர்ப்பாளர் சிவநாதன்' என்றவர் இரு கரம் கூப்பியதும் நானும் அதைப் போலவே செய்து,

'வணக்கம்' என்று பதிலளித்தேன்.

'ஒண்டுக்கும் பயப்பட வேண்டாம். நான் உமக்கு உதவி செய்கிறேன்' என்றார்.

இனியும் நான் எதற்கும் அஞ்சத் தேவையில்லை என்றும், ஆவணப்படுத்தல் வேலைகளில் எனக்கு உதவி செய்ய அவர் தயாராக இருப்பதாகவும் என்னிடம் தெரிவித்தார். அந்த அதிகாரி என்னிடம் தொடர்ச்சியாகப் பல கேள்விகளைக் கேட்டதும், சிவநாதன் அதை எனக்குத் தமிழில் கூறுவார். பிறகு அவர் எனது பதில்களை ஆங்கிலத்தில் மொழிபெயர்த்துக் கூறியதும் அந்த அதிகாரி குறிப்பெடுத்துக் கொள்வார். கேள்விகள் அனைத்தையும் கேட்டு முடிந்ததும், அந்த அதிகாரி என்னிடம் ஒரு வெற்றுத் தாளைக் கையளித்து, எனது புகலிடக் கோரிக்கையை தமிழில் சிறு குறிப்பாக எழுதித் தருமாறு என்னிடம் கேட்டுக் கொண்டார். வேறு நாடுகளில் அகதியாக வாழ்ந்த அனுபவங்கள் எவற்றையும் எழுதாதிருக்குமாறு சிவநாதன் என்னிடம் கூறினார். நான் ஏற்கெனவே இன்னுமொரு நாட்டில் புகலிடக் கோரிக்கைக்காக விண்ணப்பித்திருந்தால், கனடாவில் புகலிடம் கோர என்னால் இயலாதிருக்கும். அவர் இதை என்னிடம் தமிழில் கூறியதால், அந்த அதிகாரிக்கு புரிந்திருக்காது. இந்த புகலிடக் கோரிக்கை அறிக்கையும், ஜேர்மனியில் வைத்து நான் எழுதிய புகலிடக் கோரிக்கை போலவே எழுதப்பட்டது.

அந்த அதிகாரி எனது அறிக்கையை எடுத்து, எனது சட்டவிரோத கடவுச்சீட்டுடன் சேர்த்து அவரது கோப்பில் ஆவணப்படுத்தினார். பின்னர் என்னிடம் அகதி அந்தஸ்து உரிமை கோரும் காகிதமொன்றைக் கையளித்தார். நான் இன்னும் இரண்டு கிழமைகளில் மொன்றியலில் அமைந்திருக்கும் மற்றுமொரு குடிவரவு அலுவலகத்துக்குச் செல்ல வேண்டியிருக்குமென அந்த மொழிபெயர்ப்பாளர் தெளிவுபடுத்தினார். எனக்குத் தங்கிக் கொள்ள இடமிருக்கிறதா எனவும் அவர் கேட்டார்.

'ஓம். மொன்றியல்ல என்ர சிநேகிதர்களோடு தங்கப் போறன்' என்று பதிலளித்தேன். எனது கோப்பில் அந்த முகவரியைக் குறித்துக் கொண்ட அவர்கள், அனைத்தும் சிறப்பாக அமைய என்னை வாழ்த்தியதோடு, என்னை நாட்டுக்குள் நுழையவும் அனுமதித்தார்கள்.

எனது விமானப் பயண விபரங்களை சூட்டி ஏற்கெனவே அவரது நண்பருக்கு அறியத் தந்திருந்தார். எனவே விமான நிலையத்தை விட்டு வெளியேறியதும், சூட்டியின் நண்பரும், அவரது அறைத் தோழர்களும் வெளியே எனக்காகக் காத்திருந்தார்கள். முகம் முழுக்கப் புன்னகையோடு, என்னைச் சந்திக்க வந்ததற்கு நன்றி தெரிவித்தேன். நாங்கள் அவர்களது குடியிருப்புக்குச் சென்றோம்.

எனது புதிய அறைத் தோழர்கள் தொழிற்சாலைகளிலும், உணவகங்களிலும் வேலை செய்து வந்தார்கள். மொன்றியலிலிருந்த குடிவரவு அலுவலகத்தில் நிகழ்ந்த எனது அடுத்த சந்திப்பின் போது எனக்கு தற்காலிக வேலை அனுமதி வழங்கப்பட்டது. சாண்ட்விச் தயாரிப்பாளராக எனக்கொரு வேலை கிடைத்தது. எனது அம்மாவையும், உடன்பிறப்புக்களையும் நேரில் கண்டு, எமக்கு முன்பிருந்தது போலவே ஒரு நல்ல வாழ்க்கையைக் கட்டியெழுப்பும் எனது ஒரே இலக்கை எப்போதும் நினைவில் வைத்து செயல்பட்டு வந்தேன்.

மொன்றியலை விடவும் டொரொன்டோவில் நிறைய வேலை வாய்ப்புக்கள் இருப்பதாகவும், அவற்றுக்கு உயர்ந்த ஊதியங்கள் வழங்கப்படுவதாகவும் கேள்விப்பட்டேன். முதலில் எனது கல்வியைப் பூரணப்படுத்தி விட்டு ஒரு கண்ணியமான வேலையைப் பெற்றுக் கொள்வதே எனது திட்டமாக இருந்தது. ஃப்ரென்ச் மொழியை ஃபிரான்ஸிலும், ஆங்கில மொழியை லண்டனிலும் நான் கற்றுக் கொண்ட போதிலும், தொடர்ந்தும் ஆங்கில மொழியைக் கற்கத் தீர்மானித்தேன். காரணம் அது எனக்கு ஃப்ரென்சை விடவும் சற்று இலகுவானதெனத் தோன்றியதோடு, எதிர்காலத்தைக் கட்டி எழுப்புவதிலும் எனக்கு உதவக் கூடும். மொன்றியலிலேயே தொடர்ந்தும் இருப்பதா? அல்லது இரண்டு கிழமைகள் டொரண்டோவுக்குப் போய்த் தங்கி வருவதா? என யோசித்துக் கொண்டேயிருந்தேன். கடைசியில் டொரண்டோவுக்குப் பயணமானேன்.

அங்கு போய்த் தங்குவதற்கு ஓரிடத்தை ஏற்பாடு செய்யாமல் புறப்பட்டது நான் செய்த தவறு. மற்றுமொரு அவசரத் தீர்மானத்தின் விளைவு இது. மொன்றியலில் எனது அறைத் தோழனாக இருந்தவரின் நண்பரைத் தொலைபேசியில் அழைத்து, தங்குவதற்கு ஓரிடம் தேடுவதாகக் கூறியதும் அவருடன் இரண்டு கிழமைகள் தங்கிக் கொள்ள அனுமதியளித்தார். எனக்குச் சொந்தமாக ஒரு சிறிய பை மாத்திரமே இருந்ததோடு தரையில் படுக்கவும் பழக்கப்பட்டிருந்தேன். ஆகவே துரிதப் பயணங்கள் எனக்கு ஒரு பெரிய விஷயமல்ல. பார்க்டேலுக்கு அருகாமையிலிருந்த கிங் ஸ்ட்ரீட் வெஸ்ட் மற்றும் டவ்லிங் அவென்யூவிலிருந்த குடியிருப்பொன்றில் நிரந்தரமாகக் குடியேற முன்பு நான் இரண்டு மாதங்களில் நான்கு வெவ்வேறு இடங்களில் தங்கியிருந்தேன். ஒன்பது இளைஞர்களோடு நான் தங்கியிருந்த குடியிருப்பானது ஒரு படுக்கையறையையும், ஒரு சமையலறையையும், ஒரு கூடத்தையும், ஒரு குளியலறையையும்

கொண்டிருந்தது, வாடகையானது பத்து பேரிடமிருந்தும் சமமாகப் பிரித்து அறவிடப்படுவதால் மிகவும் மலிவாக இருந்தது. எனது பங்கு, மாதத்துக்கு நாற்பது கனேடியன் டொலர்கள் மாத்திரமே. என்ன ஒரு திருட்டுத்தனம்! அந்த இளைஞர்களில் ஐவர் இரவு நேரப் பணிக்குச் செல்வதால், எப்போதும் ஐவர் மாத்திரமே அறையில் உறங்கிக் கொண்டிருப்பார்கள். பாரிஸில் போலல்லாது, உறங்குவதற்குத் தயார் செய்யப்பட்ட மெத்தைகள் எப்போதும் தரையில் விரிக்கப்பட்டே கிடக்கும்.

மிஸ்ஸிசோகாவிலிருக்கும் ஒரு உணவகத்தில் பாத்திரங்களைக் கழுவும் வேலையை நான் தேடிப் பெற்றுக் கொண்டேன். எனது பணி நேரம் முடிந்ததும் நான் சமையற்காரரோடும், சிப்பந்தியோடும் வெளியே சுற்றித் திரிவேன். வார இறுதியில் அவர்கள் என்னை மதுபான சாலைக்கு அழைத்துச் சென்று பீரைப் பருகுகையில், நான் சோடா அருந்திக் கொண்டிருப்பேன்.

இப்போது நான் ஒரு நிலையான தொழிலைக் கொண்டிருப்பதால், பிரபுவின் அம்மாவிடமிருந்து வாங்கிய கடனைத் திருப்பிக் கொடுப்பதே எனது முதன்மைக் காரியமாக இருந்தது. இரண்டு மாதங்களுக்குள், இருபதாயிரம் இலங்கை ரூபாய்களைச் சேமித்து, அவர் மிகுந்த தயைகூர்ந்து எனக்களித்து உதவிய கடனைத் திருப்பிக் கொடுத்தேன். நான் தொடர்ந்தும் எனது அம்மாவுக்கு பணம் அனுப்பிக் கொண்டிருந்ததால், அவளால் எனது குடும்பத்துக்கு உணவளித்து அவர்களை உயிருடன் வைத்திருக்க முடிந்தது. நான் ஏதோ ஒரு விதத்தில் நன்றாக இருக்கிறேன் என்பதைக் காட்ட கடிதங்களுடன் எப்போதாவது எனது புகைப்படங்களையும் அனுப்பிக் கொண்டிருந்தேன். அவள் எனது குடும்பத்தின் நிலைப்பாடுகளையும், தகவல்களையும், அவளது யோசனைகளையும் எழுதி எனக்குப் பதிலனுப்புவாள்.

அத்தியாயம் 24

நான் டொரொன்டோவுக்கு இடம்பெயர்ந்த 1986 ஆம் ஆண்டு மே மாதத்தில், இலங்கையில் உள்நாட்டுப் போரானது உக்கிரமானதாகவே இருந்தது. எனது அம்மாவும், நானும் அடிக்கடி கடிதங்களைப் பகிர்ந்து கொண்டோம். யுத்தத்தின் காரணமாக, எனது கடிதம் இலங்கையில் எனது வீட்டுக்குப் போய்ச் சேர ஒரு மாதம் எடுக்கும். அங்கிருந்து பதில் கடிதம் எனக்கு வந்து சேர மேலுமொரு மாதம் எடுக்கும். கடந்த பதினேழு மாதங்களாக அல்லது நான் இலங்கையிலிருந்து வந்த காலத்திலிருந்தே எனக்கு எனது அப்பாவிடமிருந்து எவ்விதக் கடிதமும் வரவில்லை என்பதோடு, நாங்கள் தொலைபேசியில் கூட கதைத்துக் கொள்ளவில்லை. ஆனால் நான் டொரன்டோவுக்கு இடம்பெயர்ந்த பிறகு, ஜூன் மாதத்தில் ஓர் நாள், மே மாதம் ஒன்பதாம் திகதியிட்ட கடிதமொன்று அப்பாவிடமிருந்து வந்திருந்தது. அப்போதும் கூட, நான் அப்பாவின் மீது கடும் கோபத்தில் இருந்ததால் அதைத் திறந்து கூடப் பார்க்கவில்லை. எனினும் அதை என்னுடனே வைத்திருந்தேன்.

ஜூலை மாதத்தில் ஓர் நாள், எனது சித்தியிடமிருந்து ஒரு தந்தியைக் கிடைக்கப் பெற்றேன். எனது அப்பா இராணுவத்தால் சுட்டுக் கொல்லப்பட்டார் என அந்தத் தந்தி தெரிவித்தது.

நான் மொன்றியலை வந்தடைந்ததுமே, லதி ஃபிரான்ஸை விட்டு வெளியேறி இலங்கைக்குப் போக முயற்சித்ததை அறிந்து கொண்டேன். அந்தத் தகவல் என்னை வியப்படையச் செய்தது. உண்மையில் எமது குடும்பத்தாரைக் கண்டு அவர்களுக்கு புதிய வீடொன்றை வாங்கிக் கொடுக்க வேண்டும் என்ற நோக்கத்தில் அவர் பல தடவைகள் இலங்கைக்குச் செல்ல முயற்சித்த போதிலும், போரின் காரணமாக அந்த முயற்சிகள் வெற்றியளிக்கவில்லை. ஆகவே இந்தத் தடவை அவர் இந்தியாவுக்குச் சென்று, அங்கிருந்து இலங்கைக்குச் செல்லத் தீர்மானித்திருந்தார்.

லதி இந்தியாவுக்கு வந்திருப்பதைக் கேள்விப்பட்ட எனது அப்பா, தனது மூத்த மகனைப் போய்க் காணத் தீர்மானித்திருக்கிறார். இலங்கையின் வடமேற்கில் அமைந்திருக்கும் மன்னார் தீவிலிருந்த, போராளிகளின் புறக் காவலிடம் வழியாக தன்னை இந்தியாவுக்குக் கொண்டு செல்லும் கடல் வழிப் பயணத்தை, போராளிகளுடன் இணைந்து அவர் ஏற்பாடு செய்திருந்தார். மன்னாருக்குச் சென்ற அவர் அங்கு நாள் முழுதும் காத்திருந்து இரவானதும், ஒரு சிறிய படகில் கிட்டத்தட்ட இருபத்தைந்து மைல்கள் தொலைவிலிருந்த இந்தியாவின் தமிழ்நாடு, ராமேஸ்வரம் பகுதியை நோக்கி திறந்த கடல் மார்க்கமாகப் பயணித்தார்.

படகு புறப்பட்டுச் சென்ற சிறிது நேரத்திலேயே கடற்படையின் பார்வையில் பட்டுவிட்டது. படகை நிறுத்துமாறு கட்டளையிடப்பட்ட போதும், படகோட்டி அதிகாரிகளின் கட்டளைகளை மீறிப் பயணிக்கத் தீர்மானித்திருக்கிறார். எனவே கடற்படையினர் படகினை நோக்கி துப்பாக்கிச் சூடு நடத்தத் தொடங்கியதும், போராளிகளும் திருப்பி துப்பாக்கிச் சூடு நடத்தியிருக்கிறார்கள். துப்பாக்கி வேட்டுக்கள் மழையாய்ப் பொழியத் தொடங்கின. வேட்டுக்கள் தீர்ந்து விட்டதை உணர்ந்து கொண்ட போராளிகள் அவசரமாக படகைத் திருப்பிக் கொண்டு மன்னார் தீவுக்கே திரும்ப வந்து சேர்ந்தார்கள். எனது

அப்பாவின் தோளில் துப்பாக்கி ரவை பாய்ந்திருந்தது. படகு கரையை நெருங்கியதும் படகோட்டியும், அதிலிருந்த மற்ற அனைவரும் படகிலிருந்து தண்ணீரில் குதித்து கடற்கரைக்கு ஓடி விட்டிருந்தார்கள். குருதி நிற்காமல் பாய்ந்து கசிந்து கொண்டிருந்ததால் அப்பாவுக்கு, இறங்கி ஓடுமளவுக்கு உடலில் வலு இருக்கவில்லை. எனினும் ஒருவாறு சிரமத்தோடு கரையை எட்டிய அவர், அங்கிருந்த புதர்களிடையே மறைந்து கொண்டார்.

மறுநாள் காலை நேரம், கடற்கரை வழியாக நடந்து சென்று கொண்டிருந்த பாதிரியார் ஒருவர் எனது தந்தையை ஒரு புதருகேயிருந்து கண்டெடுத்திருந்தார். அவர் எனது அப்பாவை அங்கிருந்து இழுத்துக் கொண்டு சென்று தேவாலயத்துக்குள் மறைத்து வைத்திருந்தார். மருத்துவ ரீதியில் அவரால் எதுவும் செய்ய இயலவில்லை. அண்மைய வைத்தியசாலை பல மைல்கள் தொலைவிலிருந்ததோடு, படையினரின் சந்தேகப் பார்வையில் படாது, அவரை அங்கு கொண்டு சேர்க்க வழியிருக்கவில்லை. அநேகமான மருத்துவமனைகள் ஊழியர்களினதும், மருந்துகளினதும் பற்றாக்குறைகளால் மூடப்பட்டிருந்தன. சக்தி வாய்ந்த குண்டுகளால் பல மருத்துவமனைகள் அழிக்கப்பட்டிருந்தன. சில நாட்களுக்குப் பிறகு, சாவகச்சேரியிலிருந்த எனது சித்தப்பா, தர்மதுரை கடற்படைத் தாக்குதலில் காயமடைந்து மன்னாரில் இருக்கிறார் என்ற குறிப்பை போராளியொருவரிடமிருந்து இரகசியமாகப் பெற்றிருந்தார்.

அதன் பின்புறத்தில் எனது சித்தப்பா ஒரு சிறு குறிப்பை எழுதினார்.

'இதைக் கொண்டு வரும் கண்ணா, அவரது மகனாவார். தயவுசெய்து அவருக்கு, அப்பாவுக்கு உதவ அனுமதிக்கவும்.'

மன்னார் தீவுக்குப் போய் எனது அப்பாவைக் கண்டுபிடிப்பது எனது தம்பி கண்ணாவின் பொறுப்பில் விடப்பட்டது. அப்போதுதான் அவனுக்கு பதினேழு வயதென்பதால் அவன் பயந்து போயிருந்தான்.

நிலவியலின் துயரம்

கண்ணா, அப்பாவைக் கண்டடைந்த போது அவர் மிகவும் மோசமான நிலையில் காணப்பட்டார். அவரது காயம் ஒரு துண்டுத் துணியால் மூடப்பட்டிருந்ததோடு, ரவை அப்போதும் அவருக்குள் இருந்தது. அவருக்கு சிகிச்சையளிக்க எந்த மருத்துவமனையும் கிடைக்கவில்லை. எனவே கண்ணா அவரை எங்கள் ஊருக்கு அழைத்துச் செல்ல முற்பட்ட போதும், எனது அப்பா பிடிவாதமாக மறுத்திருக்கிறார். தன்னை இந்தியாவுக்குக் கூட்டிச் சென்று லதியைக் காண உதவுமாறு அவர் கண்ணாவை வற்புறுத்திக் கொண்டிருந்தார்.

காயமடைந்திருக்கும் அப்பாவையும் கூட்டிக் கொண்டு கண்ணாவால் எவ்வாறு இந்தியாவுக்குப் போக முடியும்? எனது அப்பா அதை ஏற்கெனவே முயற்சித்துப் பார்த்து துப்பாக்கிச் சூட்டைத் தனது உடலில் வாங்கியிருந்தார்! எனினும், போராளிகளுடன் கலந்து பேசி அன்றிரவே படகு மூலமாக அப்பாவுடன் இந்தியாவுக்குப் போக கண்ணா ஏற்பாடு செய்திருந்தான். பாதி மரித்துப் போயிருந்த அப்பாவை படகிலேற்றிக் கொண்டு, அயல் நாட்டுக்குப் பயணமானான். அதிசயிக்கத்தக்க விதத்தில், எவ்வித அபாயங்களுமற்று படகு ராமேஸ்வரத்தைச் சென்றடைந்திருந்தது.

எவ்வாறாயினும், எனது அப்பா நிறைய இரத்தத்தை இழந்திருந்த போதும், துப்பாக்கிக் குண்டு பட்ட காயத்தோடிருந்த ஒருவருக்கு மருத்துவ சிகிச்சையளிக்கக் கூடிய எந்த வசதிகளும் அந்தப் பகுதியில் காணப்படவில்லை. ஒரு மணி நேர பயணத் தொலைவிலிருந்த ராமநாதபுரம் மருத்துவமனைக்கு அவரை ஆம்ப்யூலன்ஸ் வண்டி மூலமாக உடனடியாகக் கொண்டு செல்ல வேண்டும் என மருத்துவமனை ஊழியர்கள் எனது தம்பியிடம் எடுத்துரைத்தார்கள். கொண்டு போகும் வழியிலேயே மயக்கமடைந்து விட்ட எனது அப்பா கோமாவில் வீழ்ந்திருந்தார்.

அவர்களால் மருத்துவனையைச் சென்றடைய முடிந்ததோடு, கண்ணா அப்பாவுடனே அங்கு ஏழு நாட்கள் தங்கியிருந்தான். கண்ணாவிடம் உணவு வாங்கப் பணமோ, படுத்துறங்க இடமோ இல்லாதிருந்த காரணத்தால் மருத்துவக் கல்லூரி மாணவியான நிர்மலா என்பவர், தனது காலையுணவுக்கு வழங்கப்படும் பாலை மறைத்து எடுத்து வந்து கண்ணாவுக்கு வழங்கி வந்தார். அவன் எப்போதும் எனது அப்பாவின் காலடியிலேயே கிடந்தான். அங்கு போய்ச் சேர்ந்த ஒரு கிழமைக்குப் பிறகு எனது அப்பா மரணித்துப் போனார்.

எனது அப்பாவின் மரணத்தைத் தெரிவித்து கண்ணா லதிக்கு ஒரு கடிதம் அனுப்பிய போதும், அந்தக் கடிதம், அவ்வாறு ஒரு முகவரியில்லை என்று திரும்பி வந்தது.

இந்துக் கலாசாரத்தில் ஒருவரது உடலை தகனம் செய்வதே வழமை எனினும் கண்ணாவிடம் அவரைத் தகனம் செய்வதற்குத் தேவையான பணமிருக்கவில்லை. எனவே தகனக் கிரியை செய்வதற்குப் பதிலாக எனது அப்பாவை மருத்துவமனைக்கு அருகிலிருந்த போபர்ஸ் கல்லறையில் நல்லடக்கம் செய்யுமாறு அவன் மருத்துவமனையைக் கேட்டுக் கொண்டான்.

கண்ணா இன்று வரைக்கும் இதைக் குறித்துக் கதைப்பதேயில்லை. ஊரிலிருந்த அனைவருக்கும் எனது அப்பாவை செட்டியார் தர்மதுரை என்றால் நினைவிருக்கும். செட்டியார் தென்னிந்தியாவில் பத்தாயிரம் ஆண்டுகளுக்கு மேலாகப் புழக்கத்திலிருந்து வரும் ஒரு சாதிப் பெயர். அது வர்த்தகத்தில் சாதனைபடைத்த, செல்வாக்குமிக்க வர்த்தகரைக் குறிக்கிறது.

அப்பாவின் மரணத் தகவலை அறிந்ததும், எனது அப்பாவுடன் என்னால் கதைக்க முடியாமல் போனதையிட்டு நான் வருந்தினேன். அவரிடமிருந்து வந்திருந்த கடிதத்தை நினைவுகூர்ந்தேன் எனினும் அப்போதும் எனக்கிருந்த கோபத்தின் காரணமாக அதைத் திறந்து பார்க்க மறுத்து விட்டேன்.

அத்தியாயம் 25

இலங்கையில் 1983 ஆம் ஆண்டு எனது பத்தாம் வகுப்பைப் பூர்த்தி செய்திருந்த நான், அதற்குப் பிறகு ஐரோப்பாவில் மொழிக் கற்கை வகுப்புக்களுக்குச் சென்றதல்லாது, கிட்டடத்தட்ட மூன்று வருடங்களாக பாடசாலைப் படிப்பைத் தவற விட்டிருந்தேன். இப்போது எனக்கு இருபது வயது. இங்கிருக்கும் உயர்தரப் பரீட்சைகளில் நான் தோற்றுப் போகக் கூடும் என்று வருந்திய போதிலும், எதற்கும் எழுதிப் பார்க்கலாம் என்று தீர்மானித்திருந்தேன். டொரொன்டோவிலிருந்த ப்ளூர் கல்வி நிலையத்தில் பொதுக் கணிதப் பரீட்சையையும், இரண்டாம் மொழி ஆங்கிலப் பரீட்சையையும் ஆங்கில மொழியில் தோற்றினேன். இங்கிலாந்தில் வைத்துக் கற்றுக் கொண்ட ஆங்கிலம் பரீட்சைகளைப் புரிந்து கொள்ள எனக்கு உதவியது. கணிதம் நேரடிக் கேள்விகளை, அநேகமாக கணக்குகள், சூத்திரங்கள் மற்றும் வரைபடங்களைக் கொண்டிருந்தது.

ஒரு கிழமைக்குப் பிறகு, நான் பன்னிரண்டாம் வகுப்பில் சேர அனுமதிக்கப்படுவதாக ப்ளூர் கல்வி நிலையத்திலிருந்து கடிதமொன்று கிடைக்கப் பெற்றேன். நான் சிலிர்த்துப் போனேன். புலம்பெயர்ந்த மாணவர்களுக்கு அங்கு கல்வி இலவசம்.

நான் 1986 ஆம் ஆண்டு செப்டம்பர் மாதம் எனது பாடசாலைக் கல்வியை மீண்டும் ஆரம்பித்தேன். எனது முதல் வகுப்பு 12 ஆம்

தரத்துக்கான ஆங்கில இலக்கியம். அது அந்தளவு கஷ்டமப்பா! நான் திணறிப் போனதோடு எனக்கு எதுவும் விளங்கவேயில்லை. நான் வகுப்பறையை விட்டு வெளியேறி, அக் கல்வி நிலையத்தின் ஆலோசகரைத் தேடிப் போனேன். எனக்கு அப் பாடங்களை விளங்கிக் கொள்வதில் சிரமம் இருப்பதால், என்னை பதினொன்றாம் தரத்துக்கு மாற்றுமாறு அவரைக் கேட்டுக் கொண்டேன். எனது கோரிக்கை அங்கீகரிக்கப்பட்டது.

1986 ஆம் ஆண்டில் கனேடிய குடிவரவு அமைப்பானது, அகதிகளின் ஆவணங்களை ஆராய்ந்து கனடாவுக்கு 1986 ஆம் ஆண்டு கோடை காலத்துக்கு முன்னர் வந்திறங்கியவர்களுக்கு, தரையிறங்கிய புலம்பெயர்ந்தோர் அல்லது நிரந்தர வதிவிட அந்தஸ்தை வழங்கத் தீர்மானித்தது. பாடசாலைக்கும், வேலைக்கும் போய்க் கொண்டே நான் இந்த வாய்ப்பைப் பயன்படுத்தி நிரந்தர வதிவிட அந்தஸ்து கோரி விண்ணப்பித்தேன். ஆறு மாதங்களுக்குள், ஒரு நேர்முகப் பரீட்சைக்குத் தோற்றிய பிறகு, எனக்கு 1987 ஆம் ஆண்டு ஏப்ரல் மாதம் பத்தாம் திகதி நிரந்தர வதிவிட அந்தஸ்து கிடைத்தது.

கடைசியில் அனைத்தும் சரியான திசையில் போய்க் கொண்டிருந்ததோடு, எனது குடும்பத்துக்கு உத்தரவாதமளித்து கனடாவுக்கு எடுப்பிக்க இதுதான் சமயம் எனத் தீர்மானித்தேன். எனது இரத்த உறவுகளான எனது குடும்பத்தவர்கள் அம்மா, மூன்று தங்கைகள் மற்றும் தம்பி என ஐவருக்கு உத்தரவாதமளிக்க வேண்டுமானால் என்னிடம் குறைந்தது முப்பத்தோராயிரம் கனேடியன் டொலர் வருவாய் இருப்பதை நான் உறுதிப்படுத்த வேண்டும். அச் சமயத்தில் பாத்திரம் கழுவும் வேலை செய்து வந்த எனக்கு ஒரு மணித்தியாலக் கூலி ஏழு டொலர்கள் மாத்திரமே என்பதோடு நான் அப்போதுதான் உயர்கல்வியையும் தொடங்கியிருந்தேன். மற்றொரு வேலையைத் தேடிக் கொண்டு உயர்ந்த வருமானத்தை ஈட்டுவதற்காக நான்

பாடசாலைக் கல்வியை இழக்க விரும்பவில்லை. அதற்குப் பதிலாக, உணவகத்தில் ஒரு வாரத்துக்கு எழுபது மணித்தியாலங்கள் வேலை செய்து வந்த அதே வேளை, பாடசாலைக்கும் போய் வந்தேன்.

காலையில் ஏழு மணிக்கு எழுந்து கொள்ளும் நான் பாடசாலைக்குப் போவேன். பாடசாலை 15.30 இற்கு முடிந்ததும் ஐந்து மணிக்கு வேலைக்குப் போவேன். வேலை செய்து கொண்டே எனது வீட்டுப் பாடங்களையும் செய்து முடித்து விடுவேன். வார நாட்களில்

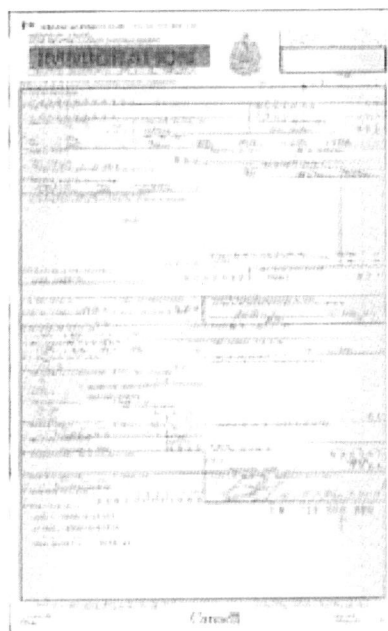

(கனடாவில் எனது நிரந்தர வதிவிட உரிமையை 1987 ஆம் ஆண்டு ஏப்ரல் மாதம் 10 ஆம் திகதி பெற்றுக் கொண்டேன்.)

எட்டு மணித்தியால வேலையை முடித்துக் கொண்டு வீட்டுக்கு விடிகாலை இரண்டு மணிக்கு வருவேன். வார இறுதிகளில் காலை பத்து மணி தொடக்கம் அடுத்த நாள் காலை ஒரு மணி வரை, பதினைந்து மணித்தியாலங்கள் பணி புரிவேன். மேலதிக நேரம் வேலை செய்ததால், தேவையான வருவாய் தொகையை ஓரளவு எட்ட முடிந்ததோடு 1987 ஆம் ஆண்டு ஒக்டோபர் மாதம் 5 ஆம் திகதி எனது குடும்பத்தாருக்கு உத்தரவாதமளித்து அவர்களை எடுப்பிக்க முடிந்தது. எனது வாழ்க்கையில் பெருமைக்குரிய தருணங்களில் அதுவும் ஒன்று.

பாடசாலைக் காலங்களில் எனது பகலுணவைத் தவிர்த்து விட்டு, நான் வேலை பார்த்து வந்த உணவகத்தில் இரவில் மாத்திரம் சாப்பிடப் பழகியிருந்தேன். அங்கு உணவு இலவசம் என்பதால், அந்தப் பணத்தைச் சேமித்து எனது குடும்பத்தாரின் பயணச் செலவுகளை சமாளிக்க என்னால் முடிந்தது. என்னால் இயலுமான சமயங்களில் இலங்கையிலிருந்த எனது உறவுகளுக்கும் என்னால் பணம் அனுப்பி வைக்க முடிந்தது.

வேலை செய்தே நான் களைத்துப் போயிருந்த போதிலும், விரைவில் எனது குடும்பம் கனடாவுக்கு வந்து இணைந்து கொள்ளும் என்ற எண்ணம் எனக்கு உற்சாகத்தைத் தந்தது. ஒரு கிழமைக்கு எழுபது

மணித்தியாலங்கள் வேலை செய்வதுவும், பாடசாலையில் நல்ல தரத்தைப் பேணி வருவதுவும் இலகுவானதல்ல. அநேகமான சமயங்களில் எப்போதெல்லாம் சோர்வை உணர்வேனோ அல்லது சலித்துப் போகிறேனோ இவ்வளவு காலமும் நான் தாண்டி வந்த துயரங்களையும், எனது அம்மாவுக்கு நான் அளித்திருந்த வாக்குறுதியைப் பூர்த்தி செய்ய வேண்டும் என்பதையும் நினைவில் கொண்டு வந்து அந்த உணர்விலிருந்து மீள்வேன். எவ்வளவுதான் களைத்துப் போய் பலவீனமாக இருந்தாலும், வருங்காலத்தைக் குறித்து

யோசித்துப் பார்க்கும்போது அது எனக்கு பலத்தைத் தந்தது. உண்மையில், மனதளவில் நான் முன்பிருந்ததை விடவும் உறுதியாக இருந்ததோடு, அவ்வப்போது வந்து எனது ஜீவிதத்தின் பெரும் பகுதியைப் பாதித்துக் கொண்டிருந்த மன அழுத்தமும் மங்கத் தொடங்கியிருந்தது.

ஒரு நாள் விடிகாலை மூன்று மணிக்கு எனக்கு இலங்கையிலிருந்து ஒரு தொலைபேசி அழைப்பு வந்தது. எனது அம்மாவிடமிருந்து வந்த அழைப்பு அது. பல வருடங்களுக்குப் பிறகு அவளது குரலைக் கேட்டு நான் பரவசமடைந்தேன். எனது அம்மாவும், தம்பியும், தங்கைகள் மூவரும், கனடா நுழைவுச் சான்றைப் பெறத் தேவையான மருத்துவ பரிசோதனைக்காக கொழும்புக்கு வந்திருந்தார்கள்.

விடைபெற முன்பு நாங்கள் கிட்டத்தட்ட ஒரு மணித்தியாலம் போல கதைத்திருப்போம். இலங்கையின் நிலைமை மிகவும் மோசமடைந்திருப்பதாக அவள் என்னிடம் தெரிவித்தாள். சாவகச்சேரி பிசாசுகளின் நகரமாக மாறியிருந்தது. அநேகமான கட்டடங்கள் குண்டுத் தாக்குதல்களால் சேதமடைந்திருந்ததோடு, துப்பாக்கிக் குண்டுகள் துளைத்த துளைகளை சுவர்களிலும், கதவுகளிலும் என எங்கும் காண முடிந்தது. ஒரு காலத்தில் பிரபல்யமாகவிருந்த சந்தை வெறிச்சோடிப் போயிருந்தது. தெருவில் எவருமே நடமாடவில்லை. தேவையான காய்கறிகளை அயல்வீடுகளுக்குச் சென்று, தான் வாங்கி வருவதாக எனது அம்மா தெரிவித்தாள். வீட்டை விட்டு வெளியிறங்கி நடமாடுவது அவ்வளவு பாதுகாப்பானதல்ல.

ஏனையவர்களுக்கு எச்சரிக்கை விடுப்பது போல, படையினரால் சுட்டுக் கொல்லப்பட்ட சிறுவர்களதும், இளைஞர்களதும் உடல்கள் தெருவோர மரங்களில் தலைகீழாகத் தொங்க விடப்பட்டிருப்பதாக அவள் தெரிவித்தாள். கைகளைப் பின்புறமாக மடக்கிக் கட்டித் தொங்க விடப்பட்டிருந்த அவர்கள் சில சந்தர்ப்பங்களில் உயிருடன் அல்லாடிக்

கொண்டிருந்தார்கள். அவர்களின், சொட்டுச் சொட்டாக வடிந்து தெருக்களில் தேங்கி நிற்கும் குருதியின் சுவையறிந்த பசித்த நாய்கள் உடல்களின் கீழே ஒன்று கூடிக் காத்திருக்கும்.

இராணுவ வாகனங்களின் ஓசையை தெருவில் கேட்டதுமே அம்மாவும், எனது தங்கைகளும் ஓடிச் சென்று எமது வீட்டின் கொல்லைப் புறத்தில் அமைக்கப்பட்டிருந்த பதுங்குகுழியில் ஒளிந்து கொள்வார்கள் என அம்மா கூறினாள். ஒரு நாள் இரவு முழுவதும், முற்றிலும் இருளால் மூடப்பட்ட பதுங்குகுழிக்குள் ஒளிந்து கொண்டிருந்திருக்கிறார்கள். பயத்தில் ஒரு வினாடி கூட அகலாதிருந்திருக்கிறார்கள். அந்த இரவில் அயலிலிருந்த ஒரு வீட்டிலிருந்து அலறல் ஓசைகள் அவர்களுக்குக் கேட்கத் தொடங்கியதாக அவள் கூறினாள். படையினரிடையே வாதிடுவதும், சண்டை பிடிப்பதுவும் நடைபெற்று முடிந்த பிறகு எங்கும் அமைதி.

மறுநாள் காலை, அவர்கள் வெளியே வந்தபோது சோர்வாகவும், பசியோடும், தாகத்தோடும் இருந்தபோதிலும் பத்திரமாகவே இருந்தார்கள். எனது அம்மா அயல்வீட்டுக்குச் சென்று பார்த்தபோது, அயலவரின் மகள்களான இளம் பெண்கள் படையினரால் பாலியல் வல்லுறவுக்குட்படுத்தப்பட்டு கொல்லப்பட்டிருப்பதை அறிந்து கொண்டாள். படையினருக்கு அது எளிதான ஒன்றாக இருந்திருக்கக் கூடும்.

இரண்டு மாதங்களுக்குப் பிறகு, எனக்கு அம்மாவிடமிருந்து மற்றுமொரு தொலைபேசி அழைப்பு வந்தது. அவளிடம் ஒரு நல்ல செய்தியிருந்தது. அவர்களது கனடா நுழைவுச்சான்று விண்ணப்பங்கள் அங்கீகரிக்கப்பட்டிருந்தன.

அவர்கள் வீட்டுக்கு வரப் போகிறார்கள். ஒரு புதிய, சிறந்த வீட்டுக்கு வரப் போகிறார்கள்.

அது 1988 ஆம் ஆண்டு ஜூலை மாதம் 25 ஆம் திகதி திங்கட்கிழமை, எனது வாழ்க்கையிலேயே மிகவும் மகிழ்ச்சியான நாட்களிலொன்று. இந்தத் தருணத்துக்காக மூன்று வருடங்கள் காத்திருந்தேன். என்னுடன் வேலை பார்த்த சக பணியாளர் ஒருவர் என்னை டொரன்டோ பியர்சொன் விமான நிலையத்துக்கு அழைத்துச் சென்றதோடு, அங்கு நாங்கள் எனது குடும்பத்தினரின் வருகைக்காகக் காத்திருந்தோம். முதலில் அம்மாவை அடையாளம் கண்டுகொண்ட நான், அவளுடன் தமது கைகளைக் கோர்த்தவாறு நடந்து வரும் எனது தங்கைகளான ஜான்ஸியையும் வாணியையும் கண்டேன். பின்னர் அவர்களைத் தொடர்ந்து பொதிகளை எடுத்துக் கொண்டு வரும் கண்ணாவையும், டெய்சியையும் கண்டேன். நான் அம்மாவினருகில் ஓடிச் சென்று அவளை அரவணைத்துக் கொண்டேன். அனைவருமே உள்ளுக்குள் உணர்ச்சிவசப்பட்டிருந்ததால், எல்லோருமே அழத் தொடங்கி விட்டோம். ஒருவரையொருவர் கண்டு வெகுகாலமாகி விட்டிருந்ததால் அனைவரும் ஒன்றிணைந்திருப்பதுதான் சரியானது எனத் தோன்றியது. விமான நிலையத்திலிருந்து வெளியேறிய போது நாங்கள் அனைவருமே மிகவும் மகிழ்ச்சியாக இருந்தோம்.

நான் அவர்களது வருகையை எதிர்பார்த்து, ஸ்கார்பொரோவில் ஒரு படுக்கையறையைக் கொண்ட குடியிருப்பொன்றை வாடகைக்குப் பெற்றிருந்தேன். எனது சேமிப்பின் பெருமளவான தொகை வாடகைக்கே செலவானதால், நம் ஆறு பேருக்கும் உணவளிக்க என்னிடம் சொற்ப பணத் தொகையே எஞ்சியிருந்தது. நான் எனது குடும்பத்தை எடுக்க உத்தரவாதம் அளித்திருந்ததால், எம்மால் அரசாங்கத்திடமிருந்தும் உதவி கோர முடியாது. எமக்கு கட்டில்களை வாங்க வசதியிருக்காததால், நாங்கள் படுக்கைகளைத் தரையில் விரித்தே உறங்கி வந்தோம். எனது தாயும், தங்கைகளும் படுக்கையறையில் உறங்குவதோடு கண்ணாவும், நானும் கூடத்தில் உறங்கி வந்தோம்.மூன்று சுரங்கப் பாதைகளுக்கு அடுத்திருந்த

இடர்காப்பு படையின் வர்த்தக நிலையத்தில் ஒரு சாப்பாட்டு மேசையையும் நான்கு கதிரைகளையும் வாங்கக் கிடைத்ததால், விநியோகக் கட்டணத்தைத் தவிர்க்க முடிந்தது. குளிர்காலத்தில் எம்மை வெதுவெதுப்பாக வைத்திருக்க வேண்டி, ஒரு ஆதரவு நிலையத்துக்குச் சென்ற நாங்கள், அங்கிருந்து சில குளிராடைகளைத் தேர்ந்தெடுத்துப் பெற்றுக் கொண்டோம்.

ஆறு மாதங்கள் கழிந்து, எனது அம்மாவுக்கும் தம்பிக்கும் தொழிற்சாலையொன்றில் வேலை கிடைத்தமையால் செலவுகளைச் சமாளிக்க முடிந்தது. பன்னிரண்டு, பதினாறு, பதினெட்டு வயதுகளிலிருந்த எனது தங்கைகள் பாடசாலைக்குப் போய்க் கொண்டிருந்தார்கள். பகல்வேளைகளில் கணினி இயக்குநராக ஸ்கார்பொரோவிலுள்ள ஒரு நிறுவனத்தில் பணியாற்றிய நான், இரவில் சென்டென்னியல் கல்லூரிக்கு கணினி நிரலாக்கம் கற்கப் போய் வந்தேன். மெதுவாக, ஜீவிதமானது நாளுக்கு நாள் நல்ல நிலைமையை எட்டிக் கொண்டிருந்தது. இனிமேலும் எனது குடும்பத்தார் வீட்டில் வைத்துக் கொல்லப்படுவார்களென்றோ, இடம்பெயர்ந்து வாழ வேண்டியிருக்குமென்றோ கவலைப்படத் தேவையில்லை. நான் கடந்த காலத்தை மறந்து விட்டு, எதிர்காலத்தைக் குறித்து சிந்திக்க ஆரம்பித்தேன்.

அத்தியாயம் 26

எனது குடும்பம் பத்திரமாக கனடாவில் இருந்த போதும், எனது அப்பா இறந்து விட்டார் என்பதை ஏற்றுக் கொள்வது சிரமமாகவே இருந்தது. அவர் கொல்லப்பட்டு பல மாதங்கள் கழிந்ததன் பிறகு, கடைசியில் நான் அந்தக் கடிதத்தைத் திறந்து பார்க்க என்னைத் தயார்படுத்திக் கொண்டேன். கடிதத்தில் அவர் குறிப்பிட்டிருக்கும் வழக்கு லதி சம்பந்தப்பட்டது. எனது அண்ணன் ஃபிரான்ஸிலிருந்து இந்தியாவுக்குப் பயணமான போது, அவர் தன்னுடன் ஒரு பெரிய தொகைப் பணத்தையும் கொண்டு சென்றிருக்கிறார். அது விமான நிலையத்தில் வைத்து சுங்க அதிகாரிகளால் பறிமுதல் செய்யப்பட்டிருந்தது. அந்தப் பணத்தை மீளப் பெற லதி நீதிமன்றத்தில் ஒரு மனுத் தாக்கல் செய்திருந்தார்.

9 - 5 - 86

அன்புள்ள மகன் ராஜனுக்கு,

அன்புள்ள ஐயா சுகம். சுகம் அறிய ஆவல்.

மேலும் அம்மா, கண்ணன், டெய்சி, கலா, ஜான்சி, வாணி, சுமதி, ஷர்மிலி யாவரும் நல்ல சுகம்.

லோகதாசன் தர்மதுரை

மேலும் அண்ணை மதராசில் நின்று பாப்பாவிடம் சில பொருட்களை அனுப்பியுள்ளார். இரண்டு சாரிகள், 5 சட்டைகள் வேறு பொருட்களும் அனுப்பி உள்ளார்.

அவரின் வழக்கு முடிந்ததும் பொருட்கள் முழுவதும் திருப்பிக் கொடுப்பார்கள். அவர் இவ்விடம் வந்தாலும் வருவார். இல்லாவிடின் திரும்பவும் பிராஞ்சுக்குப் போனாலும் போவார். ஒரு முடிவும் இல்லை. இன்று அநேகமாக அவரிடன் பொருட்களைத் திருப்பிக் கொடுக்க வேண்டும் என நான் ஸ்ரீ மீனாட்சி அம்பாளிடம் நேர்ந்து இருக்கிறேன். வழக்கு வென்றதும் மீனாட்சி அம்பாளுக்கு அபிஷேகம் செய்வதாக நேர்ந்துள்ளேன். நம்பிக்கையாகப் பொருட்கள் கிடைக்கும்.

அண்ணை இங்கு வந்தாலும் கடன்காரர்கள் நெருக்குவார்கள். ஆனபடியால் வந்தால் இரகசியமாக இருக்க வேண்டும்.

பாப்பா போட்டில் வந்தவர். எனது ஐடென்டி கார்டும் தொலைந்து விட்டது. இங்கு தொழில் இல்லாமல் வீட்டில் இருக்க விசராக இருக்கிறது. இந்திரன் மாமாவைக் கடை எடுத்துத் தரச் சொல்லவும் நாள் கடத்துறார். அவருக்கு உதவி செய்ய மனம் இல்லை. அண்ணை வந்தால் கடை போடலாம் என எண்ணியுள்ளேன். அல்லது வெளியேதான் போக வேண்டும்.

இங்கே சும்மா இருக்க அம்மாவுக்கும் எனக்கும் நெடுக சண்டைதான் நடக்கிறது. எல்லோருக்கும் கேலியாக இருக்கிறது. உழைப்பு இல்லாமல் இருக்கிறார் என்று.

உமது சுகம் எப்படி என எழுதவும். எம்மைப் பற்றி யோசிக்க வேண்டாம். சந்தோஷமாக இருக்கவும். உடம்பைக் கவனமாகப் பார்க்கவும். சுவர் இருந்தால்தான் சித்திரம் எழுதலாம். நாம் நல்ல நிலைக்கு வாரது உங்கள் கையில்தான் உள்ளது.

இப்போது வீடோ காணியோ வாங்க வேண்டாம். இன்னும் இரண்டு மூன்று வருஷம் போகட்டும். வாங்கலாம் என அண்ணைக்கு எழுதியுள்ளேன். கவனமாகப் படிக்கவும். கடலுக்குக் குளிக்கப் போக வேண்டாம். எமக்கு எப்போதும் உங்கள் இருவரைப் பற்றிய கவலைதான் அதிகம். அண்ணையும் கஷ்டப்பட்டு கொண்டு வந்த பணத்திற்கும் இப்படி கெதி வந்து விட்டது. அது எப்படியும் திருப்பிக் கிடைக்கும் என நம்பியுள்ளேன். அண்ணை 100 டாலர் அனுப்பி உள்ளார். அதில் சைக்கிள் ஒன்று வாங்கப் போகிறேன். நீர் கடைசியாக எப்போ கடிதம் போட்டீர்? காசு ஏதாவது அனுப்பினீரோ? எனக்குக் கிடைக்கவில்லை. இந்திரன் கடைக்குக் கடிதம் போட்டால் எனது கைக்குக் கிடைக்காது. ஆகையால் வீட்டு விலாசத்திற்குக் கடிதம் போடவும். எனக்கு அனுப்பிய BIRTH DAY கார்டுக்குப் பிறகு காசோ கடிதமோ கிடைக்கவில்லை. தை மாதம் அனுப்பிய 300 ரூபாவுக்குப் பிறகு எனது கையில் உம்மிடம் இருந்து பணம் கிடைக்கவில்லை. ஏதாவது அனுப்பி இருந்தால் கடிதம் போடவும். காசு இருந்தால் அனுப்பி விடவும். அண்ணையுடன் வெகு விரைவில் டெலிபோனில் கதைக்கப் போகிறேன். உடன் மறக்க வேண்டாம். கடைசியாக எப்போது காசு அனுப்பியது என எழுதவும்.

அன்புள்ள ஐயா
C.R. தர்மதுரை

நான் மிகுந்த குற்றவுணர்ச்சியில் தவித்ததோடு, எரிச்சலோடு கோபத்தையும் கொண்டிருந்தேன். எனது கோபத்தை, நீரில் மூழ்கி இறக்கப் போகும் ஒருவர் பற்றிப் பிடித்திருக்கும் மிதவையைப் போல இறுகப் பற்றிக் கொண்டிருந்தேன்.

எனது அப்பா மீதான கோபம் மாத்திரமல்லாது, இம் மாபெரும்

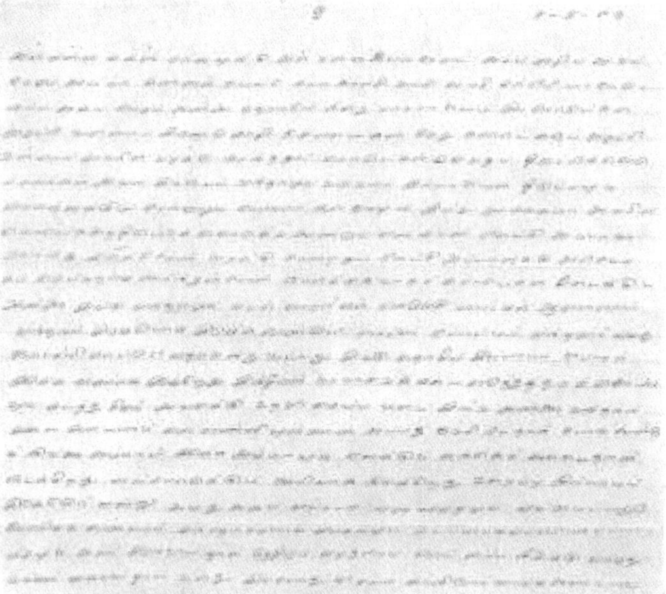

(எனது அப்பாவிடமிருந்து நான் பெற்றுக் கொண்ட அவரது இந்த இறுதிக் கடிதமானது, 1986 மே மாதம் ஒன்பதாம் திகதியிட்டு, அவர் 1986 ஜூலை மாதம் முதலாம் திகதி இறப்பதற்கு முன்னர் எழுதியது.)

உலகத்தின் மீதான கோபமும் கூட குறைவதற்கு பல வருடங்கள் எடுத்தன. தற்போது அதைக் கடந்து செல்ல விட்டு விட்டேன். இப்போது நான் ஏனையவர்களது தவறுகளை மன்னிக்கக் கற்றுக் கொண்டுள்ளதோடு, பாசம் என்றால் என்னவென்றும் என்னால் புரிந்துகொள்ள இயலும். நாங்கள் இறக்கும்போது எம்முடன் எதையும் கொண்டு போகப் போவதில்லை. நாங்கள் எவ்வாறு வாழ்ந்தோம் என்பதை மற்றவர்களுக்கு நினைவுபடுத்த நாங்கள் எமது பரம்பரைச் சொத்துக்களை மாத்திரமே எமக்குப் பின்னால் விட்டுச் செல்லப் போகிறோம்.

எமக்கு எமது தந்தையரைத் தேர்ந்தெடுக்க வழியில்லை. பிற அனைத்தையும் எங்களால் செய்ய இயலும்.

நான் எனது தந்தையின் கடிதத்தை அண்மையில் கூட வாசித்து அழுதேன். எனக்காகவல்லாது, எனது அப்பாவுக்காக. அவர் என்னவெல்லாம் முயற்சித்துத் தோற்றார் என்பதற்காக.

அதே நேரம் கண்ணா, எனது அப்பாவுடன் இந்தியாவுக்கு லதியைத் தேடிப் போயிருந்தான். லதியால், அவரது பணத்தை இந்திய சுங்க அதிகாரிகளிடமிருந்து மீளப் பெற்றுக் கொண்டு போராளிகளின் உதவிகளைக் கொண்டு இலங்கைக்குப் பயணிக்க முடிந்தது. அவர் வீட்டுக்குத் திரும்பியதும், எமது குடும்பத்தினருக்காக சாவகச்சேரியில் ஒரு வீடு வாங்கி, அவர்களைக் குடி வைத்து உதவியிருந்தார். எனது அப்பா இந்தியாவுக்குப் பயணிக்க முன்னர் சித்திக்கு ஒரு கடிதம் எழுதியிருந்தார். எனவே சித்தியும், சுமதியும், ஷர்மிலியும் திரும்பி வந்து லதியுடனும், எனது அம்மாவுடனும், எனது உடன்பிறப்புக்களுடனும் வசித்து வந்தார்கள். இரண்டு மாதங்களுக்குப் பிறகு ஒரு நாள், இலங்கை இராணுவத்தினர் துப்பாக்கிச் சூடு நடத்தியதில் லதி காலில் காயமடைந்து, பல மாதங்களாக மருத்துவமனையில் அனுமதிக்கப்பட்டு சிகிச்சை பெற்று வந்தார்.

எனது அம்மாவும், ஏனைய உடன்பிறப்புக்களும் லதியுடனே இரண்டு வருடங்கள் வசித்து விட்டு 1988 ஆம் ஆண்டு ஜூலை மாதம் கனடாவுக்கு வந்தார்கள். லதி எமது சித்தியுடனும் தங்கைகளுடனும் சாவகச்சேரியிலேயே வசித்து வந்தார். அம்மாவுக்கு ஸ்காா்பொரோவிலுள்ள ஒரு தொழிற்சாலையில் வேலை கிடைத்ததும், அவளால் உத்தரவாதமளித்து லதியைக் கனடாவுக்கு எடுப்பிக்க முடிந்தது. அவர் எவ்வளவுதான் வளர்ந்தவராக இருந்தாலும், இலங்கையில் அம்மா விட்டு வந்த அவளது ஒரே பிள்ளை அவர்.

இறுதியில் லதியும் 1989 ஆம் ஆண்டு டொரன்டோவுக்கு வந்து எமது குடும்பத்துடனே இணைந்து கொண்டார். சாவகச்சேரியில் லதி வாங்கிய வீட்டில் எமது சித்தியும், தங்கைகளும் தொடர்ந்தும் வசித்து வருகிறார்கள். காலம் செல்லச் செல்ல எனது சகோதரர்களும், சகோதரிகளும் திருமணம் முடித்து அவர்களது குடும்ப ஜீவிதத்தை வாழ்ந்து வருகிறார்கள். இப்போது வரைக்கும் எனது அம்மா என்னுடனே வசித்து வருகிறார்.

முடிவுரை

ஆசையே உத்வேகத்துக்கான திறவுகோலாகும். எனினும் உறுதியும், அர்ப்பணிப்பும்தான் உங்கள் இலக்கைப் பின் தொடர இடையறா ஊக்கம் தரும். உயர்வுக்கான அர்ப்பணிப்பு, அதுவே நீங்கள் தேடும் வெற்றியை அடைய உங்களுக்கு சக்தி கொடுக்கும்.

- மரியோ அந்த்ரெட்டி,
இத்தாலிய அமெரிக்க உலக சாம்பியன் அதிவேக பந்தயக் காரோட்டி

எனது ஞாபகங்களை மனதளவில் மறுபரிசீலனை செய்வதன் மூலமும், கற்பனைகளில் அவற்றோடு வாழ்ந்து பார்ப்பதன் மூலமும் உயிர்ப்புடன் வைத்திருக்கிறேன். எப்போதும் எனது எண்ணத்தில் இருக்கும், கைது செய்யப்படுதல், பாலியல் துன்புறுத்தலுக்கு உள்ளாதல் அல்லது இராணுவத்தால் கொல்லப்படுதல்; கொழும்பிலிருக்கும் காடையர்களால் கொள்ளையடிக்கப்பட்டு கொல்லப்படுதல்; ஏனைய தமிழர்களால் ஏமாற்றப்படுதல்; சிறையில் தாக்கப்படுதல்; இலங்கைக்கு நாடு கடத்தப்படுதல் ஆகிய, நான் தனிப்பட்டு அனுபவித்த அச்சங்கள் அனைத்தையும் எனது வாழ்நாளின் பெரும்பாலான பகுதியில்

எனக்குள்ளேயே பூட்டி வைத்திருந்தேன். இந்த நினைவுக் குறிப்பை எழுதுவது, எனது அந்த அதிர்ச்சியைத் திறம்படக் கையாள்வதற்கான முதற்படியாகும். மொத்தத்தில் என்னை ஒரு வலுவான நபராக மாற்றுவதற்கு இது பங்களித்திருப்பதாக உணர்கிறேன்.

எனது கடந்த காலத்தில் எவ்வளவுதான் போராட்டங்களை நான் சந்தித்த போதிலும், Fortune சஞ்சிகை தரப்படுத்திய முதற்தர 500 நிறுவனங்களில் ஒன்றில், தகவல் அமைப்பு துறையில் என்னால் பணிபுரிய முடிந்திருப்பது எனது அதிர்ஷ்டம்தான். சக பணியாளர்கள் இலங்கையில் நான் என்னவெல்லாம் எதிர்கொண்டேன் என என்னிடம் அடிக்கடி கேட்கும்போது, நான் இராணுவ ஹெலிகொப்டரால் துரத்தப்பட்ட கதையைப் பகிர்ந்து கொள்வேன். நான் அதிர்ச்சிக்குப் பிறகான மன அழுத்தப் பாதிப்புக்கு (Post-traumatic stress disorder, PTSD) உள்ளாகியிருந்ததை நிச்சயமாக நான் அறிவேன். அத்தோடு போருக்குப் பிறகு எத்தனை வீரர்கள் இதை அனுபவித்திருப்பார்கள் என்பதையும் என்னால் புரிந்து கொள்ள முடிகிறது.

பல வருடங்களாக என்னை உள்ளுக்குள் ஆழமாக வெட்கமுறச் செய்து கொண்டிருந்த, படையினருடனான புகையிரத சம்பவத்தை, அண்மையில்தான் எனது ஐம்பதாவது வயதில் எனது மனைவியிடம் முதற்தடவையாக பகிர்ந்து கொண்டேன். நான் பாலியல் துன்புறுத்தலுக்கு ஆளானவன் என்பதை அறிந்து கொண்ட முதல் நபர் அவர் என்பதோடு, குறிப்பாக நான் அப்போது எவ்வாறெல்லாம் துயருற்றேன் என்பதை வெளிப்படுத்திய போது அவர் மிகவும் ஆதரவளித்தார்.

எனது வாழ்க்கையை நேசிக்கக் கற்றுக் கொடுத்த அன்புக்குரியவரான எனது மனைவி சீலியாவை நான் கனடாவில்தான்

சந்தித்தேன். தற்போது நாங்கள் திருமணம் முடித்து முப்பது வருடங்களைக் கடந்து விட்டோம். அத்தோடு எரிக், டானியல் என அருமையான இரண்டு புதல்வர்களால் ஆசிர்வதிக்கப் பட்டிருக்கிறோம். இருவருமே தமது பல்கலைக்கழகக் கல்வியைப் பூர்த்தி செய்து விட்டு, தமது கனவுகளை நனவாக்க முயற்சித்துக் கொண்டிருக்கிறார்கள்.

என்னால் கற்பனை செய்து கூட பார்க்க முடியாத அசாதாரணமான அருமையான வாய்ப்புக்களை கனடா எனக்களித்திருக்கிறது. நான் இந்த நாட்டுக்கு, எனக்கு அளிக்கப்பட்ட அன்பான வரவேற்புக்கு மிகுந்த நன்றியுள்ளவனாக இருந்து வருகிறேன்.

எனக்கு பன்னிரெண்டு வயதாக இருந்த போது, எனது அப்பா அவரது நண்பரைப் பார்த்து வர என்னை அழைத்துச் சென்றது நினைவிருக்கிறது. அவர் என்னை அறிமுகப்படுத்தி வைத்த போது அவரது நண்பரிடம், அவரது மகன் 'புத்திசாலி. ஒரு நாள் மிகவும் வெற்றிகரமானவனாக இருப்பான்' என்று கூறினார்.

மூன்று தசாப்தங்களுக்கும் மேலாக நான் கனடாவில் வசித்து வருகிறேன். எனக்கு ஒரு அருமையான குடும்பம் இருக்கிறது. எனக்கு எப்போதும் தேவையாகவிருந்த கல்வியைப் பெற்றுக் கொண்டிருக்கிறேன். இருந்தாலும், எனது அப்பா எப்போதோ இறந்து விட்டார் எனினும், அவர் கூறியது சரியென்று நிரூபிப்பதுதான் இப்போதும் எனது தேவையாக இருக்கிறது. அவரைப் பெருமைப்பட வைக்க வேண்டும்.

பெருமைப்படுவார் என நினைக்கிறேன்.

நன்றி

நான் எனது வாழ்க்கையில் எதிர்கொண்ட சில சவால்களைக் குறித்து எனது நண்பர்களிடம் விவரித்த போது, அவர்கள் எனது கதையை முழு உலகத்துக்கும் எடுத்துரைக்குமாறு ஊக்குவித்தார்கள். முப்பது வருடங்களுக்கும் மேலாக என்னுள்ளேயே இருந்து எரித்துக் கொண்டிருந்த எனது வலி நிறைந்த அனுபவங்களை இப்போது என்னால் எனதுள்ளேயிருந்து அகற்றி விட முடிந்திருக்கிறது. உங்கள் நேரத்தைச் செலவழித்து எனது கதையை வாசித்தமைக்கு நன்றி அன்பு வாசகரே!

வாழ்க்கையில் பல மேடுபள்ளங்களைக் கடந்து வந்த போதிலும் ஒருபோதும் மனம் தளராமல் நின்ற எனது அம்மாவுக்கு எனது மனமார்ந்த நன்றியைத் தெரிவித்துக் கொள்ள விரும்புகிறேன். உள்நாட்டுப் போரின் போதும், வறுமையின் போதும்எமது குடும்பத்தைப் பாதுகாக்கவும், குடும்பத்தினர் ஒவ்வொருவரையும் உயிர்வாழ வைக்கவும் அவளால் முடிந்திருந்தது.

சிறு வயதிலேயே பெற்றோரை இழந்து, தனது தம்பியையும் கவனித்துக் கொண்டு அநாதையாக வளர்ந்த எனது காதலுக்குரிய துணைவி சீலியாவுக்கும் நன்றி. நான் யார் என்பதை அறிந்தும் அவர் என்னை ஏற்றுக் கொண்டிருக்கிறார்.

எனது கதையை எழுத ஊக்குவித்த Robin Ramesra மற்றும் Teresa Ward இருவருக்கும் நன்றி.

Greg Ioannou, உங்கள் வழிகாட்டுதலுக்கு நன்றி. விலைமதிக்க முடியாத ஆதரவளித்த ஒரு அருமையான குழுவினரைக் கொண்டிருக்கிறீர்கள்.

எனது கதையை உலகம் முழுவதும் பகிர்ந்து கொள்ள வழிகாட்டி, பெருமளவில் துணை நின்ற Dundurn பதிப்பகத்தைச் சேர்ந்த Elham Ali, Laura Boyle, Carl Brand, Crissy Calhoun, Susan Fitzgerald, Scott Fraser, Rudi Garcia, Allison Hirst, Kirk Howard, Kathryn Lane, Heather McLeod, Elena Radic, Rachel Spence ஆகியோருக்கும் அங்கு பணி புரியும் ஏனையவர்களுக்கும் எனது சிறப்பு நன்றி!

அத்தோடு இந் நூலைத் தமிழில் வெளியிடும் வம்சி பதிப்பகத்தினருக்கும், எழுத்தாளர் ஷைலஜா பவா செல்லதுரைக்கும், அங்கு பணி புரியும் ஏனையவர்களுக்கும், இந் நூலைத் தமிழில் மொழிபெயர்த்த எழுத்தாளர் எம். ரிஷான் ஷெரீப் எனது மனமார்ந்த நன்றி!

இறுதியாக, இந்த நூலை தமிழில் வெளியிட எனக்கு ஊக்கமும் உதவியும் அளித்த எனது அன்பு நண்பரும், எழுத்தாளருமான அ. முத்துலிங்கம் ஐயா அவர்களுக்கு எனது மனமார்ந்த நன்றிகள்.

- லோகதாசன் தர்மதுரை

சுவடுகள் வழியே...

புலம்பெயர்ந்த இலங்கைத் தமிழர்கள் அனைவரும் ஐரோப்பாவில் சொகுசாகவும், பகட்டாகவும் வாழ்ந்து வருவதாகவே பலரும் நினைத்துக் கொண்டிருக்கிறார்கள். தமது வாழ்வியல் கலாசாரம், சுற்றுச் சூழல்கள், சொந்த பந்தங்கள், பழகிய மொழிகள், தாய் மண் என அனைத்தையும் கை விட்டு அனைத்திலும் தமக்கு முற்றிலும் மாற்றமான அந்நிய மனிதர்களுடனும், அந்நிய மொழிகளுடனும், அந்நியக் கலாசாரத்தினுள், பரிச்சயமற்ற காலநிலைகளில், பழக்கமற்ற சூழ்நிலைகளில் வாழ நிர்ப்பந்திக்கப்பட்டவர்கள் அவர்கள். காலமும், சூழ்நிலையும் அக் கடும் சுமைகளை அவர்களது தலையில் ஏற்றி வைத்து அவர்களது வாழ்க்கையை ஒரு வித சிறை வாழ்க்கை போல வாழச் செய்து விட்டன. அவர்களது வாழ்க்கையை வெளியிலிருந்து பார்க்கும்போதுதான் அத்தனை பளபளப்பும், பிரகாசமும் அவர்களைச் சூழவிருப்பதாகத் தோன்றச் செய்யும். அதுவும் வாழ்வில் உச்சத்துக்குச் சென்றோரின் பிரகாசம் மாத்திரமே வெளியே தெரியும். அவர்கள் அந்தளவு உயரத்தை அடையும் வரை அவர்கள் அனுபவிக்க நேர்ந்திருந்த வலிகள், வேதனைகள், காயங்கள், சங்கடங்கள், அவமானங்கள், வன்முறைகள் எவருக்கும் தெரியாது. 'நிலவியலின் துயரம்' அதைத்தான் எடுத்துரைக்கிறது.

என் மீதும், எனது மொழிபெயர்ப்பின் மீதும் நம்பிக்கை வைத்து, இந்த ஆங்கில நூலைத் தமிழில் மொழிபெயர்க்க என்னை அணுகியவர் எனது அன்பு நண்பரும், சிறந்த எழுத்தாளருமான அ. முத்துலிங்கம் ஐயா அவர்கள். அவர்தான் என்னை எழுத்தாளர் லோகதாசன் தர்மதுரைக்கு அறிமுகப்படுத்தியும் வைத்தார். அ. முத்துலிங்கம் ஐயா இல்லையென்றால் இந்த முயற்சி சாத்தியப்பட்டிருக்காது. இந்தக் கணத்தில் அவரை முதற்கண் நன்றியோடு நினைவு கூர்கிறேன். அவர்களது நம்பிக்கையைக் காப்பாற்றியிருக்கிறேன் என நம்புகிறேன்.

இருபது வயதை எட்ட முன்பே முறையான வழிகாட்டல்கள் ஏதுமின்றி, பெற்றோரை, குடும்பத்தை, வீட்டை, தாய் மண்ணை விட்டுச் செல்ல நேர்கிறது லோகதாசன் தர்மதுரைக்கு. யாழ்ப்பாணத்தில் இருந்த போதும், அதன் பிறகு அவர் தற்போது கனடாவில் ஒரு உயர்ந்த நிலைமையை அடையும் வரையும் எதிர்கொள்ள நேர்ந்த அனைத்தையும் எவ்வித கற்பனையும், உவமை உபாயங்களுமற்று தெளிவான நடையில் ஒரு தேர்ந்த எழுத்தாளராக எழுதியிருக்கிறார் அவர். முப்பது வருடங்களுக்கு முற்பட்ட யாழ்ப்பாணம் மற்றும் ஐரோப்பிய வாழ்வியல் முறைகள், கலாசாரங்கள், யுத்தம் ஏற்படுத்திய காயங்கள், தனது குடும்ப நிலவரங்கள் மற்றும் விடுதி வாழ்க்கை என அனைத்தையும் களமாகக் கொண்டு எழுத்தாளர் லோகதாசன் தர்மதுரை, பிறருக்கும் பாடமாக அமையக் கூடிய விதத்தில் தனது இதுவரைக்குமான வாழ்க்கையின் சுயசரிதத்தை திறம்பட எழுதியிருக்கும் இந்த நூல்ஈழத் தமிழர்களின் பகட்டான ஐரோப்பிய ஜீவிதங்களின் பின்னணியில் அவர்கள் எந்தளவு துயரங்களையெல்லாம் அனுபவிக்க நேர்ந்திருக்கிறது என்பதை எடுத்துரைக்கிறது. புதிய தலைமுறைகளும் எளிதில் புரிந்து கொள்ளக் கூடிய விதத்தில் எழுதப்பட்டுள்ள இந்த நூல் காலாகாலத்துக்கும் புலம் பெயர்ந்த ஈழத் தமிழர்களின் நிலைமைகளை எடுத்துரைக்கும் ஒரு

வரலாற்று ஆவணமாகவும் கருதப்படத்தக்கது. இந்த நூலை தமிழில் மொழிபெயர்க்கும் வாய்ப்பை எனக்களித்த எழுத்தாளர் லோகதாசன் தர்மதுரைக்கு எனது மனமார்ந்த நன்றியும், அன்பும். யாழ்ப்பாணத்துக்குச் செல்லும் வாய்ப்பு கிடைக்கும் நாளில் இவர் வசித்த இடங்களைப் பார்த்து வர எண்ணம் கொண்டிருக்கிறேன்.

ஜனவரியில் நடைபெறவிருக்கும் சர்வதேச புத்தகக் கண்காட்சியை முன்னிட்டு மிகுந்த வேலைப்பளுவுக்கு மத்தியிலும், டிசம்பர் மாதத்தின் இறுதிக் கட்டத்தில் இந்த நூலைப் பிரசுரிக்க, எவ்விதத் தயக்கமுமின்றி பொறுப்பேற்ற, எனது நூல்களைத் தொடர்ந்து பிரசுரித்து வரும் அன்புக்குரிய வம்சி பதிப்பக உரிமையாளர் திருமதி. ஷைலஜா பவா செல்லதுரைக்கும், பக்கங்கள் மற்றும் அட்டை வடிவமைப்புகளை மேற்கொண்ட வம்சி பதிப்பகத்தினருக்கும், என்னை எழுத எப்போதும் ஊக்குவித்து வரும் எழுத்தாள நண்பர்கள் ஸ்ரீதர் ரங்கராஜ், தெய்வீகன், சகோதரி ஃபஹீமா ஜஹான் ஆகியோருக்கும் எனது நன்றியும், பேரன்பும் எப்போதும் உரித்தாகும்.

என்றும் அன்புடன்,

எம்.ரிஷான் ஷெரீப்

mrishansh@gmail.com

25.12.2019

மொழிபெயர்ப்பாளர் பற்றி...

எம். ரிஷான் ஷெரீப் இலங்கையைச் சேர்ந்த தமிழ் எழுத்தாளரும், கவிஞரும், ஊடகவியலாளரும், மொழிபெயர்ப்பாளரும் ஆவார். கவிதை, சிறுகதை, கட்டுரை, மொழிபெயர்ப்பு, புகைப்படம் ஆகிய துறைகளில் பங்களிப்பு செய்து வருகிறார்.

இவர் இதுவரையில் ஒரு சிறுகதைத் தொகுப்பு, ஒரு கட்டுரைத் தொகுப்பு, ஒரு திறனாய்வுக் கட்டுரைத் தொகுப்பு, இரண்டு ஆய்வுக் கட்டுரைத் தொகுப்புகள், இரண்டு கவிதைத் தொகுப்புகள், ஒரு மொழிபெயர்ப்பு கட்டுரைத் தொகுப்பு, இரண்டு மொழிபெயர்ப்பு சிறுகதைத் தொகுப்புகள், நான்கு மொழிபெயர்ப்புக் கவிதைத் தொகுப்புகள், மூன்று மொழிபெயர்ப்பு நாவல்கள் ஆகிய நூல்களை எழுதியிருக்கிறார்.

இந் நூல்களுக்காக இவர் இதுவரையில் இலங்கை அரச சாகித்திய விருதுகள், இந்தியா வம்சி விருது, கனடா இயல் விருது போன்ற முக்கியமான விருதுகளை வென்றுள்ளார். இவரது படைப்புகள் சிங்களம், ஆங்கிலம் ஆகிய மொழிகளில் மொழிபெயர்க்கப்பட்டு வெளியாகியிருக்கின்றன.

தொடர்புக்கு: mrishansh@gmail.com

அவரின் பிற நூல்கள்

கவிதைத் தொகுப்புகள்
- வீழ்தலின் நிழல்
- மிக ரகசியச் சொற்கள்

சிறுகதைத் தொகுப்பு
- அடைக்கலப் பாம்புகள்

கட்டுரைத் தொகுப்புகள்
- கறுப்பு ஜூன் 2014
- இயற்கை
- ஆழங்களினூடு

மொழிபெயர்ப்புக் கவிதைத் தொகுப்புகள்
- தலைப்பற்ற தாய்நிலம்

- இறுதி மணித்தியாலம்
- அவர்கள் நம் அயல் மனிதர்கள்
- அல்பேனியக் கவிதைகள்

மொழிபெயர்ப்பு சிறுகதைத் தொகுப்புகள்

- எனது தேசத்தை மீளப் பெறுகிறேன்
- அயல் பெண்களின் கதைகள்

மொழிபெயர்ப்புக் கட்டுரைத் தொகுப்பு

- பிரபாகரனின் தாயாரது இறுதி யாத்திரை

மொழிபெயர்ப்பு நாவல்கள்

- அம்மாவின் ரகசியம்
- தரணி
- நிலவியலின் துயரம்

Text © copyright by Logathasan Tharmathurai, 2020.
The Sadness of Geography by Logathasan Tharmathurai
first published in English by Dundurn Press Limited, Canada.
This edition published by Vamsi Books
in arrangement with Dundurn Press Limited.